AF764922

தர்மக்ஷேத்திரே

தர்மக்ஷேத்திரே

கிருத்திகா

எழுத்து பிரசுரம்

Title: Dharmakshetre
Author's Name: Krithika

Published by Ezutthu Prachuram

Ezutthu Prachuram
(An imprint of Zero Degree Publishing)
No. 55(7), R Block, 6th Avenue,
Anna Nagar,
Chennai - 600 040

Website: www.zerodegreepublishing.com
E Mail id: zerodegreepublishing@gmail.com
Phone : 89250 61999

Ezutthu Prachuram First Edition: July 2022
ISBN: 978-93-91748-66-1
TITLE NO EP: 353

Rs.

Cover Design & Layout: Vijayan, Creative Studio

சமர்ப்பணம்

சாத்திரங்கள் பல கற்று சவுகரியங்கள்
பல செய்கிற எனது பிரியமுள்ள சுவாமிநாதனுக்கு...

பாத்திரங்கள்

ஸ்ரீ குருகிருஷ்ண அவதார் ஸிங்		
அப்பண்ணா	சீடன்	
தர்மராஜு	பிரதம மந்திரி	மனைவி லதாதேவி
		மகன் ராகேஷ்
		மகன் ரமேஷ்
விதுரன்	மந்திரி	
மகேந்திரவர்மன்	வியாபார மந்திரி	மனைவி மேனகா பெஹன்
கர்ணா	செக்ரெட்டரி	மனைவி மீரா
புரோசனன்	ஜாயிண்டு செக்ரெட்டரி	
சகாதேவ சர்மா	பிரதம மந்திரி செக்ரெட்டரி	மனைவி பிரபா
சக்திதாஸ்	அண்டர் செக்ரெட்டரி	மனைவி காந்தா
		மகன் உத்தர்குமார்
		மகள் வத்ஸலா
சகுனிதாஸ்	ஜனசபை அங்கத்தினர்	
கிரீதவர்மன்	"	
அங்கீரஸ்	"	சந்திராதிகள்
சௌமதத்தன்	"	
சுயோதனன்	"	
ஜயத்ரதன்	"	ஸனகாதிகள்
பாரத்வாஜ்	"	
அச்வத்தாமா	"	கம்யூனிஸ்ட்டு
சால்யன்	"	
பீம்ஸிங்	தொழிலதிபன்	மனைவி நர்மதா
ஜுஷ்ணு	"	மனைவி சுருதி
குந்திபோஜன்	"	
கேகேயன்	"	
விராடன்	தொழிலதிபன்	
யுதாமன்யு	"	

நகுல் சேட்	பத்திரிகை நிருபர்	மனைவி செளதாமினி
கெளரவ்	”	
சாத்தியகி	”	
துருபத்		டாக்டர்கள்
கிருபாசாரி		
சஞ்சயன்		சோமநாட்டுப் பிரமுகர்கள்
பீஷ்மன்		
சஞ்சலராமன்		
மனவக்கிரன்		பீஷ்மன் கமிட்டி உறுப்பினர்

பொருளடக்கம்

பூர்வீகம்

1. சந்திர வம்சம்

நளாயினி தனிமையில் நதிக்கரையில் உட்கார்ந்து இருந்தாள். மலையடிவாரம்; அந்த அடிவட்டத்தை இறுகத் தழுவி வளைத்துக்கொண்டு ஊர்ந்தது, நர்மதா. குழைந்து குழைந்து வளைந்து வளைந்து அது மலையைச் சுற்றி அணைத்துக்கொண்டது. அவள் எதிரே ஒரு பிரம்மாண்ட மான ஸாலவிருட்சம்; தலையை நிமிர்த்தி அதை உற்றுப் பார்த்தாள் . மரம் ஓங்கி வளர்ந்திருந்தது; இலைகள் நல்ல பளபளப்புடன் கரும்பச்சைத் தோற்றமளித்தன. அவள் கண்கள் அதன் உருவத்தை ஊடுருவிப் பார்த்தன. அடிமரந்தான் எத்தனை அகன்று பரந்திருந்தது? ஒரு ஆணின் உரம் பாய்ந்த மார்பைப்போல என்று எண்ணினாள். மெல்லிய கரங்களால் கழுத்தை இறுக வளைத்துக்கொள்வதுபோல ஒரு பச்சிளங்கொடி அதை ஒட்டிக்கொண்டு படர்ந்திருந்தது. அந்த லதா, பூத்துச் சொரியும் ஓர் அழகான மஞ்சள் ஜாதிக் கொடி. அதன் பொன்னிறப்பூ அந்த அழகியின் மேனியை ஒத்திருந்தது. ஊம். உள்ளப் பூரிப்பினால் உண்டான அவள் இதய நாதத்தின்

ஒலி காற்றுடன் எழும்பிச் சென்றது. தென்றல் - அதில் சுருதி; வாயுதேவனுடன் சேர்ந்து லயித்து இன்புற்று ஒலித்தது. அவள் இதய சுருதி முகத்தில் புன்னகை அரும்ப, அவள் குனிந்து, நதியின் பிரவாகத்தை நோக்கினாள். திங்களை மூடின பாம்பைப் போன்ற அவளுடைய சுருண்ட குழல் கரையோரமாகப் புரண்டது. நீரில் பிரதிபலித்த சந்திரனின் ஒளியில் அவள் தன் பிம்பத்தைக் கண்டு நகைத்தாள். அலைகளுடன் துள்ளி விளையாடும் அந்தப் பிரபாதான் அவள் முகம். ஒரே ஒரு மேகம் - கரிய கரியைப்போல் அது ஆகாயத்தை நிரப்பியது. அதனூடே அத்துடன் கொஞ்சிக் குலாவும் ஒரு மின்னற்கொடி - ஒளிக்கீற்று - சௌதாமினி. அவள் சிரித்தாள். முத்து வரிசைகள் போன்ற பற்கள்; நாசி எட்பூ; இதழமிர்தம். மனிதனுடைய இதயத்தில் புகுந்து அவனை வெறியுறத் தாக்கும் பெண்மணி இவள்தானா!

நளாயினி எழுந்து மெல்ல நடந்தாள். பாதசரம் கிணகிணவென்று ஒலித்தது. அவளோ தன்னை மறந்து எதிரே தன் கணவர் முத்கலரிஷி வருவதைக்கூடக் கவனியாமல் போய்க்கொண்டிருந்தாள்.

"என்ன ஆலோசனை? இப்படி மெய்ம்மறந்து நடந்து போகிறாயே!" என்றார் அவர்.

கணவர் நிற்பதைக் கண்டு திடுக்கிட்டு நாணித் தலைகுனிந்தாள் நளாயினி.

"என்ன யோசனையோ?"

"ஒன்றுமில்லை" என்பதுபோல அவள் தலையை மாத்திரம் அசைத்தாள்; பேச நா எழவில்லை.

"எதைத்தான் நினைத்துக்கொண்டிருக்கிறாய்? - சொல்லேன், பார்ப்போம்."

"ஒன்றுமில்லை" என்றபடி அவள் மறுபடியும் தலையை ஆட்டினாள்.

"ஒன்றுமில்லாவிட்டால் இப்படி எதிரே ஆள் வருவதுகூடத் தெரியாமல் இருப்பாயா?" அவர் குரலில் தொக்கி நின்ற அன்பைக் கேட்டவுடன், அவள் சற்று தைரியம் கொண்டு தன் நாயகனைக் கடைக்கண்ணால் பார்த்தாள்.

"நல்ல உயரம்தான் - ஆனால் ஸால மரத்தின் பரந்த மார்பைப் போலாகுமா - அல்லது அந்த மலையின் உரம் பாய்ந்த சரீரமுண்டா?"

முத்கலர் உரக்கச் சிரித்துவிட்டார். அதைக் கேட்டு நளாயினி நடுக்கத்துடன் அவர் எதிரில் மௌனமாக நின்றாள்.

"நளாயினி, உன் மனதில் இருப்பது எனக்குத் தெரியாது என்று நினைத்தாயா?"

"நாதா, மன்னித்துவிடுங்கள். ஏதோ இயற்கை அழகைக் கண்டு மோகித்து எண்ணக்கூடாததை எல்லாம் எண்ணிவிட்டேன்."

"என்னவெல்லாம் எண்ணினாய்?"

"வேண்டாம்! என்னைச் சோதிக்க வேண்டாம்?"

"நளாயினி, எங்கே - உன் ஆசையென்னவென்று சொல்லு பார்ப்போம். அதை உன் வாயால் சொல்லிக் கேட்க விரும்புகிறேன்."

கனிவொழுகும் அவ்வார்த்தைகளைக் கேட்டுங்கூட அவள் தன் பர்த்தாவைப் பயத்துடன் பார்த்தாள். அவரும் லேசாக நகைத்தார். அவளுக்குத் தைரியம் பிறந்தது. "நாதா..." சற்று அவள் தயங்கினாள். பிறகு தன் முழு தைரியத்தையும் வரவழைத்துக்கொண்டு பேச ஆரம்பித்தாள். "நான் உங்களுடன் சேர்ந்து ஐந்துவித இயற்கை பாவங்களில் இன்பம் நுகர ஆசைப்படுகிறேன்." அவள் முகம் குங்குமமாகச் சிவந்தது. மேலே பேசமுடியாமல் திணறினாள்.

"என்ன கூச்சம். நீ சொல்லப்போவது எனக்குத் தெரியாதா? சொல்."

நளாயினி மெல்ல மெல்லப் பேசினாள்: "அதுவா... நீங்கள் மலை - அதன் அடியில் கொஞ்சி வரும் நதி நான். ஸால மரத்தைத் தழுவும் லதா நான் - உங்கள் அகன்ற மார்பு அதன் அடி. நீங்கள் காற்றென்றால், நான் பண்ணின் சுருதி. நீரில் பாயும் சந்திரனின் ஒளியில் என் பிரபையைக் கண்டு அணைக்க ஓடிவரும் அலை நீங்கள். கருமேகம் உங்கள் புஜம். அதனூடே பாய்ந்து காதல் புரையோடச் செய்யும் சௌதாமினி நான்."

"நளாயினி!" - முத்கலர் அவள் அருகில் வந்து அவள் மோவாயைப் பிடித்து உயர்த்தினார்."

"இயற்கை இன்பத்தை நீ இப்படியா காண்கிறாய்? என்ன உன்னுடைய நுண்ணிய உணர்ச்சியின் தன்மை! இதோ உன் இச்சைப்படி உனக்கு இந்த ஐந்துவித போகானுபவங்களையும் அளித்தேன்."

அன்று முதல் முத்கலர், நளாயினியுடன் கூடிப் பிரியாமல், கொஞ்சிக் குலாவி, ஆடி விளையாடி அவள் மேனியை ஆயிரங்கோடி முறை தழுவி, அவள் மனக் குறையைத் தீர்க்க முயன்றார். அப்படியும் அவள் தாபம் அடங்கவில்லை. இதை அறிந்த முனிவர், அவளுடைய அடுத்த ஜன்மத்திலும் அவள் இந்த ஐந்துவித அனுபவங்களை ஐந்து மானுடர்கள் மூலம் அடையப்பெறும் என்று அனுக்கிரகம் செய்தார்.

மறுஜன்மத்தில் நளாயினி திரௌபதியாகப் பிறந்தாள். பஞ்சபாண்டவர்களைக் கணவர்களாகக் கொண்டு இன்பமும் துன்பமும் கலந்து அனுபவித்தாள்.

"பாண்டவர் தேவியா நீ? பாஞ்சாலன் மகளா? என் அண்ணன் துரியோதனன் அடிமைச்சியல்லவா நீ?" என்றான் துச்சாசனன்.

"ஐயோ!" சீரழியக் கூந்தலைப்பற்றி இழுத்தான் துச்சாசனன். விம்மியழுதாள் திரௌபதி.

"கணவரே - விதியா? அம்மி மிதித்து - அக்னி தேவன் சாட்சியாகக் கைப்பிடித்த என்னை இவன் இப்படி அவமானப்படுத்த நீங்கள்

பார்த்திருக்கலாமா?” ஆடை குலைந்து அவள் ஆவென்று அலறினாள். ஐவரைப் பார்த்தாள். தரும நெறி தவறாத - பிரம்மாண்டமான ஒரு மரத்தின் அடித்தண்டைப்போல உரம் கொண்ட தருமன் மௌனமாக இருந்தான். பீமன் எழுந்தான். மகத்தான மலை போன்ற தேகம் அதிர்ந்தது. தென்றல் வீச்சைப்போல உறுமினான் ஜிஷ்ணு. நீரலையைப் போல மோதியது சகாதேவனின் கோபம். கருமேகமெனக் கறுத்தது நகுலனின் மேனி. ஐவர் உள்ளங்களும் அவளுக்காகத் துடித்தன.

“சூதாடி உன்னை யுதிட்டிரனே தோற்ற பின்பு வாதாடுகிறாயா பெண்ணே” என்று இரைந்தான் துச்சாதனன்.

இயற்கைத் தெய்வங்களுக்கு உதித்தவர்கள் பாண்டவர் ஐவர். இருந்தும் முற்பிறப்பில் முத்கலருடன் அனுபவித்த தூய்மையான இன்பத்தை இந்த ஐவருடன் அவளால் நுகரமுடியவில்லை அப்படியானால் மற்ற பிறப்புகளைப் பற்றிக் கேட்கவும் வேண்டுமா? நளாயினி எல்லையில்லா போகானுபவங்களுக்காக ஆசைப்பட்டதால் பற்பல ஜன்மங்கள் எடுக்க நேர்ந்தது. துன்பத்துடன் சூது, துரோகம், பகைமை, பழிவாங்குதல் என்ற இதர தாபங்கள் அவளைச் சூழ்ந்தன. வரவர மானுடரின் இயல்புகள் நலிந்து மலிந்து வாடின.

2. சோமநாடு

பாண்டவர்களைப்போலத் தாமும் தேவாம்சத்தைச் சேர்ந்தவர்கள் என்று எண்ணியிருந்தார்கள் இப்போதைய சோம தேசத்து மக்கள். சந்திரவம்சத்தார்கள் என்பதுபோல, அந்நாட்டை ஆண்டு வந்த குடியாட்சிக் கட்சியார் தமக்கு 'சந்திராதிகள்' என்ற பெயரைச் சூட்டிக்கொண்டார்கள். பிறகு சந்திரவம்சத்தார்களைவிட மிஞ்சியவர்கள் என்று காட்டத் தம் நாட்டிற்குச் சந்திரனுடைய மற்றொரு நாமமான சோமன் என்ற பெயரை வைத்தார்கள், அந்தச் சந்திராதிகள்.

இவர்கள் சோமநாட்டின் கியாதியை வளர்க்க முற்பட்டார்கள். கைத்தொழில் முன்னேற்றம், விஞ்ஞான அறிவின் வளர்ச்சி, ஆக்கத் தொழிலில் செழிப்பு என்று நாடு தேர்ச்சிபெற்று வந்தது. பாண்டவர்களுக்கு உண்டான பெருமை இவர்களுக்கும் உண்டாயிற்று. பலராஜசூய யாகங்கள் நடந்தன; வெற்றிப் பேரிகைகள் முழங்கின. பல திரௌபதிகள் உன்மத்தங்கொண்டு சிரித்தார்கள். "இமயமலை எங்கள் மலை; கங்கை எங்கள் ஆறு; உபநிடதம் எங்கள் நூல்" என்று சோம நாட்டார் பிதற்ற ஆரம்பித்தார்கள்.

"ஞானத்திலும், கானத்திலும் நாங்கள் உயர்ந்தவர்கள். தீரமும் வீரமும் செறிந்தது எங்கள் நாடு" என்றெல்லாம் பெருமையடித்துக் கொண்டார்கள். "நாங்கள் வலிமை பெற்றவர்கள் - கைநீட்டி யாசகம் கேட்கிறோமென்று அண்ணன் நாடு எங்களை மட்டம் தட்டுவது அநியாயம்" என்று ஆட்சேபித்தார்கள்.

இருந்தாலும் வெளிநாடுகள் சென்று திரவியம் திரட்டுவதில் இவர்களைப்போலக் கைதேர்ந்தவர்கள் கிடையாது. திரவியமென்ன, ஆட்கள் உதவியையும் ஏராளமாய்த் துணைப்படையாகச் சேர்த்தார்கள். இப்படி வந்த வெளிநாட்டுச் சிப்பந்திகள் சோம நாட்டைப் பெரும்பாலும் நிரப்பினார்கள். செயற்கை உரம் தயாரித்து நிலத்தைப் பண் செய்வதிலிருந்து, ஆக்கத்தொழில், அணைக்கட்டு என்று சுண்டு விரல் மடக்கும் வேலைவரையில் எல்லா வித்தைகளையும் அவர்களே கண்காணித்து வந்தார்கள். சோமநாடு உயர்வுற்றது. ஆக்கத்தொழில் வளர்ந்தது. விதவிதமாகக் கண்களைப் பறிக்கும் பண்டங்கள் மலைமலையாகக் குவிந்தன. ஜனங்கள் தம் சொத்துகளைப் பணயம் வைத்தாவது அவற்றை வாங்க முற்பட்டனர். போட்டி அதிகமாக ஆக ஆக விலைவாசி முற்றிக்கொண்டு வந்தது.

இதைக் கண்டு தமக்கு இருக்கும் திரவியம் போதாதோ என்னவோ என்று சந்தேகப்பட்டு அரசாங்கம் பண நோட்டுகளைக் கத்தை கத்தையாக அச்சிட்டுக் குவித்தது. தேசத்தில் நாணயம் மலிவுற்றது. நோட்டு மழையைத் தாங்கமுடியாமல் ஜனங்கள் திக்குமுக்காடினர். இதென்ன தர்மசங்கடம் இதைப் போக்க ஒரு வழி கண்டுபிடிக்க வேண்டுமே! நாடு முன்னேற வேண்டுமென்று பாடுபட்டதின் விளைவு இப்படியா குதிரவேண்டும்? லட்சுமிதேவியின் கூத்தைத் தடுக்க நாட்டின் ஜனங்கள் ஒன்றுசேர்ந்தார்கள். ஆபத்தென்றால் வகுப்புவாதங்களை மறந்து விட வேண்டாமா? பணக்காரன் - ஏழை, பங்காளி - தொழிலாளி என்று எல்லோருமாகச் சேர்ந்துகொண்டு நாட்டில் லட்சுமிகடாட்சத்தைப் பரவாமல் தடுக்க முயன்றார்கள்.

ஆக்கத்தொழில் முதலாளிகள் மட்டமான சரக்குகளை ஏராளமாகச் செய்து தள்ளி, அவை விற்பனையாகாமல் நஷ்டம் வரவேண்டுமேயென்று பிரார்த்தித்தார்கள். மோசமான பொருள்களை அதிக விலை வைத்து விற்கப் பார்த்தால் நஷ்டமுண்டாகலாமென்று எண்ணினார்கள். ஒன்றும் பயன்படவில்லை. மிக்க அற்பமான பண்டங்களுக்கு ஏகக்கிரயம் கொடுத்து ஜனங்கள் வாங்கினார்கள். சாமான்களை எத்தனை மட்டமாக உருவாக்கினாலும் அவை விலை போயின. நோட்டுகள் மேலும் மேலும் குவியலாயின. ஜனங்களுக்கு யோசனை பலத்தது. லட்சுமியின் பிரவாகத்தைத் தடுக்க வேறு என்னதான் வழி? அப்போது தொழிலாளிகளுக்கு ஒரு யோசனை தோன்றிற்று. சாமான்களே உருவாக்காவிட்டால்? பலே! அதுதான் சரி. அவர்கள் வேலை நிறுத்தம் துவக்கினார்கள். பகீரதப் பிரயத்தனம் செய்து தொழிலாளி சங்கத் தலைவர்களும் உழைப்பாளி கூட்ட நேத்தாக்களுமாக 'வேலை நிறுத்த'த் திட்டத்தை நிலைநாட்டினார்கள்.

ஆனால், அதுவும் ஒன்றும் பிரயோசனப்படவில்லை. ஏனென்றால் அந்தத் திட்டப்படி வேலைக்குப் போகாமல் மறியல் செய்யும் ஆட்களுக்கு மாதச் செலவுக்கு உதவி அளிப்பதற்காக அரசாங்கம் மேலும் நோட்டுக்கள் அச்சிட வேண்டியதாயிற்று. மேலும் மேலும் கத்தை கத்தையாக நோட்டுக்கள். எங்கும் ஒரே பிரமிப்பு. என்ன செய்தால் லட்சுமியை விரட்ட முடியும்? ஜனங்கள் துணிந்து லட்சுமிக்குப் பிடிக்காத காரியங்களைத் தீவிரமாகக் கைக்கொள்வதில் முனைந்தார்கள். முதலாவதாக, சோம்பலைக் கண்டால் லட்சுமிக்கு ஆகாது.

ஆதலால் சோம்பித் திரிவது என்று புறப்பட்டார்கள். மூலை மூலையாக ஜனங்கள் கொட்டாவி விட்டார்கள்; படுத்து உறங்கினார்கள் - பல் கழுவாமல் பாயில் உருண்டார்கள். சோம்பலையொட்டிப் பொய், அசட்டை, கவனமின்மை, அலட்சியம் இவைகள் வந்து கூடின. நாட்டின் பொது ஸ்தாபனங்களில் வேலை தடைபட்டது. ஆக்கத் தொழில் தடுமாறிற்று - நஷ்டக் கணக்குகள் வளர்ந்தன. எங்கும் எல்லாம்

மட்டமாயிற்று. ரயில் தண்டவாளங்கள் வளைந்துகொண்டன. அப்படி நலிந்துபோகாதவைகளை 'ரயில்வே வேலை நிறுத்தக்' கூட்டாளிகள் உடைத்தெறிந்தார்கள். ரயில்கள் கவிழ்ந்தன. பாலங்கள் கட்டும்போது அசிரத்தையாக இருந்ததால், அவை சிதைந்தன. சாலைகளில் பள்ளத்தாக்குகளும், குப்பைமேடுகளும் தென்பட்டன. ஓடும் கார்கள் திடீரென்று நடுவழியில் அக் குழிகளில் விழுந்தன. மட்டரகமான கார்களின் பாகங்கள் கையோடு கழன்று வந்தன. பள்ளிக்கூடத்தில் வாத்தியாரைப் பிள்ளைகள் அடித்தார்கள். கல்லூரியில் யுவர்கள் தம் ஆசிரியர்களுக்கு மார்க்கு போட்டார்கள். அரசாங்கங்கூட விலைவாசிகள் ஏற உதவி செய்தது.

என்ன செய்தால் என்ன? ஜனங்கள் கூட்டம் கூட்டமாக வந்து மட்டரகமான கார்களையும், துணிவகைகளையும் கல்லுடன் கலந்த அரிசியையும் வாங்கிப் போனார்கள். இப்படியொரு அதிசயம் உண்டோ? லட்சுமியைத் துரத்தத் தெரியாமல் தவிப்பவர்களுமுண்டோ?

கள்ளர்கள் அதிகப்பட்டார்கள். ஏமாற்றமும் மோசடியும் பகிரங்கமாக நடந்தன. ஜனப்பிரளயம் ஒன்றும் புரியாமல் மோதிக்கொண்டது. அரசாங்கம் பலஹீனப்பட்டது. ராஜீய தத்துவங்கள் குலைந்தன. தர்மம் தடைபட்டது. குடியரசு ஆட்சியில் வறட்சி கண்டது. ராஜதந்திரிகள் நிலைதடுமாறிக் குழம்பினார்கள் - தம் கட்சிகளை நாழிகைக்கு ஒருமுறை மாற்றினார்கள். ஆட்சி குலைந்தது. ஜனங்கள் தவித்தார்கள். யார் அவர்களை இந்தக் கொடுமையிலிருந்து விடுவிப்பார்கள்? அவனுக்காக எதுவும் செய்யத் தயார். குடியரசாட்சியைக்கூட விடத் தயார். "ஈசுவரா! சோம நாட்டைக் காப்பாற்ற ஒருவனை அனுப்ப மாட்டாயா?" என்று ஜனங்கள் தினமும் பிரார்த்தித்தார்கள்.

ஆதி பர்வம்

கார்த்திகை மாதம், பௌர்ணமி, காற்றுடன் ஒரு சிலுசிலுப்பு ஊர்ந்தது. லேசான பனித்திரளைக் கிழித்துக்கொண்டு மங்கலான ஒரு வெளிச்சம். பிறகு சில வினாடிகளுக்குள் அது ஒளிபெற்றுப் பிரகாசிக்க ஆரம்பித்துவிட்டது. இருள் சூழ்ந்து மப்படைந்த மந்திராலய நடைகளைக் கடந்து, சக்தி தாஸ் வெளியே வந்து ஸ்கூட்டர்களை நிறுத்தி வைத்திருந்த இடத்தை அடைவதற்குள், திங்களின் பொலிவு வானத்தை நிரப்பிவிட்டது. அவன் நிமிர்ந்து, அந்தப் பொற்குடத்தை ஒரு நிமிடம் நோக்கினான். மைபூசிய வானத்தில் தங்கமயமான அந்த பிம்பம் மந்திராலயாவில் மண்டபத்தின் விளிம்பிற்கு மேல் எழும்பிக்கொண்டிருந்தது.

'சோம' நாட்டின் தலைநகரத்திற்கு கிரீடம் வைத்தாற்போல - சந்திரப்பிரஸ்தமென்பது இதற்கு ஏற்ற பெயர். கருநிழற் படமாகக் காட்சியளித்த நகரத்தின் அமைப்பு சம்பிரதாய முறைப்படி பாங்குடன் அமைந்திருந்தது. அந்தக் கணத்தில் அந்தக் காட்சி அவனுள் ஒரு கலை உணர்ச்சியை எழுப்பிற்று. மறு நிமிடம் அவன் நெஞ்சு அடைத்துக்கொண்டது. இதயம் கனத்தினால் தொய்ந்தது.

ஸ்கூட்டரைச் சாலை வரையில் தள்ளிக்கொண்டே போனான்; பிறகு காலால் நாலு உதை உதைத்து அதைப் புறப்படச் செய்தான். ஐந்து நிமிடத்தில் அவன் சந்திரப்பிரஸ்தத்தின் முக்கியமான மார்க்கமான 'சந்தனு பாதை' என்ற இடத்திற்கு வந்து சேர்ந்தான். அவன் கரங்கள் ஸ்கூட்டரின் கைப்பிடிகளை இறுகப் பிடித்தன. மோட்டார்கள் 'பும் பும்'மெனக் கதறத் தொடங்கிவிட்டன.

பஸ்ஸொன்று கடகடவென்ற சத்தத்துடன் பயங்கரமாக எதிரே பாய்ந்தது. அந்தச் சமயம் பார்த்து, குழந்தை குட்டி, மூட்டை முடிச்சுடன் ஒரு பட்டிக்காட்டான் குறுக்கே ஓட முயன்றான். குடும்பத்துடன் கைலாசம் போகப் புறப்பட்டவன் ஏமாற்றமுற பஸ்ஓட்டி 'கிரீச்' சென்ற அலறலுடன் பிரேக்கைப் போட்டு வண்டியை நிறுத்தினான்.

உடனே பல சைக்கிள் மணிகள் 'கிரீங் கிரீங்' என்று காதைத் துளைத்தன. நீண்ட இரும்புக் கம்பிகள் கொண்ட ஒரு காளை வண்டி சாவதானமாகப் போய்க்கொண்டிருந்தது. வண்டிக்கு வெளியே நீட்டிக்கொண்டிருந்த அக்கம்பிகள், பாரம் தாங்காமல் தொய்ந்து வழிப்போக்கர்களுக்கு ஆபத்தாக வண்டி நகரும்போது வீதியை வீசி வீசிப் பெருக்கின. கம்பிகள் மேலே படாவண்ணம் இடைவழியாக நுழைந்து, பஸ்ஸுக்கு முன்னால் பாய்ந்து விச்சுப் போட்டான் தாஸ். உச்... அப்பா, அந்தச் சில்லிட்ட காற்றில் கூட அவன் முகத்தில் வேர்வைத் துளிகள் அரும்பி நின்றன. சீ... இந்த ஊருக்கா ஜோதி பொங்கும் சந்திரப்பிரஸ்தமென்று பெயரிட்டார்கள்!

அப்போது கழுதை மேல் குப்பையேற்றிக் கொண்டுபோன ஒரு முனிசிபாலிடி ஆள் மேல் மோதாமல் தப்பித்துக்கொள்ள அவன் ஸ்கூட்டரைச் சட்டென்று ஒரு சின்ன வளையமிட்டான். சிரமத்தினால் அவனுக்கு மறுபடியும் வேர்த்தது. சை - இதென்ன பிசாசு உலகம்! தலைநகரமாம், சந்திரப்பிரஸ்தமாம்! வாஸ்தவம். சுத்தமான வீதிகள் தாம். ஒழுங்குடன் திட்டப்படி அமைக்கப்பட்ட அழகுப் பட்டணம் தான். ஆனால் அதற்கு

நடுவில் இத்தனை கலவரமா? கட்டுப்பாடற்ற குழப்பம். வீதியில் மட்டுமல்ல - எங்குமே இந்த நிலைதடுமாறிய தோற்றம் தான். அவன் உள்ளம் மறுபடியும் கல்லைப்போல் கனத்தது. அன்று மத்தியானம் ஜாயிண்டு செக்ரெட்டரி அறையில் நடந்த பேச்சைத் திரும்ப நினைத்துப் பார்த்துக்கொண்டான். உடனே தன் ஞாபகத்தை இழந்தான். கரங்கள் என்னமோ ஸ்கூட்டரைப்பற்றியிருந்தன. கால்கள் அதை முன்னே அழுத்தின; ஆனால் நினைவு அவனிடமில்லை. புரோசனன் பேசினதை யார் கேட்டிருந்தாலும் சக்தி தாஸ்தான் குற்றவாளியென்று எண்ணியிருப்பார்கள். வெட்டித் தாறுமாறாக அமைத்த ஒரு படத்தைத் திரும்பி நேராக சேர்க்கச் சிரமப்படுவதுபோல, புரோசனன் நடத்தையையும் வார்த்தைகளையும் மொழி பெயர்க்க அவன் கஷ்டப்பட்டான். உணர்ச்சிமிகுதியால் சக்திதாஸின் முகச்சதைகள் இசித்தன. 'காச்ச மூச்சு' என்ற ரஸ்தா ஓசைகள் அவன் காதில் விழவில்லை. புரோசனன் வார்த்தைகளே அதில் ஒலித்தன.

"சார், உங்களுக்கு நினைவில்லையா? உங்கள் சம்மதத்துடன் தானே நான் 'பீ கிரேட் கற்கரி விலை 95 என்று தீர்மானித்தேன்" என்றபடி சக்திதாஸ் புரோசனனைக் கெஞ்சும் மாதிரியில் பார்த்தான். அவனுக்கு ஒன்றுமே புரியவில்லை. புரோசனன் பதில் பேசாமல் மேஜை மேலிருந்த மாஜி ராஷ்டிரபதியின் படத்தைக் குறிப்பாகப் பார்த்தான். "பொறுப்பை ஏற்றுக்கொள்ளாமல் எப்படி நழுவப் பார்க்கிறான் கவனித்தீர்களா?" என்றது அந்தப் பார்வை.

படத்திலிருப்பவர் மிருதுவாகத் தலையை ஆட்டினாரோ! இந்த நடுத்தர உத்தியோகஸ்தர்களை நம்பவே கூடாது என்று நினைத்துக்கொண்டான் புரோசனன். அதுவும், கறுப்பும் கச்சலுமாக, முகத்தில் கதுப்பு கதுப்பாகச் சதைகள் தொங்க, சக்திதாஸைப் பார்த்தாலே பூனைகூட இல்லை - எலியின் ஞாபகம்தான் வரும். அப்போது அவன் வெள்ளைச் சுண்ணாம்புக் கண்களைக் கொண்டு திருதிருவென்று விழித்தான். சந்திரப்பிரஸ்தத்தின் தெற்குக் கோடியிலுள்ள புதிய காலனி

ஒன்றில் சக்திதாஸ் இரண்டு பிளாட்டுகள் வாங்கியிருப்பதாக அவன் கேள்வியுற்றிருந்தான்! பணம் எங்கிருந்து வந்தது? இந்த நடுத்தர இனத்தார்களுக்கே இவ்விதக் கெட்டிக்காரத்தனம் கூடுதல்.

"யோசித்துப் பேசு. உன்னிடம் தீர்மானமாக அப்படி ஏதாவது நான் சொன்னேனா" என்று புரோசனன் அதட்டலுடன் கேட்டான்.

"சார், உங்களுக்கு நினைவில்லையா?" சக்திதாஸ் திரும்பவும் கெஞ்சினான். புரோசனன் தலையை அசைத்தான்

"பீ கிரேட் கற்கரி விலை 95 ஆனால் ஏ கிரேட் விலையை எப்படிக் கணிப்பது என்று கேட்டேனே - அப்போது நீங்கள் கூட, அதென்ன பிரமாதம்? அது உள்விவரம் அறியவேண்டிய ஒரு விஷயம்தானே!" என்று சொன்னீர்களே....

"இருக்கலாம். அதனால்?"

"அப்படிச் சொன்னதும் என் முடிவை நீங்களும் ஆமோதிக்கிறீர்கள் என்றல்லவா நினைத்து நான்..."

"அதெப்படி நினைத்தாய்?"

"சார்"

"இதைப் பற்றி இனிமேல் மேலும் மேலும் பேசி லாபமில்லை. நான் செக்ரெட்டரியிடம் நீ சொன்னதைச் சொல்லிவிடுகிறேன். அத்துடன் என் பொறுப்பு விட்டது. அவர் பாடு," என்று தீர்மானமாகக் கூறிவிட்டு புரோசனன் கூட்டத்தைக் கலைத்தான். ஆனால் தாஸ் மனம் கலைந்தது கலைந்ததுதான்.

இதைப் பற்றி ஜனசபையில் கேள்விகள் எழக்கூடுமோவென்று அவன் யோசிக்கவில்லை. மேன்மைதங்கிய சந்திரப்பிரஸ்தத்தின் ஜனசபையோர்கள் ராஜாங்கச் சீர்திருத்தம், ஜனசமூகத் திருத்தமென்று ஊக்கம் காட்டினார்கள். நெறிகள் அறிவுக்கு மாத்திரம் எட்டி என்ன பயன்? வாக்கால் ஏற்பட்ட

ஞானத்தில் அனுகூலமேது? பயிற்சி அல்லவோ முக்கியமென்று வாதிக்கிறவர்கள் அவர்கள்.

அதன்படி அறிவுக்கு எட்டியவை யாவற்றையும் நுட்பமாக ஆராய்ந்தார்கள். தர்க்கம் நேர்வது இயற்கைதானே. பிறகு புதிர்கள் எதையாவது ஒன்றைக் குறித்து இரைச்சல் தொடங்கும்; குற்றம் சாட்டுவார்கள். அப்புறம் பேரிகை மத்தளத்துடன் விசாரணை துவங்கும். இந்தப் பாழ்பட்ட மானுடசுபாவம் சுடும் பொறாமைக் காய்ச்சலினால் வெந்துவிடுகிறதே! யாராவது குறி கிடைத்தால் போதும்; உடனே விவாதம் செய்ய ஆரம்பித்துவிடுவார்கள்.

வாதம் பலக்க எங்கிருந்து எங்கே போகிறோமென்று தெரியாமல் நெடுக இழுத்துச் செல்லப்படுவார்கள், சபையோர். பிறகு எப்படி மூண்டதோ அதுபோலவே சுவடு தெரியாமல் அது அடங்கிவிடும். அதனால் சக்திதாஸ் அதைப் பற்றிக் கவலைப்படவில்லை. புரோசனன் எடுத்துக்கொண்டிருக்கும் நிலைதான் அவன் மனதை வேதனைப்படுத்தியது.

தாஸ் கேவலம் ஒரு அண்டர் செக்ரெட்டரி. அவனுக்கு உடனே மேலே பதவி வகிக்கும் யாயாதிராவ், புரோசனன், இவர்கள் சலுகை இல்லாவிட்டால் அவன் பாடு திண்டாட்டம். அப்படியிருக்க அவன் பேரில் அவர்களுக்குச் சந்தேகம் வேறு வந்துவிட்டால், தினப்படி வாழ்க்கை எப்படி நடக்கும்? மந்திராலயங்களில் நடந்து வந்த சிறு பூசல்களையும் காய்ச்சல்களையும் நன்றாக உணர்ந்த சக்திதாஸுக்குப் பீதியுண்டாயிற்று. தம்மைக் காப்பாற்றிக்கொள்ளும் பொருட்டுப் புரோசனனும் யாயாதிராவும் நிச்சயமாக அவனைத்தான் குற்றவாளியாக செக்ரெட்டரியிடம் சுட்டிக் காட்டுவார்கள்.

இன்று மத்தியானப் பேச்சிலிருந்து அது வெட்ட வெளிச்சமாகி விட்டது. அவனும் நம்புவான். நம்பாமல் என்ன செய்வது? ஆனால் அதன் பிறகு பகிரங்கமாகத் துப்புத் துலக்கி அவனை அவமானப்படுத்தினால்? அதை நினைத்தவுடன் சக்திதாஸ் மனம் குன்றிவிட்டது. ஜனசபையோர் கூப்பாட்டை அவன்

பொருட்படுத்தவில்லை. ஏனைய உத்தியோகஸ்தர்கள் அவன் விஷயத்தை நன்றாக ஆராய்ந்து திறம்பெறக் காரியத்தைச் செய்யவில்லை என்று இகழக்கூடும் என்று நினைக்கும்போது, அவன் இதயம் சுண்டிற்று. புரோசனனை எண்ணினதும் உள்ளம் புகைந்தது. அக்கப்போர் ஆபீசர்கள் - நடையில் நடந்தபடி சிரிப்பது அவன் காதில் விழுந்தது. செக்ஷன் ஆபீசர்கள் வெளியே புல்தரையில் உலாவினபடி அவனைத் தாழ்த்திப் பேசுவது போல் தோன்றிற்று.

“பைலைக் குடைந்து குடைந்து ஆராய்வதில் சக்திதாஸைப் போல் யாருமே இருக்க முடியாது என்று பெயராச்சே! அவனா இப்படி அகப்பட்டுக்கொண்டான்!”

அவர்கள் வார்த்தைகள் தென்றலுடன் கலந்து மிதந்து வந்தன. மஞ்சள் குளித்த இதமான பனிக்கால வெய்யில். பாதத்தின் கீழ் பச்சைப் பசேலென்று வெல்வெட்டுப் புல். மேலே குடை குடையாகக் குவிந்த மரங்கள். பட்சிகள்: மயில் கழுத்து நிறத்தை ஒத்த தேன் குருவிகள் பளிச் பளிச்சென்று சூரியகாந்தியில் டாலடித்து மறைந்தன. அந்த அழகான பரந்த வெளியில் கிசுமுசுவென்று அவர்கள் தன்னைப் பற்றிப் பேசுவது தாஸுக்குக் கேட்டது. எதிரே ராஷ்டிரபதி நிலையம். பின்னணியில் பெரிய வாயிற் கதவு. நடுவே நின்றுகொண்டு அவர்கள்... மன வேதனையில் அவன் ஸ்கூட்டரில் பிரயாணம் செய்வதையே மறந்தான்.

எதிரே ரயில் பாதையைத் தடுக்க ஏற்பட்டிருந்த கதவுகள் மெதுவாகக் கீழே தாழ்வதைக் கவனிக்காமல் போய்க் கொண்டிருந்தான். எச்சரிக்கையாக அடித்த மணியோசையும் அவன் காதில் விழவில்லை. சுவப்ன உலகில் மெய்ம்மறந்து முன்னால் போய்விட்டான். ஆயிற்று. இன்னும் ஓரடி நகர்ந்தால் அவ்விரும்புக் கதவுகள் அவன் தலைமேல் விழுந்திருக்கும். அந்த நிமிடத்தில் தாழ்ந்துகொண்டிருந்த அக்கதவுகள் சக்திதாஸின் கண் பார்வையின் உயரத்தை அடைந்தன. சட்டென்று விஷயம் அவன் மூளைக்கு எட்டியது. அடுத்த

விநாடி பதற்றத்துடன் பிரேக்கை அழுத்தினான். அம்மாடா பிழைத்தான். திகில்கொண்டு அவன் மார்பு படபடவென்று அடித்தது. இன்னும் ஒரு கணம் தப்பியிருந்தால் அவன் தலை துண்டிக்கப்பட்டிருக்கும். எத்தனை பெரிய ஆபத்திலிருந்து தப்பினான்! இதென்ன? மந்திராலயத்தில் அவனுக்கு வரவிருக்கும் ஆபத்திற்கு ஒரு அறிகுறியா?

சூ... அப்பா. பையிலிருந்து கைக்குட்டையை எடுத்து நெற்றியில் துளிர்த்த வேர்வையை ஒத்திக்கொண்டான். கைகால்கள் நடுங்கின. கொஞ்ச நேரத்திற்கு ஒன்றுமே தோன்றாமல் அப்படியே சமைந்து நின்றுவிட்டான். பிறகு மெல்லத் தன்னைச் சமாளித்துக்கொண்டு ஒரு தீர்மானத்திற்கு வந்தான். குருகிருஷ்ண அவதார் ஸிங்கைப் போய்ப் பார்த்து, அவருடைய யோசனையைக் கேட்பதுதான் உசிதம். அவரை விட்டால் அவனுக்கு நாதன் யார்? அவனுக்கு மாத்திரம்தானா? எல்லோருக்கும்தான். சந்திரப்பிரஸ்தத்தில் யாரைக் கேட்டாலும் சொல்லியிருப்பார்களே!

அவருடைய கருத்துத் தோய்ந்த வார்த்தைகள் ரிஷி வாக்கல்லவா? வெடுக்கு வெடுக்கென்று பிரம்ம தண்டத்தைத் தலையில் வைத்தாற்போல அவர் பேசுவதைக் கேட்கவே எட்டு ஊர் நடக்கலாமே.

★★★

ஒரு சிறிய குன்று. புராணத்தில் பிரசித்தி பெற்ற குருக்ஷேத்திர மைதானத்தை கங்கை பாயும் சமபூமியிலிருந்து வகுத்த, அதே மலையணையின் ஒரு சிறு கிளை. ஆனால் அழகான சரிவுகள். முட்புதர்களுக்கு இடையே ஸ்கூட்டர் வளைந்து வளைந்து ஏறிற்று. நெருக்கடியை விட்டு அந்த நிச்சலமான இடத்தை அடைந்ததும், கம்மென்ற ஒரு மோனம் ஆத்மாவையே வேலி போட்டுக் காப்பதுபோல அவனைச் சூழ்ந்தது.

இருந்தாலும் அவன் பறந்துகொண்டிருந்தான் - ஸ்கூட்டரில் இன்பகரமான அந்த வானொளியை நோக்கிப் பறந்து

கொண்டிருந்தான். இப்படியே போய்க்கொண்டிருக்கக் கூடாதா? புலன்களை அழுத்தி நொறுக்கும் கீழேயுள்ள அந்த ஜனத் திரளின் ஆரவாரம்... அப்பாடா அவன் சிந்தை தடைபட்டது. ஸ்கூட்டரை விட்டு இறங்க வேண்டிய இடம் வந்து விட்டது. மற்றும் அங்கே தென்பட்ட வண்டிகளுக்கு இடையே அவனும் தன்னுடையதைத் தள்ளி நிற்க வைத்தான்.

பிறகு காலார நடையைக் கட்டினான். சின்னஞ்சிறு பாதைகள், இரு புறமும் புல் தட்டுகள், மேடு பள்ளங்கள், நடு நடுவே பூப்புதர்கள் - வட்டமாக வெட்டி விட்ட பச்சைக் கிண்ணங்கள். அண்ணாந்து பார்த்தான். ஆல், அத்தி, பூவரசு போன்ற மரங்கள். பால் தோய்ந்த வானில் பூவகை மரங்களின் நேர்த்தியான இலைகள் பச்சை வலைத் தோரணங்கள் போல நிழலாடின. செம்பருத்தி, ஜாதி, குந்தா, காமினி போன்ற செடிகள் பூத்துக் குலுங்கின. பாதை நெடுகப் பூமெத்தைகள்தாம்.

வழவழப்பான ஒரு கல் சரிவு. அதில் முத்து முத்தாக எழுத்துகள் பதிந்திருந்தன. நிலாவொளி அதன் மேல் வெள்ளி வெளிச்சத்தைக் கொட்டிற்று. “நான் போன பின்னுங்கூட இப்புண்ணிய பூமியான சோமநாடு பெரும் கீர்த்தியுடன் வாழும். சாத்தியமேவ ஜயதே” என்ற மூலவாக்கைப் பிரமாணமாகக் கொண்ட சோம நாட்டார் நீடூழி நிர்மலமாக வாழ்வார்கள்... ஆகாயத்திலிருந்து எங்கிருந்தோ ஒரு குரல் கேட்டாற்போல இருந்தது அவனுக்கு. அது காலம் சென்ற சோம நாட்டின் நேதா குரல். அவர் மறைந்து சில வருஷங்களே ஆகியிருந்தன. ஆனால் நாட்டில் கண்ட மாறுதல்கள்! ‘சாத்தியமேவ ஜயதே’ என்ற வாக்கியம் உருத்தெரியாமல் அழிந்துவிட்டதே! அவன் தன்னுடைய சொந்த அனுபவத்தை நினைத்துப் பெரு மூச்சுவிட்டான். பிறகு மேலே நடந்தான். இளம் ஜோடிகள் செடி கொடிகளுக்கு இடையே அங்குமிங்கும் வேடிக்கையாகவும் யதேச்சையாகவும் சிரித்து விளையாடிக் கொண்டிருந்தார்கள். வாலிபர்கள் பாடிக்கொண்டிருந்தார்கள். அதற்கு அனுமோதஞ் செய்வது போல சிறு பெண்கள் எதிரொலி கொடுத்தார்கள்.

புத்துயிர் தரும் கீதம். வண்டின் ரீங்காரம் போல் அவனுக்குள் ஒரு இன்னிசை மழை. இன்ப நிலையின் அலைகள் அவன் உள்ளத்தைச் சிறு நுரைபோல பதற வைத்தன. இது முறையில்லையென்று ஏதோவொன்று அவனை எச்சரித்தது. இன்பம், போகம் சுகம் - இவைகளை நுகர்வது தவறு. பக்தி, தர்மம், சத்தியம், நியாய உணர்வு இவைகளையே போற்ற வேண்டும். இவ்வித மனப்பான்மையுடைய நாட்டிலே குரு கிருஷ்ண அவதார் ஸிங் மாத்திரம் எப்படி இந்தச் சூழ்நிலையை ஏற்படுத்தினார்? அதை அவன் கேட்கும்போதெல்லாம் அவர் ஒரு புன்முறுவல் புரிவார்; வேறு பதில் கொடுக்கும் வழக்கமே கிடையாது.

அப்போது குருவின் இல்லம் அவன் கண்ணில் தென்பட்டது! அது ஒரு பர்ணசாலையாக இருக்குமென்று எதிர்பார்க்கிறவர்கள் ஏமாந்து போவார்கள். வெளித் தோற்றத்திற்கு கிருஷ்ண அவதார்ஸிங் வீடு - சக்திதாஸினுடைய வீட்டைப்போல - அதாவது சந்திரப்பிரஸ்தத்தின் நடுத்தர ஆபீசர் மனையைப் போல - வெகு சாதாரணமாக இருந்தது. முன்புறம் மாத்திரம் ஒரு சாய்ப்பு தென்பட்டது - பர்ணசாலையென்று சொல்ல வேண்டுமானால் அதொன்றுதான் அதற்கு அத்தாட்சி. சக்திதாஸ் அதைக் கூர்ந்து கவனித்திருந்தால் அது அண்ணன் நாட்டில் செய்த பிளாஸ்டிக் கோரையால் பின்னப்பட்டது என்று கண்டுகொண்டிருப்பான்.

ஆனால் அவன் நேரே உள்ளே போய்விட்டான். நிலைப்படியைத் தாண்டினவுடன் அந்த வீட்டின் அமைப்பு அசாதாரணமாக மாறிவிடுமென்பது அவனுக்குத் தெரியும். புறத்தே எளிய அண்டர் செக்ரெட்டரி மனையைப் போலிருந்த அது, உள்ளே சகல நவீன மோஸ்தர்களும் வசதிகளும் கொண்ட, ஒரு கனவானின் பிளாட்டை ஒத்திருந்தது. மின்சாரத்தினால் இயற்றிய கமகமப்பான கதகதப்பு, கைநெசவுப் பட்டுகளால் செய்த ஸோஃபாக்கள் - திண்டுகள், ராணிக் கோட்டை படுதாக்கள், பளிங்கு ஸ்நான அறைகள், இத்தியாதி, சுத்தமான உடைகள் அணிந்த சேவகர்கள் குறுக்கும் நெடுக்குமாக

நடமாடியபடி இருந்தார்கள்.

ஆறடி உயரங்கொண்ட ஒரு கறுப்பு மனிதன் அவனை எதிர்கொண்டு அழைத்தான். "இப்படி வாருங்கள்," என்று ஒரு பக்கமாக அழைத்துச்சென்று, அலங்கார அறைகள் ஒன்றில் அமரச் செய்தான். "விச்ராந்தியாக உட்காருங்கள். குரு காரியமாக இருக்கிறார்," என்று சொல்லிவிட்டு நகர்ந்தான்.

"உள்ளே யார் வந்திருக்கிறார்கள்?" என்ற கேள்வி அவனையும் அறியாமல் சக்திதாஸ் வாயிலிருந்து புறப்பட்டது.

"இப்படி இங்கிதமில்லாமல் கேட்கலாமா?" என்பது போல அந்தக் கறுப்பு மனிதன் அவனைப் பார்த்தான். தாஸுக்கு வெட்கமாய்ப் போய்விட்டது. பிரதம மந்திரிகள், முதலாளித் தலைவர்கள் என்போரிலிருந்து வீடு கூட்டும் வேலையாள் வரையில் வந்து பேட்டி காணும் இடம் அது. அப்படியிருக்க, அவன் என்ன மதியுடன் அந்த அசட்டுக் கேள்வியைக் கேட்டான்? ஒருவேளை பிரதம மந்திரியோ, அல்லது பீம்ஸிங்கோ அடுத்த அறைகளில் காத்திருக்கிறார்களோ என்னமோ. அப்பேர்ப்பட்டவர்களைக் கூடக் காக்க வைத்துவிட்டு எளிய தோட்டி ஒருவனுடன் பேசிக் கொண்டிருப்பது குருவின் குணாதிசயங்களில் ஒரு அம்சம்.

அப்பண்ணா - அவன்தான் அந்தக் கறுப்பு மனிதன். ஏதோ சொக்கட்டான் ஆடுவதுபோல, அவர்களை இங்குமங்குமாகப் பங்கு வைத்து, சமயம் பார்த்து உள்ளே விடுவது வழக்கம். "நாழியாகுமா?" அவன் படக்கென்று மறுபடியும் கேட்டான். "உனக்கு அதிர்ஷ்டம்தான். அடுத்தபடியாக நீதான்," என்று அவன் சுருக்கமாகப் பதில் சொன்னான்.

அப்போது வாசல்புறம் குரல்கள் கேட்டன. யாரோ ஒருவர் விடை பெற்றுக் கொண்டார். காலடிச் சத்தம். அடுத்தபடியாக குருவே உள்ளே எட்டிப் பார்த்தார். அவரைக் கண்டதும் குதித்தெழுந்து கைகூப்பினான், சக்திதாஸ், "நீயா!" என்றபடி உள்ளே வந்து அவன் எதிரில் அமர்ந்தார், அவர்.

தாடி, மீசை, காஷாயம், ருத்திராட்சம், பக்கத்தில் கைத்

தண்டு, காலில் பாதக்குறடு இவை ஒன்றுமேயில்லாமல் ஒரு குருசாமிகளைப் பார்க்க முடியுமா? குரு கிருஷ்ண அவதார் ஸிங் அண்ணன் நாட்டில் தைத்த டாப்பானின் ஸூட்டு அணிந்திருந்தார்; நல்ல நீல நிறம். அழகிய முத்துப் பற்கள்; சிரித்த முகம்; அதில் பொங்கும் பூரிப்பு. வயது என்ன வேணுமானாலும் சொல்லலாம் - நாற்பது ஐம்பது, எழுபது - எதானாலென்ன? யோகாப்பியாசம் செய்வதினாலோ என்னமோ அவர் தேகம் கட்டுவிடாமல் பளபளவென்று யௌவனப் பொலிவுடன் இருந்தது.

“பத்ரி ஆசிரமத்திலிருந்து ஆத்மலிங்கபாதர் வந்திருந்தார், விடாமல் அத்வைதம் பேசினார். நான் பதிலுக்கு உளநூல் சாத்திரத்தை விஸ்தரித்தேன். இரண்டும் ஆன்மாவை அறியப் பிரயத்தனப்படும் தனித் தனி வழி. இரண்டும் மனோதத்துவ ஆராய்ச்சிதான்!” அவனைக் காக்க வைத்ததற்கு மன்னிப்பு கேட்பது போல குருதாஸைப் பார்த்துப் புன்னகை செய்தார். பிறகு, “நீ வந்த செய்தி என்ன?” என்று அவனை விசாரித்தார்.

சக்திதாஸ் தொண்டை அடைத்துக் கொண்டது. சிரிப்பிற்குப் பின்னணியிலிருந்த வேதனை புஸ்ஸென்று அவன் முகத்தில் விரிந்தது. வருத்தம் தோய்ந்த குரலில் அவரிடம் விஷயத்தை விளக்கினான்.

குருவின் முகத்தில் தவழ்ந்த சிரிப்பு மறைந்தது.

“ஹூம். இதுமாதிரி ரத்த பீஜங்களை முளைக்கும்போதே கிள்ளி எறியாவிட்டால் அவை ராட்சஸப் பதர்களாக வளரும். ஆனால் அவ்வளவு தைரியம் யாருக்குமில்லை.”

“என் கதி?” அவன் அழமாட்டாக் குறையுடன் கேட்டான்.

அவர் குரலில் கடுமை கண்டது. “சோமநாட்டில் ஆயிரக்கணக்கானவர்கள் உறுதியும் தீரமும் இன்றி நாசமாகிறார்கள். மனித ஜாதி நன்மை எதுவென்று உணர்ந்தால் கூடத் தீயதை உதறி எறிய வலிமை அற்றுத் தத்தளிக்கிறது. இதற்குத் தைரியம்தான் மருந்து. அதில்லாவிட்டால்...” அவர் அவனை ஏறிட்டுப் பார்த்தார் - “ஆண்மையுடன் போர் செய்யத் தயாராக இருக்க வேண்டும்.”

"சுவாமி, என்னைவிட பலங்கொண்டவர்களிடம் நான் எப்படிச் சண்டைபோட முடியும்?"

குரு பெருமூச்சு விட்டார். "வாஸ்தவம். அந்த மாதிரி தெம்புள்ளவர்கள் சோமநாட்டில் இல்லாத காரணத்தினால் தானே கஷ்டம்."

"நீங்கள் மந்திரி மகேந்திரவர்மனிடம் ஒரு வார்த்தை சொன்னால் போதும்."

குரு பரிதாபத்துடன் தாஸைப் பார்த்தார். பாவம்! அவனைச் சொல்லிக் குற்றமில்லை. அவன் கவலை அவனுக்கு. ஆனால் இந்த மாதிரியான மனப்பான்மை சோமநாட்டு ஜனங்கள் மனதில் ஊறியிருப்பதை அவர் அறிவார். அதாவது சிபாரிசு, எங்கு பார்த்தாலும் சிபாரிசு. சப்ராஸியிலிருந்து சுப்ரீம் கோர்ட் ஜட்ஜ் வரையில் 'ஒரு வார்த்தை' யென்னும் சொற்களால் வாழ்கிறார்கள். இத்தனை நேரமாக அவரிடம் வேதாந்தம் பேசிக்கொண்டிருந்த ஆத்மலிங்கபாதர் கூடக் கடைசியில் போகும்போது, "நீங்கள் ஒரு வார்த்தை சொன்னால் பீம்சிங் அதற்கு மதிப்பு வைத்து, உடனே தர்மசாலை கட்ட ஏற்பாடு செய்வா" ரென்று முணுமுணுத்துவிட்டுத்தான் போனார்.

"ஒன்றுமே வேண்டாம். நான் நிஜத்தைச் சொல்லுவதாக அவர் நம்பினால் போதும்."

குரு உடல் குலுங்க நகைத்தார்.

"சத்தியமென்பது கூட அதனுடைய உண்மைப் பொலிவினால் ஜயமடையவில்லை - சிபாரிசால்தான் ஒளிபெறுகிறது," என்றார்.

சக்திதாஸ் ஒன்றும் புரியாமல் விழித்தான். "குரு! நீங்கள்தான் நாதி, கைவிடக் கூடாது!"

அவர் யோசனையில் ஆழ்ந்தார்.

"ஆதரவு தரக்கூடியதான ஒரு வார்த்தை..."

"இப்போது என்ன செய்ய முடியும்? சந்தர்ப்பம் வாய்த்தால் பார்க்கிறேன்."

தாஸ் முகத்தில் ஏமாற்றத்தின் சாயை படர்ந்தது.

"அப்படியானால்... தயை செய்து... அந்த விபூதி மந்திரத்தை... குரு! அத்தனை பாக்கியம் எனக்கு உண்டாகுமா?"

குரு! பதில் பேசாமல் வீற்றிருந்தார்.

தாஸ் இறைஞ்சும் மாதிரியில் அவரைப் பார்த்தான்.

"குரு! உங்களை நம்பித்தான் நான் உயிர் வாழ்கிறேன். இல்லாவிட்டால் இந்தக் கவலை என் இதயத்தை அமுக்கிவிடும். ஏழைமேல் கருணை கொள்ளுங்கள். காண முடியாத... கண்டிராத அந்தப் பேறு எனக்குக் கிடைக்க...." அவன் பேச முடியாமல் திணறினான்.

உருக்கமான அவ்வார்த்தைகளைக் கேட்டுக் கொண்டே குரு கிருஷ்ண அவதார் எழுந்திருந்தார். பிறகு "உள்ளே வா," என்று அவனுக்கு சமிக்ஞை செய்துவிட்டு, சட்டென்று அந்தர்த்தானமானார்.

சக்திதாஸ் ஸ்நான அறைக்குச் சென்று கைகால் சுத்தம் செய்து கொண்டான். பிறகு தன்னுடன் எப்பொழுதும் ஸ்கூட்டரில் பயணம் செய்து கொண்டிருக்கும் பையை அவிழ்த்து, அதிலிருந்த வேட்டியை எடுத்துக் கட்டிக்கொண்டான். அவன் நெற்றியில் திருநீறு; வெள்ளிப் பட்டைகளாகப் பிரகாசித்தன. கைகூப்பியபடி பயபக்தியுடன் அவன் குருவின் அந்தரங்க அறைக்குள் நுழைந்தான். இதுவரையில் எத்தனையோ முறைகள் குருவைப் பார்த்திருந்த போதிலும் அவனுக்கு இந்தப் பாக்கியம் கிட்டியதில்லை.

உள்ளே போனதும், சக்திதாஸுக்குக் கண் கூசிற்று. எங்கும் ஒரே வெளிச்சம். இதென்ன மின்சாரத்தின் காந்தியா? அவன் நிமிர்ந்து உத்தரத்தைப் பார்க்க முயன்றான்; முடியவில்லை. ஒரே சோதிமயம். ஆயிரஞ் சூரியன்களின் காந்தி. அந்தச் சோதிப் பிழம்பிலிருந்து எங்கிருந்தோ வருவது போலக் குருவின் குரல், "இங்கே வா" என்று அழைத்தது. அவன்

பயந்துகொண்டே கைகூப்பிய வண்ணம் அருகில் சென்றான். நெடுஞ்சாண்கிடையாகக் கீழே விழ வேண்டும் போலிருந்தது. ஆனால் அப்படிச் செய்தால் குரு ஏற்கமாட்டார் என்று அவனுக்குத் தெரியும். அதுபோன்ற இச்சகத்துதியை அவர் மறுத்தார். ஒரு கண நேரத்திற்குப் பிறகு அவன் கண்களுக்கு, குருவின் கைகள் அச்சோதியிலிருந்து வெளிப்படுவது தெரிந்தது. எதிரே பட்டுத் துணியால் மூடப்பட்ட 'கிருஷ்ண ரகசிய' மென்ற கூடத்திலிருந்து ஒரு சிமிட்டா அளவு விபூதியை எடுத்து அவன் உள்ளங்கையில் வைத்தார் ஸிங். அப்போது நிமிர்ந்து பார்த்த தாஸுக்கு அவர் முகம் ஒரு விநாடி தோன்றி மறைந்தது. அதில் ஒளிர்ந்த தேஜஸைக் கண்டதும் அவனுக்கு மூர்ச்சையே போட்டுவிடும் போலிருந்தது. என்ன தெய்வீக மின்னொளி ! தீயையொத்த வெம்மை, ஞாயிறை மறைக்கும் சோதி, ஆதி சக்தியைப் போன்ற அருள்!

சாந்தி பர்வம்

வியாபாரம் மந்திரி மகேந்திரவர்மன் தன் செக்ரெட்டரி யிடம் பேசிக்கொண்டிருந்தான். புகையிலைக் குழலைக் கடித்த வண்ணம் அவன் ஆ ஆ ஆவென்று ஒரு பிரமாதச் சிரிப்புச் சிரித்தான்.

"என்னை வெட்டித் துண்டித்துவிட ஜனசபையில் எதிர்க்கட்சிக்காரர்கள் தம் கத்திகளைத் தீட்டித் தேய்த்துக் கொண்டிருக்கிறார்கள். எங்கே சமயம் வாய்க்கப் போகிறது என்று காத்துக் கிடக்கிறார்கள். ஈ ஈ ஈ" சிரித்துச் சிரித்துக் கடைவாய் வலிக்கிறாப்போல, அதற்கு ஆதரவாக அவன் குழலை இடையே செருகினான். அவன் பற்கள் காவி படிந் திருந்தன. காரணம் மனைவியுடன் பேசிக்கொண்டிருக்கும் சமயத்தில் அவளுக்குத் துணையாக அவனும் வெற்றிலை போடுவதுண்டு.

"அதற்குத் தகுந்தாற்போல வியாபாரத்திலும் மந்தம் பிடித்திருக்கிறது. யந்திரத் தொழிற்சாலைகளில் சரக்கு உற்பத்தி பின்னடையத் தொடங்கிவிட்டது," என்றான் கர்ணா என்னும் அந்த செக்ரெட்டரி.

"சும்மா கிறுக்கு - வேட்டை - என்னை நரபலி கொடுக்கப் பார்க்கிறார்கள். ஆ ஆ ஆ!" அவனுடைய சொந்தக் கட்சிக்காரர்களுக்கும் அதைக் கண்குளிரப் பார்க்க வேண்டுமென்று ஆசைதான்.

"நர பலியா?" செக்ரெட்டரி இழுத்தாற்போலக் கேட்டான்.

"ஆமாம், என் மேலே அப்படி ஒரு காரம்! எப்படியாவது பழிசுமத்தி - குறிவைத்துச் சுடலாமென்று பார்க்கிறார்கள். என்ன செய்ய முடியும்?" அப்படிக் கேட்கும்போதே அவன் உடம்பு புஸு புஸுவென்று ஊதினாற் போல கர்ணாவுக்குத் தோன்றிற்று. மந்திரி தனக்குள்ள சக்தியைச் சாமான்யமாக நினைக்கவில்லை என்று அவன் அறிவான். மகேந்திரவர்மன், 'என்ன செய்துவிட முடியு'மென்று சொல்லி, மறுபடியும் அட்டகாசத்துடன் சிரித்தான்.

செக்ரெட்டரி தான் வந்த விஷயமாகப் பேசத் தொடங்கினான். "போன மாதம் மந்திரிசபை கற்கரி விலையை 95 என்று நிர்ணயித்து, சர்க்கார் ஆர்டர் போட்டது. உங்களுக்குத் தெரியும், பி கிரேட் விலை 95 ஆனால், ஏ கிரேட் விலை கிட்டத்தட்ட 5 ரூபாய் கூட இருக்குமென்று. ஏ கிரேட் விலை 100 என்று உயர்ந்ததும் நூற்றுக்கணக்கான புகார்கள் வர ஆரம்பித்துவிட்டன. சுரங்க முதலாளிகளுக்கு லாபமுண்டாக வென்று இந்தத் தீர்மானம் செய்திருப்பதாய்க் கூடச் சில நபர்கள் முறையிட்டிருக்கிறார்கள்."

"பி கிரேட் விலை எப்படி 95 ஆயிற்று? மந்திரி சபையில் ஏ கிரேட் விலையை அல்லவா அப்படி விதித்ததாக எனக்கு நினைவு. நன்றாக பைல்களை எடுத்துப் பார்த்தாயா? இந்த மாறுதல் எப்படி நேர்ந்தது? என்னைக் கொக்கி போட்டு இழுக்க நல்லதொரு வாய்ப்புக் கிடைத்துவிட்டதோ?"

"நான் பைல்களை வரவழைத்து ஆனமட்டும் தொளைத்துப் பார்த்தாய்விட்டது. இந்த வித்தியாசம் எப்படி உண்டாயிற்று என்று புரியவில்லை. மந்திரி சபை நோட்டில் கற்கரி விலையை

95 ஆக மதிப்பிடுக என்று மாத்திரம் கண்டிருக்கிறதே தவிர, அந்த விலை எந்த கிரேடைச் சார்ந்தது என்று குறிப்பிடவில்லை. அண்டர் செக்ரெட்டரி சக்திதாஸ்தான் அந்த லக்கம் பீ கிரேட் விலை என்று நிச்சயம் செய்து ஆர்டர் போட்டிருக்க வேண்டும். அவனைக் கூப்பிட்டு விசாரிக்கச் செய்தேன். அவன் அது பீ கிரேட் விலையாகத்தான் இருக்கவேண்டுமென்று தனக்குச் சர்வசாதாரணமாகத் தோன்றியதால், அப்படி ஆர்டர் போட்டதாகச் சொல்லுகிறானாம்!"

இதைக் கேட்டவுடன் மந்திரி தன் சிரிப்பை நிறுத்திக்கொண்டு வாயிலிருந்த குழலை எடுத்தான். பிறகு தன் செக்ரெட்டரியைக் கவனத்துடன் பார்த்தான்.

"அதெப்படிச் செய்தான்? வேறு யாரையாவது கேட்டானா? உன்னிடம் வந்தானா?"

"ஊம் ஊம்"

"புரோசனன்?"

"அவன் இதைப் பற்றி ஒரு ஆர்டரும் போட்டதாகத் தெரியவில்லை."

"அப்போது இது விஷயத்தைக் கவனிக்க வேண்டும். புகார்கள் குவிந்துவிட்டால் பேச்சு வளரும். இந்த சக்திதாஸ் என்ன மாதிரி ஆள்?"

"நல்ல உழைப்பாளிதான்." கர்ணா கொஞ்சம் இழுத்துவிட்டாற் போலப் பேசினான்.

"உனக்குச் சந்தேகம் ஏதேனும் உண்டா?"

"இல்லை... இல்லை..."

"எனக்கென்னமோ சந்தேகம் - புரியவில்லை. மந்திரிசபை நோட்டு தெளிவில்லாமல் இருந்த பட்சத்தில் அவன் ஏன் உன்னிடமோ - புரோசனனிடமோ வந்து விஷயத்தைச் சொல்லி,

மேலே ஆராயவில்லை? இதில் ஏதோ இருக்கிறது."

"ஒன்றும் இருக்காது. இது செக்ரெட்டேரியட்டில் வரும் பல கேஸ்களைப் போல ஒன்று. மேலும் சக்திதாஸ் சாது... அவன் மகன்தான் என்னமோ பொதுவுடமைக் கட்சியைச் சேர்ந்திருக்கிறானாம். அதனால் என்ன..."

"அப்படிச் சொல்லு. சாது மாதிரி இருப்பவர்களை நம்பக்கூடாது. நம் தேசத்தில் போக்கிரிகள் அதிகப்பட்டுப் போய்விட்டனர். ஒன்றுமே தெரியாதது போலப் பாசாங்கு செய்து... ஒரு வேளை... தகப்பன் முதலாளிக் கூட்டத்தைச் சேர்ந்தவனோ..."

"பீம்சிங்குக்குக் கறகரிச் சுரங்கங்கள் ஏராளமாக உண்டு..."

இதைக் கேட்டவுடன் மந்திரி மறுபடியும் குழலை உறிஞ்சினான்.

"கர்ணா, கவனம். சக்திதாஸைக் கூப்பிட்டு, விஷயத்தைத் தீர ஆராய்ந்து பாரு. அவன் எதற்காக இப்படியொரு ஆர்டர் போட்டான்? காரணம் ஏதாவது நிச்சயமாக இருக்கும். அதைக் கண்டுபிடி."

"சங்கதி ஜனசபையை எட்டாமல் இருக்கவேண்டும்!"

"அதை நான் கவனித்துக்கொள்ளுகிறேன். ஆனால் சக்திதாஸிடமிருந்து உண்மையைக் கக்க வைப்பது உன் பொறுப்பு. ஆ... ஆ.... நிஜத்தைச் சொல்லிவிட்டால், அவனை மன்னித்துவிட வழிசெய்வதாய் ஆசை காட்டினால்? ஆமாம். ஆமாம். அப்படிச் செய். சக்திதாஸிடம் சொல்லு. தேசத்தின் நன்மைக்காக சமுதாயத்தின் உயர்வுக்காக, சோம நாட்டின் கீர்த்தி ஓங்கி நிற்பதற்காக அவன் இதுகூடச் செய்ய வேண்டாமா? இல்லாவிட்டால் குற்றமற்ற என்னைப் போன்றவர்கள் அல்லவா அவதிப்படுவார்கள்?"

"அவன் திரும்பித் திரும்பி அதையே சொல்லுவதாகப் புரோசனன் சொல்லுகிறான்?"

"ஓகோ! அப்போது நீ நேரிலே அவனிடம் பேசவில்லையா?

சரிதான். இதைப்பற்றிக் கட்டாயம் மேலே விசாரிக்க வேண்டியதுதான், உயர்தர ஆபீசர்கள் ஒருவரையும் கேட்காமல் அவனாகவே ஆர்டரை அப்படிப்போட ஏதோ காரணம் இருக்க வேண்டும். நீ அவனை நேரில் வரவழைத்துக் குறுக்கு விசாரணை செய். அப்படிச் செய்தாயானால், நிச்சயமாக அவனுடைய தற்காப்புக் கோட்டை இடிந்துவிடும். ஆனால் ஒன்று -" இந்த இடத்தில் மந்திரியின் குரல் கருத்துத் தோய்ந்த கனத்துடன் தொனித்தது - "நீ சக்திதாஸைப் பட்சபாதமின்றி நியாயத்துடன் விசாரிக்கவேண்டும். அவனுக்குப் பதில் சொல்ல நிறைய அவகாசம் கொடு. அப்புறம் பத்திரம். அவனை அனாவசியமாக வற்புறுத்தாதே; கட்டாயப்படுத்தாதே. அவனாகவே எல்லாவற்றையும் வெளியிடட்டும்."

மந்திரி அறையை விட்டதும், செக்ரெட்டரி கர்ணா, நேரே புரோசனன் அறைக்குப் போனான். கர்ணா ஒல்லியாக இருந்ததால் நல்ல உயரம் போல் காணப்பட்டான். முதுகில் ஒரு கூனல். அது நாற்காலியில் உட்கார்ந்து உட்கார்ந்து ஏற்பட்டதோ என்னமோ? அவன் கன்னங்கள் ஒட்டிக் கண்கள் குழியில் இறங்கி இருந்தன. மொத்தமாக அவனிடம் ஒரு அலுப்புத் தட்டிய தோற்றம்.

அதுவும் இருட்டுக் குகையான அந்த செக்ரெட்டேரியட்டில் அடைபட்டதினாலோ? அவன் நடமாடும்போது பெண்கள் நாணிக் கோணுவது போல் உடம்பை வளைப்பான். பாவனையிலும் ஒரு கூச்சம். கர்ணா கை கால்களை சேர்த்துக்கொண்டு ஒதுங்கும்போது புரோசனனுக்குத் தன் மாமி நினைவு வரும். அதில் அப்படி ஒரு பெண்மைத் தோற்றம். இப்போதும் அது மாதிரியே சொல்ல வந்ததை வெளிப்படுத்தக் கூச்சப்படுவதுபோல, அவன் தரையை நோக்கினான். மந்திராலயத்திலுள்ள யாவருக்கும் கர்ணாவைத் தெரியுமாதலால் ஜாயிண்டு செக்ரெட்டரி இதைக் கண்டு ஆச்சரியப்படவில்லை.

"மந்திரியின் கருத்து, சக்திதாஸ் ஏதோ காரணத்துடன் பீ கிரேட் விலையை 95 ஆக மதித்திருக்கிறான் என்பது..." கர்ணா

சுவரைப் பார்த்துக்கொண்டே முணுமுணுத்தான்.

“என்ன காரணமாயிருக்க முடியும்?”

“என்னமோ மந்திரிக்குச் சந்தேகம். அவனை நன்றாகக் கண்டித்துக் கேட்டால், ஏதாவது விஷயம் வெளிவரலாமென்று அபிப்பிராயப்படுகிறார்.”

புரோசனன் தன் செக்ரெட்டரியைக் கூர்ந்து பார்த்தான். இதை அறிந்ததும் கர்ணா கூச்சமுடன் உடம்பை வளைத்தான். அவன் விஷயம் தெரியுமாதலால், புரோசனன் சக்திதாஸ் சொன்னதை அவனிடம் வெளியிடத் தயங்கினான். அண்டர் செக்ரெட்டரி பொறுப்பை ஜாயிண்டு செக்ரெட்டரி மேல் இப்படித் திருப்புவது மந்திராலயப் பொழுதுபோக்கில் ஒன்று. ஆனால் கர்ணா அதை அப்படி அலட்சியமாக எடுத்துக் கொள்ளும் சுபாவம் படைத்தவன் அன்று. மேலும் மந்திரி வேறு அவனை எச்சரித்திருக்கிறார். இருக்கட்டுமே. நாமாக அதை இப்போது சொல்லப்போவானேன்? அவனே சக்திதாஸிடம் பேசிப் பார்க்கட்டுமே!

“நீங்களே அவனைக் கூப்பிட்டு விசாரியுங்கள். மந்திரி சொல்வது போல அதுதான் நல்ல யோசனை,” என்றான்.

“வேண்டாம், வேண்டாம்,” கர்ணா புஜங்களைக் கட்டிக்கொண்டு நின்றான். புரோசனனுக்கு மறுபடியும் தன் மாமி நினைவு வந்தது. “மந்திரி எதிர்பார்க்கிறபடி விஷயங்கள் வெளிவர வேண்டுமானால், என் பெயரைச் சொல்லி, நீ அவனைப் பயமுறுத்துவதுதான் சரியான வழி.”

புரோசனனுக்குப் புரிந்துவிட்டது. கர்ணா நாசூக்காகத் தன் பொறுப்பிலிருந்து நழுவிக்கொண்டுவிட்டான்? எதிலும் மாட்டிக்கொள்ள இஷ்டமில்லாமல் இப்படி வழவழப்புடன் நடந்துகொள்வது அவனுடைய இயல்பு. எந்த விஷயத்தையும் தீர்மானமாக எடுத்துப் பேச மாட்டான். இப்படியே மேம்புல் மேய்ந்துகொண்டே காலத்தைப் போக்குவான். அதுவும் நகர்ந்துகொண்டே போகும். அதற்குள் அவனை வேறு

இடத்திற்கு மாற்றுவார்கள். பழைய பொறுப்புகள் அவனை விட்டு அகலும். புதியவை முதிர்வதற்குள்... புரோசனன் யோசித்தான். செக்ரெட்டரி முகத்தில் ஏன் இந்த பீதியின் சாயல்? இப்படிப் பிடிகொடாமல் நடந்துங்கூட அவனுள் சமுசயங்கள் குமைகின்றனவோ? அதுதான் இப்படி உடம்பை முறுக்கிக்கொள்ளுகிறானா?

சந்திரப்பிரஸ்த மந்திராலய உத்தியோகஸ்தர்கள் தங்க வெய்யிலைக் காண்பதே அரிது. காலை வேளையில் அவசரம். அபிமன்யு வியூகம் போலிருந்த அந்தகாரமான மந்திராலயக் கட்டடத்திற்குள் புகுந்து அத்துடன் ஐக்கியமாகிவிட அவ்வளவு அவசரம். இந்த அவசரத்தில் போகும் வழியில் சாலை மரங்களில் கூவி விளையாடும் பட்சிகளையோ, பச்சிலைக்கிடையே குதித்தோடும் சூரியகிரணங்களையோ, உன்னிப் பார்க்க யாருக்கு அவகாசமிருக்கப்போகிறது? செக்ரெட்டரி கர்ணா காலையில் சாப்பிட்டுவிட்டு ஒன்பது மணிக்கு மந்திராலயக் குகைக்குள் புகுந்தான். ஆனால், இரவு எட்டுக்குத்தான் வெளிக்கிளம்புவான். வெய்யிலைப் பார்க்காவிட்டாலும் அனேக முறைகள் அவன் சந்திரனின் வெள்ளி வெளிச்சத்தைக் கண்டிருக்கிறான். அன்றும் அவன் வீடு போய்ச் சேர நேரமாகிவிட்டது.

"குஷ்டரோகி ஸம்ரட்சணைக் குழுவில் சந்திரா விகர்ணனை ஜாயிண்டு செக்ரெட்டரியாகப் போடுவதைப் பற்றி இன்று கமிட்டி மீட்டிங்கில் ஒரு தர்க்கம். சேர்மன் சம்மதப்படவில்லை. சந்திராவோ வெட்டும் கண்களுடன் என்னை விழித்து விழித்துப் பார்த்தாள். நான் என்ன செய்வேன்? என்னால் முடிந்தவரையில் மன்றாடிப் பார்த்தேன். அப்புறம் மீட்டிங்கு முடிந்த பிறகும், ஆனமட்டும் அவளிடம் பேசி, அவளைச் சமாதானப்படுத்தப்பார்த்தேன். காதிலேயே வாங்கிக் கொள்ளாமல் அப்புறமாகப் போய்விட்டாள். சமாதான முறைகள்தான் இந்த நாளில் பிரயோசனப்படவில்லையே! இருந்தாலும் விழுந்தடித்துக்கொண்டு என்னிடம்தான் எத்தனை போட்டி."

சந்திரப்பிரஸ்தத்தில் ஆபீசிலிருந்து வரும் புருஷனை எதிர்கொண்டழைக்கும் முறையே வினோதம். கர்ணா வந்ததும் வராததுமாக அவன் மனைவி மீரா இத்தனை விஷயத்தையும் கொட்டிவிட்டாள்.

“இசைவாகத்தானே இருக்கிறது. மந்திராலயத்தில் விகர்ணனுக்கு என்னுடன் போட்டி. போன வருஷம் நினைவிருக்கிறதா - அவன் என்னை நிதி ஆலயத்திலிருந்து எப்படிச் சாமர்த்தியமாக ஒதுக்கினான் என்று. வரவர இந்த ஊர் ரொம்ப மோசமாகிக் கொண்டு வருகிறது,” கர்ணா பேசும்போது வார்த்தைகள் சுருக்கென்று வெடிக்கும்.

“ஆமாம் - ஆமாம்...” கணவன் - மனைவி மிக்க குஷியுடன் மந்திராலய வம்பில் இறங்கினார்கள்.

“ஆனால் அவனுக்கென்னமோ அந்தப் பதவி கிடைக்கவில்லை,” என்றாள் மீரா. அவள் குரலில் திருப்தி அடங்கியிருந்தது.

“எப்படிக் கிடைக்கும்? வர்மா இந்த வருஷம்தானே ரிட்டயராகப் போகிறான்?”

“அப்பவும் சகாதேவ சர்மா இருக்கிறானே!”

“என்ன - அவனுக்கா செக்ரெட்டரி பதவி! யார் சொன்னது?”

“இன்று மீட்டிங்கு முடிந்த பிறகு பிரேமா ரமாவிடம் சொல்லிக் கொண்டிருந்தாள்.”

“அப்படியானால் பேசாமல் இந்த வேலையை விட்டு விட்டு எங்கேயாவது தூர தேசம் போய்விட வேண்டியது தான். சகாதேவ சர்மாவுக்குப் பொருளாதார சாத்திரமே தெரியாது. அவனையா இதற்குத் தேர்ந்தெடுப்பது? அதுவும் என்னைப்போல, விகர்ணனைப் போல... அநுபவர் முதிர்ந்தவர்கள் இருக்கும்போது?

“நீங்கள் பிரதம மந்திரிக்குத் துணையாக உழைக்கிறீர்களா?”

"அது சரி, சகாதேவ சர்மா அதைச் செய்கிறான். அர்த்த சாத்திரம்தான் படிக்கவில்லை," கர்ணா குரலில் கசப்பு வடிந்தது.

உடனே மீரா உஷாரானாள். கர்ணா துவர்ப்புடன் பேசும் போதெல்லாம் அவள் தன் பாவத்தை மாற்றி அமைத்துக் கொண்டு, அவனைச் சமாதானம் செய்வது வழக்கம். "எப்படியானால் என்ன? உங்களுக்கென்ன இப்போ குறைந்து போய்விட்டது. அதற்காகத் தூர தேசம் போவானேன்?"

"சொன்னேனே தவிர அது எங்கே நடக்கப்போகிறது? இப்போது இருக்கும் நிலைமையில் அதற்கு நூறு தடைகள் போடுவார்கள்."

மீரா மறுபடியும் மழுப்பினாற்போலப் பேசினாள்.

"உலகமென்றால் இப்படித்தான்."

"மற்றதை விடு; நம் நாட்டைச் சொல்லு. இங்கே சர்க்காருக்கு வேலை செய்தால் எலிப் பொறியில் அகப்பட்டுக் கொள்ளுவது போல என்றைக்குப் பிடிப்பார்களோவென்று தினம் பயப்பட்டு பயப்பட்டுச் சாக வேண்டியிருக்கிறது."

"நமக்கொன்றும் வராது. நாம் ஒருவரையும் பகைத்துக் கொள்ளவில்லை. அத்தனை குசும்பு செய்த விகர்ணனிடங் கூட நீங்கள் போய்ப் பழகுகிறீர்கள். சந்திராவைத்தான் இன்று எத்தனை தூரம் பாராட்டிப் பேசிச் சமாதானம் செய்தேன்!"

"ஆனாலும் நமக்கு ஒருவித பக்கபலமும் இல்லையே!" மீரா புரியாமல் விழித்தாள்.

"அதுதான் மந்திரி விதுரனுடைய தமக்கை மாப்பிள்ளை புரோசனனுக்கு அத்தான். சக்தி தாஸுக்கு குரு கிருஷ்ண அவதார் ஸிங் துணை. மந்திரி மகேந்திர வர்மனுக்கு பீம்ஸிங் உயிர். நான் ஒருவனே தனி. என்னைப் பலி கொடுத்துவிட நிச்சயம் செய்துவிட்டால்?" கர்ணா மனைவியைக் கூட நேர்கொண்டு பார்ப்பது வழக்கமில்லை. அவன் சுவரைப் பார்த்துக்கொண்டே பேசினான். ஆனால் குரலில் என்னமோ

பீதி ததும்பி நின்றது. விஷயத்தைக் கேட்டவுடன் மீரா உள்ளத்திலும் பயம் கசிந்தது.

★★★

சக்திதாஸ் சிவபுரியைத் தாண்டி தெற்கே சென்றதும் நகரத்தின் பச்சைப் பசேலென்ற அந்தச் செழுமைத் தோற்றம் மாறிற்று. புல் தட்டுக்களும் பூப்புதர்களும் மரங்களும் கொண்ட அலங்காரப் பட்டணம் மறைந்தது. அதற்குப் பதிலாகப் பட்ட மரங்கள் சில சாலைகளில் விறைத்து நின்றன. அண்ணாந்து பார்த்தால் சில வெளிறின மஞ்சள் இலைகள் காற்றில் ஊஞ்சலாடின. புழுதி சுழன்று வந்து, அவன் மூக்கை அடைத்தது. இதென்ன சந்திரபாகாவின் பாய்ச்சல் அப்படியே மாயமாய் மறைந்துவிட்டது. வறட்சியான இந்த மேடுபள்ளத்தில் அடுக்கடுக்காக நெருங்கி வளர்ந்திருந்த வீட்டு வரிசைகள் சந்திரப்பிரஸ்தத்தை சேர்ந்தனவா? நம்பமுடியவில்லையே! குறுகிய ரஸ்தாக்கள், புழுதி, குப்பை கூளங்கள். ஒன்று இரண்டு காலனிகளைத் தாண்டிக்கொண்டு அவன் தன் இருப்பிடம் வந்து சேர்ந்தான்.

ஸ்கூட்டரை வெராந்தாமேல் ஏற்றிவிட்டு, வாசல் மணியை அழுத்தினான். காந்தா கதவைத் திறந்தாள். அவளை அழகென்று சொல்ல முடியாது. நீண்ட முகம்; அதைத்த கன்னங்கள். ஆனால் பார்ப்போர் மனதை ஆகர்ஷிக்கும் இனிமையான ஒரு புன்சிரிப்பு. நிகுநிகுவென்று குழையும் ஒரு தேகக் கட்டு. அவன் கண்ணிற்கு இதொன்றும் படவில்லை. நேரே உள்ளே போனான். அவளும் வாய்திறவாமல் பின்னோடு போய்ப் பலகையை எடுத்துப் போட்டாள். பிறகு பூஜை அலமாரியைத் திறந்து, குத்துவிளக்கை ஏற்றினாள். கைகால் கழுவிவிட்டு வந்து சக்திதாஸ் நித்திய நியமனங்களில் ஈடுபட்டான். பிறகு முன்னறையில் இருந்த தன் சாய்மான நாற்காலிக்கு வந்தான்.

"உத்தர் குமார் எங்கே?"

காந்தா பதில் சொல்லாமல் நிலைப்படி மேல் கையை

ஊன்றியபடி நின்றாள். சட்டத்தில் பதிந்து அந்த உருவத்தை அவன் கவனிக்காதது போல மறுபடியும் - “உத்தர் எங்கே,” என்று கேட்டான். “எங்கே போனானோ? எங்கிருந்தாலென்ன? நம் நோக்கத்திற்கு நேர்மாறாக ஏதாவது செய்து கொண்டிருப்பான்.” வார்த்தைகள் சாதாரணமாக இருந்தாலும் பேசும் பாணியில் ஒரு விசித்திரம். அதைக் கேட்கும் எதிராளிக்கு என்ன காரணத்தினாலோ தான் ஏதோ குற்றம் செய்த மாதிரி ஒரு குறுகுறுப்பு உண்டாகும். அவள் பேச்சில் அப்படியொரு சூசனை.

சக்திதாஸுக்கும் அப்போது அப்படியே அச்சமுண்டாயிற்று. அவன் கொஞ்ச நேரத்திற்குப் பதிலே சொல்லவில்லை. குரு கிருஷ்ண அவதார்ஸிங்கிடம் பலமுறை இதைப்பற்றி அவன் பேசியிருக்கிறான். குன்று தோட்டத்தில் யுவ யுவதிகள் நடத்தும் ரம்மியமான போக்குக்கு அவர் ஏன் இடம் கொடுக்கிறார் என்று கவலையுடன் கேட்டிருக்கிறான். ஆனால் அவர் சொன்ன பதில் தான் அவனுக்குப் புரியவில்லை. “நன்னடத்தை, பண்பு, மரியாதை போன்ற சமூக நெறி முறைகளை நாம் வலுக்கட்டாயப்படுத்தி அமலுக்குக் கொண்டுவரப் பார்ப்பது மடமையாகும். மனிதன் வாழ்க்கைச் சம்பவங்களை ஆராய்ந்த பிறகு தான் முறைகளை உருவாக்கினான் என்பது என்னமோ வாஸ்தவம். இருந்தாலும் கீழ்த் தலைமுறை களை நம் அனுபவப்படி நடக்கக் கட்டாயப்படுத்துவது கொடுங் கோலாகும். தானாகவே பக்குவம் அடைந்து, அவர்களாகவே நம் கொள்ளைகளை ஏற்றுக்கொள்ள, நாம் அவர்களுக்குப் போதுமான அவகாசமும் சந்தர்ப்பமும் கொடுக்க வேண்டும்.

குருவின் இந்த வார்த்தைகள் அவனுக்குப் பிடிபடவில்லை. இப்போதும் அவைகளை அவன் ரசிக்கவில்லை. “இத்தனை ஜாக்கிரதையாக நம் முறை வழக்கங்களில் அவனைப் பழக்கின பிறகு கூட இப்படி மாறுபட்டுப் போக என்ன காரணமிருக்கக்கூடும்?” தன்னையும் அறியாமல் சக்திதாஸ் இதை உரக்கக் கேட்டான்.

"கெட்ட சகவாசம்தான். புதிய மோஸ்தர் வாழ்வாம். கல்லூரியில் அவனுடன் படிக்கும் சகாக்கள் சொல்லிக் கொடுக்கிறார்கள். பேசுவதெல்லாம் பெரிய வேதாந்தமாக இருக்கும். குருவின் வார்த்தைகளுக்குக் கூட உறைபோடக் காணாது என்று தோன்றும்."

"யயாதி ராவ் பிள்ளை ராவெல்லாம் பந்தயம் வைத்துச் சீட்டாடுகிறானாம். சில சில சமயங்களில் நகரத்தை ரோந்து வந்து, ஏதாவது கார் தனிமையில் போய்க்கொண்டிருந் தால், பசங்களை ஒன்று சேர்த்து, அதை நிறுத்திக் கலாட்டா பண்ணுகிறானாம்."

இவன் மாத்திரம் சேரவில்லையென்று வீண் மனப் பால் குடிக்க வேண்டாம். வெடுக்கென்று ஒரு போடு போடுங்கள். கம்யூனிஸம், தாய் மொழியென்று ஆரம்பித் துக் கடைசியில் அராஜகத்தில் கொண்டுவிடும் கும்பலில் அல்லவா உன் மகன் புகுந்திருக்கிறான். எல்லாம் இந்த நாஸ்திகத் தன்மையால் உண்டாகிறது. நான் என்ன செய்ய முடியும்?"

"குருவிடம் சொன்னீர்களா?"

"உம்! குருதான் இளம் மனங்களைப் பக்குவப்படுத்தும் விஷயத்தில் அத்தனை அசிரத்தை காட்டுகிறாரே! ஆத்மாபிவிருத்தியைப்பற்றி அவர் இளைஞர்களிடம் பேசுவதேயில்லை. புகைப்படத்தினாலோ விளம்பரத்தினாலோ உண்டாகும் தீமைகளையும் அவர் கவனிப்பதாகத் தெரியவில்லை. நவீன சமூக வாழ்வில் இளைஞர்களுக்கென்று ஏற்பட்டுள்ள சில வாழ்க்கை முறைகளையும் கண்டிப்பதில்லை. வேண்டுமென்றுதான் பேசாமல் விட்டிருக்கிறாரோ - அல்லது அது விஷயம் முக்கியமில்லையென்று நினைக்கிறாரோ - அவனுக்கு ஒன்றும் புரியவில்லை."

அவனுடைய எண்ணங்களை எதிரொலிப்பதுபோல காந்தா சொன்னாள். "உத்தர் சிகரெட் புகைக்கிறான்; சாராயமும் குடிக்கிறான் என்று தெரிகிறது. நீங்கள் பாட்டுக்கு இப்படிச்

சும்மா இருந்தால்? நன்றாகக் கண்டிக்காவிட்டால் ஆபத்தாய் முடியும்."

"கண்டித்தால் அதிகப்படுமென்று குரு சொல்கிறார். எப்படியாவது இந்தப் பெண்ணுக்கு ஒரு கல்யாணம் செய்து புக்ககம் அனுப்பவேண்டும். இவன் இப்படித் திரிந்தால் யார் அவளுக்குத் தாலிகட்ட முன்வருவார்கள்."

"அவள் எங்கே வத்ஸலா?"

"காச்சு மூச்சு என்று இதென்ன பாட்டு? குருக்ஷேத்திர நிலையத்திலிருந்து ராஜப்பா வீணை வாசிக்கிறானாம்; கேட்கலாமே என்று சொன்னேன். அவளுக்குக் கோபம் வந்துவிட்டது. படக்கென்று ரேடியோவை அணைத்துவிட்டு அடுத்த வீட்டுக்குப் போய்விட்டாள். அதோ - பாப் சங்கீதம் கேட்கவில்லை, டும் டும் - கீ கீ யென்று? இதென்ன பாட்டோ தெரியவில்லை!"

சக்திதாஸ் பெருமூச்சு விட்டான். அவனுக்குக் கர்நாடக சங்கீதமென்றால் உயிர். காந்தாவோ இனிமையாகப் பாடுவாள். பெண் என்னவென்றால் தாஸு பூஸு என்று பாப் சங்கீதத்தை ரசிக்கிறாள். அவன் தெய்வபக்தி மிகுந்தவன்; ஆசாரங்களை அனுசரிப்பவன். இவளோ சம்பிரதாய முறைப்படி வாழ்க்கையை நடத்துகிறவள். மகன் இப்படிக் கூத்தடிக்கிறான். விதியைத்தான் நொந்துகொள்ள வேண்டும்.

அப்போது வத்ஸலாவும் உத்தர் குமாரும் அவர்கள் வீட்டு வாசலண்டை சந்தித்துக்கொண்டார்கள்.

"ஏண்டா நேரமாச்சே, அம்மா என்ன நினைச்சுப்பா?"

"என்ன நினைச்சுப்பா? விதி விதியின்னு சொல்லிண்டிருப்பா. எல்லாப் பாரத்தையும் அதன் தலையிலே போட்டுப்பிட்டு அழறதுதானே நம்ப வழக்கம்? விதியைப் பழிசொல்லிப்பிட்டா அப்புறம் நமக்குப் பொறுப்பு இல்லை என்ன செய்யலாம்! 'விதி' என்று சாக்கு சொல்லித்தானே இந்தப் பெரியவா தைரியமா ஒரு காரியத்தை ஆரம்பிக்கணுமென்கிற நம்மோட

ஊக்கத்தையே கெடுத்துப்பிட்டா.”

“அம்மாவோட கவனமெல்லாம் என் கல்யாணத்தைப் பற்றித்தான்.”

“அதுதான் தெரிஞ்சிருக்கே! மாதாந்திரப் பத்திரிகையிலே சித்திரித்திருக்கிறாப்போலே நான் ஒரு லட்சியப் பாதையைக் கைப்பிடிக்கணும். இல்லாவிட்டால் உன்னை மணக்க ஒருவனும் முன்வரமாட்டான்.”

“அது சரி. ஆனாலும் விதி விதியென்று பாடறது அப்பாவாக்கும்.”

“அதுவா - பண்டையிலே யாரோ ஆரியர்களாம். அவா மூவாயிரம் வருஷத்துக்கு முன்னே தாறுமாறாக ஏதோ புனைந்த ஆசார விதிகள் ஒரு ‘செட்டு’ எங்கிருந்தோ எடுத்துண்டு வந்தாளாம். அதையெல்லாம் இப்போ இந்த இருபதாவது நூற்றாண்டிலே கைப்பிடிக்கணுமென்னு அவர் சொல்றார். ரொம்ப வேடிக்கை. ஆபீசுக்கு ஸ்கூட்டர் வண்டியிலே போறார். இரவிலே டெலிவிஷன் பார்க்கிறார். சமைப்பது காஸ் அடுப்பில். குடிப்பது குழாய்த் தண்ணீர். எல்லாம் இந்த நூற்றாண்டில் முறைக்கு வந்த சாதனங்கள். ஆனால் முனகுவது கி.பி.1500 வருஷத்து வேதம்” அவன் இடிஇடியென்று சிரித்தான்.

“ஐயய்யோ! என்ன நாத்தம் இது. இன்னிக்கு பிரமாதமா அடிச்சுப்பிட்டயோடா?”

“பின்னென்னடி! ஆளுக்கு ரெண்டு தம்ளர் சாராயமும் பத்துப் பன்னிரண்டு சிகரெட்டும் கிடைச்சுது. கோவில்களை இடிச்சுத் தவிடு பொடியாக்கி, குடும்ப வாழ்க்கை என்பதையே ஒழிச்சு, நடுத்தர சமூகத்தைக் குலைச்சு, பொதுவுடைமை வாழ்வை நாட்டுவோமென்று சபதம் செஞ்சோம்.”

“அதுக்குக் குடிப்பானேன்?”

“போடி, முறை வாழ்க்கைக்கு எதெல்லாம் விரோதமோ அதையெல்லாம் செய்ய வேண்டாமா?”

“நீ ஒரு பித்துக்குளிடா! இன்னுமா தெரியலை. வேதம். உபநிஷத் முறை என்று இவா சொல்லுவதெல்லாம் சும்மா பேச்சு. அவாளோட மத்தியாசாரத்துக்கு இதெல்லாம் திரையா உதவறதே தவிர, நிஜமா அதையெல்லாம் நம்பிண்டு இருக்காளோ! அப்புறம் உன்னைப் போல நவயுவர்கள் மட்டும் என்ன? எதிர்காலம், முன்யோசனை என்று பிதற்றுவதோடு சரி. சாராயமும் கொதிப்பான பேச்சு மட்டும் இருந்தா போதுமா? அதையும் விட்டா இந்த பாப் சங்கீதம் ஒண்ணு தும் துமென்னு குதிக்கறது. இல்லாட்டா கிரீச் கிரீச்சென்று சூலமடித்துக் கத்தறது. உருப்படியா ஒண்ணையும் காணோம். ஆமாம், உங்க ‘யுவத்தலைவன்’ அருணும் அப்படித்தானே!”

அருண் என்று சொல்லும்போதே அவள் கரம் தன்னையும் அறியாமல் தன் அழகிய கொண்டையைத் தொட்டுப் பார்த்துக் கொண்டது. அவள் ஒரு “கொண்டை அலங்கார” விடுதிக்குப் போய் அதைத் தினம் பகட்டாகக் கட்டிக்கொள்வது காந்தாவுக்குத் தெரியாது. “அசாந்தா பாணி” நம் பண்டை தேசியப் பண்பைச் சேர்ந்ததுதானே என்று அவள் தன் மகளின் எம்பி நின்ற அளகத்தைப் பார்த்துச் சந்தோஷப்பட்டாள். வத்ஸலா கல்லூரிக்குப் போகாமல் மணிக்கணக்காகக் கொண்டை அலங்காரம் விடுதியில் பெண்களுடன் அரட்டை அடிப்பது அவளுக்குத் தெரியாது.

“அருண் அதிகமாகப் பேசமாட்டான். என்ன நினைக்கிறான் இன்னு தெரியாது.”

“அந்த மட்டும் உன்னைப்போலில்லை இன்னு சொல்லு. நீதான் ஓயாமல் அலட்டுவாய்.”

“நான் தாடி மீசை வளர்க்கமாட்டேண்டி. புஸ்தி மீசை எனக்குக் கிடையாது.”

வத்ஸலாவின் முகம் அழகாகச் சிவந்தது. இருபது வயதில் அருணுடைய முகத்தில் ரோமங்கள் புஸ¬புஸ¬வென்று மனம் போனபடி வளர்ந்திருந்தன.

"உன்பாடு தேவலை. அம்மாவோட செல்லப் பொண்ணு. நீ என்ன செஞ்சாலும் அவ ஒண்ணும் சொல்ல மாட்டா."

"உன்னாட்டமா செய்வதைப் பகிரங்கமா சொல்லிக் காட்டி நான் எதுக்குடா பெயரைக் கெடுத்துக்கணும்?"

இரண்டு பேருமாக உள்ளே சென்றார்கள். சக்திதாஸ் திரும்பவும் கவலையில் ஆழ்ந்துவிட்டதால், அவர்கள் வந்ததைக் கவனிக்கக்கூட இல்லை.

"ஒரு மட்டுக்கும் வந்து சேர்ந்தாயா? எத்தனை தரம் சொல்லுவது? வத்ஸலாவுக்குக் கல்யாணமாகிற வரையில் இந்தக் கூத்தெல்லாம் வேண்டாமே. அப்புறம் எப்படி வேண்டுமோ - போ." காந்தா அங்கலாய்த்துக்கொண்டே அவர்களுக்குப் பரிமாறினாள்.

"கேட்டாயாடா!" வத்ஸலா தன் தமையனைத் திருட்டுத்தனத்துடன் ஏசினாள்.

"இந்தா - அடாபுடா என்று சொல்லாதே. எத்தனைதரம் திருத்துவது!"

"அப்படித்தான் நாங்கள் ஒத்தருக்கொத்தர் பரிமாறிப்போம் அம்மா," என்றான் உத்தர்.

"நன்றாகத்தானிருக்கு போ."

உத்தர் தன் தகப்பனாரைக் கடைக்கண்ணால் கவனித்துக் கொண்டே சாப்பிட்டான். ஏதாவது சொல்லி சக்திதாஸைக் கிளப்பிவிட்டு அவனுடன் தர்க்கம் செய்ய வேண்டுமென்று உத்தருக்கு ஆசை. ஆனால் சக்திதாஸ் அதற்கு இடம் கொடுக்கும் வழக்கமே கிடையாது.

"உன் மனசை எப்படித் திருப்பலாமென்று நானும் ரொம்ப யோசிக்கிறேன் - புரிபடவில்லை," என்றாள் காந்தா.

"குரு கிருஷ்ண அவதார் ஸிங்கைக் கேளேன். ஏதாவது ஹோமம் போடச் சொல்லுவார்," என்றான் மகன், தகப்பனாரை உந்தும் கருத்துடன்.

காந்தா கூடக் கணவனைத் திரும்பிப் பார்த்தாள். “கேட்டேளா மகன் வார்த்தைகளை,” என்றாள். அமரிக்கையுடன்தான் பேசினாள். ஆனால் உள்ளூர் அவளுக்கு எரிச்சல். கணவன் தன் பொறுப்பைச் சரிவர நடத்தவில்லை, பிள்ளையைக் கண்டித்து வளர்க்கவில்லை என்று மனதிற்குள் குமைச்சல் புகைந்தது. உம். எத்தனையோ குறைகள். வேதனையையும் ஏமாற்றத்தையும் புன்சிரிப்பில் புதைத்துக்கொள்வது அவளுக்கு ஒரு வழக்கமாய்விட்டது. "கேட்டேளா மகன் வார்த்தைகளை?”

எடுத்துக்கொண்டு தர்க்கம் செய்தால் சூடுதான் ஏறும், ஒரு லாபமும் கிடையாது என்று உணர்ந்து, சக்திதாஸ் மகனுடன் அவன் கொள்கைகளைப் பற்றி விவாதம் நடத்தும் வழக்கமே கிடையாது. உத்தரோ அந்த ஒரு சந்தர்ப்பத்தை எதிர்நோக்கியே காத்திருந்தான். அவனுடைய ஆசை என்னவென்றால் தகப்பனாருடன் வாதாடி அவரை வசப்படுத்திவிட வேண்டுமென்பது. பகுத்தறிவும் விவேகமும் கொண்ட தன் வாக்குவாதங்களை அவர் எப்படி ஏற்காமலிருக்க முடியும்? அன்று வெற்றி கிட்டும் போலிருந்தது.

சக்திதாஸ் பேசிவிட்டான்: “ஆமாம், குருவிடம் தான் போக வேண்டும். இப்போதைய உலகில் நமக்கு வரும் ஆபத்துகளைத் தடுக்க வேறு ஒருவராலும் யோசனை சொல்ல முடியாது.” அவன் குரலில் ஒலித்த ஆத்திரத்தைக் கேட்டு மற்றவர்கள் சமைந்து போய்விட்டார்கள். ஆனால் உத்தர் தன்னைச் சமாளித்துக்கொண்டு பேச்சுக் கொடுக்கும் முன் சக்திதாஸ் எழுந்து, தன் அறைக்குச் சென்றுவிட்டான். அதற்கு மேல் அவனால் பேச முடியவில்லை. மனோவேதனை நெஞ்சை அமுக்கிற்று.

அப்புறம்தான் அவன் காந்தாவிடம் ஆபீசு விஷயத்தைப் பற்றிச் சொன்னான். பதட்டமில்லாமல்தான் பேசினான். ஆனால் அவன் வார்த்தைகளில் கசப்பும் ஏமாற்றமும் கசிந்தன. “இத்தனை நாட்களாக இப்படி உழைத்த பிற்பாடு கிடைத்த லாபம் இதுதான்,” என்று சலித்துக்கொண்டான்...

ஓகோ, வேலையில் அவமானமா? வரட்டும். அப்படி வந்தாலாவது

இத்தனை நாட்களாக அதை வாழ்வின் முக்கியமான அம்சமாகக் கருதி வந்தது தவறு என்ற எண்ணம் உதிக்குமல்லவா? செக்ரேட்டேரியட் வில் மண்டபமே சுவர்க்கமென்று நினைத்துத் தன்னையும் குடும்ப வாழ்க்கையையும் பொருட்படுத்தாமல் இருந்ததற்கு இதுவும் வேண்டும், இன்னமும் வேண்டும்.

இழந்த வாழ்நாள்களை நினைத்து காந்தா மனம் பொருமிற்று. அனுபவிக்காத யௌவனத்தின் அந்தக் குதூகலமான உற்சாகத்தைக் கொடு என்று அவனிடம் கேட்கலாம் போலிருந்தது. சாலை வழியே உலாவப் போகும்போது, மற்ற தம்பதிகளைப் பார்த்து எத்தனை தரம் அவள் உள்ளம் உசும்ப முடியாமல் வேதனைப்பட்டிருக்கிறது? இதைப் போலக் குஷியாக - எதேச்சையாக - கவலையில்லாமல் கணவனுடன் என்றுதான் இருக்கப் போகிறோம் என்று அவள் எத்தனை முறை ஏங்கியிருக்கிறாள்? சென்ற தினங்களை எனக்கு மீட்டுக்கொடு என்று ஆத்திரம் தீரக் கத்தவேண்டும் போலிருந்தது. ஆனால், அவள் அப்படிச் செய்யவில்லை - செய்ய முடியவில்லை.

முறை, சம்பிரதாயம், கட்டுப்பாடு இவைகள் அவள் உணர்ச்சிகளை எப்போதோ அமுக்கிவிட்டன. அவள் ஒரு பதிவிரதை. இல்லை. அப்படி உலகம் சொல்லும்படி அவள் ஒரு நல்ல பெயர் வாங்கவேண்டும். அதனால் கணவனுடன் தனிமையில் இருக்கும்போது கூட முறையாக ஒரு மனைவி எப்படி நடந்துகொள்ள வேண்டுமோ அப்படித்தானிருக்க வேண்டும். அதுபோலவே மற்ற உறவினர்களிடமும் சம்பிரதாய வழக்கப்படி நடந்து நடந்து காந்தாவிற்கு ஒரு அபிப்பிராயத்தையோ இச்சையையோ சகஜமாக வெளியிடும் குணம் இல்லாமல் போய்விட்டது. கணவன் எப்படி இருந்தாலும் அவனை ஏற்றுத்தான் ஆகவேண்டுமென்ற பாவத்திலிருந்தாள். இருந்தும் அவளால் அவனுக்கு ஆறுதல் சொல்ல நா எழவில்லை. அந்தப் பதிவிரதைக்குக்கூட நன்றாக வேண்டுமென்ற எண்ணம் உதித்தது. மௌனமாக இருந்தாள்.

சற்றுநேரம் கழித்து விளக்கை அணைத்த பிறகு இருட்டில் சக்திதாஸ் தன் மனைவியை நாடினான். ஒரு வித உணர்ச்சியும்

காட்டமுடியாமல் அவள் அவன் அணைப்பில் கட்டைபோல் கிடந்தாள். இந்த பாவம் அவனுக்குப் புதிதல்ல. காந்தாவுக்குப் பாலுணர்ச்சி கிடையாது என்பது அனுபவத்தில் அவன் கண்ட உண்மை. சக்திதாஸ் மந்திராலயத்தில் வருடக்கணக்காக நெளிந்துவந்த அதிகார துரைத்தனத்தின் ஒரு புழு. அவ்வித வாழ்வில் கலவியை விடப் பெண்களுக்கு உள்ளத்தை நிரப்பும் அந்தரங்கப் பூரிப்பே தேவை என்று தெரிந்துகொள்ள என்ன சந்தர்ப்பம்? அப்படி உண்மையை அவன் கண்டுகொண்டால் கூடக் காந்தா அகத்தின் அடித்தளத்தில் உறைந்து கிடந்த பொருமும் அந்த உணர்ச்சியை எழுப்ப அவனால் முடியுமா? அவன் ஒரு செக்ரெட்டேரியட் நடைப்பிணமாயிற்றே. அவன் ஒன்றையே அறிவான். அதாவது தன் வீரியம் குன்றவில்லை. சித்தஸ்வாதீனமில்லாத இவ்வாழ்க்கையில் கூட அவன் ஆண்மையற்றுப் போகவில்லை; ஆமாம். காந்தாவும் அதை நிச்சயமாக அறிந்திருக்க வேண்டும்.

மௌஸல பர்வம்

மறுநாள் காலை மந்திரி மகேந்திரவர்மனைப் போய்ப் பார்க்குமுன் சகுனிதாஸ் என்னும் ஜனசபை அங்கத்தினன் தன் இரும்பு அலமாரியிலிருந்து ஒரு கடிதத்தை எடுத்துப் படித்தான். அது பீம்ஸிங் என்னும் ஒரு பிரபல முதலாளி மந்திரி மகேந்திரவர்மனுக்கு எழுதியது. பீம்ஸிங் சோம நாட்டின் லட்சாதிபதிப் பிரபுக்களில் ஒருவன். மின்சார உருப்படிகள், அலுமினியம் கம்பிகள், இரும்புத் தகடுகள் என்று உருவாக்க, பலவிதத் தொழிற்சாலைகள் அவனுக்குச் சொந்தம். சிமெண்டு, பஞ்சு, மரம் என்று பற்பல வியாபாரங்களும் செய்வான். கற்கரிச் சுரங்கங்கள், கருங்கல் பாறைகள் என்று வெட்டித் தள்ளுவான். இன்னதில்தான் கை வைப்பான் என்று இல்லை.

இவ்விதமான சாதனங்களுக்கும் அந்தக் கடிதத்திற்கும் யாதொரு சம்பந்தமும் இல்லை. அது ஒரு சாதாரணக் கடிதம். மந்திரியின் பிறந்த நாள் வருகிறதேயென்று ஒரு சால்வை அனுப்புவதாகவும் அதைத் தயைசெய்து பெற்றுக்கொள்ள வேண்டுமென்றும் அதில் கண்டிருந்தது. என்ன ஆச்சரியம்! மந்திரியுடைய கடிதம் இவன் கையில் எப்படிச் சிக்கிற்று? சகுனி அதை மடித்துத் தன் அங்கிப் பைக்குள் வைத்துக்கொண்டு மந்திரியைப் பேட்டி காணப் போனான்.

சந்தித்துக்கொண்ட சில நிமிஷங்களுக்குள் இருவரும் தேசம் போகும் போக்கைப்பற்றி - அங்கலாய்த்துக் கொண்டனர்.

பிறகு சகுனிதாஸ் சொன்னான்: "இதோ பாரு , நம் சந்திராதியர் கட்சியோ கூட்டுறவுக் (ஸோஷலிஸம்) கட்சி; ஆனால், நீ என்னமோ முதலாளி சார்பு என்று வெளியில் எங்கும் வதந்தி. பீம்ஸிங் உன் கைக்குள்ளேயென்று சொல்லுகிறார்கள். அவன் என்னமோ உனக்கு ஜரிகை சால்வை அனுப்பினானாம்."

மந்திரி இதற்குப் பதிலே சொல்லவில்லை. சும்மா குழலைக் கடித்துக்கொண்டே அலட்சிய பாவத்துடன் சகுனிதாஸைப் பார்த்தான். ஓகோ! சொந்தக் கட்சிக்காரனான சகுனிதாஸே இப்படி நேருக்கு நேராகப் பாய ஆரம்பித்துவிட்டானா!

"எனக்கொன்றுமில்லை. ஆனால் உன்னிடம் பலவித உதவிகளைக் கேட்டு ஏமாந்துபோன எத்தனையோ ஜன சபையோர்கள் கங்கணம் கட்டிக்கொண்டிருக்கிறார்கள். பாரத்வாஜ், தன்னை அகில உலக சச்யாதிகள் மகாநாட்டிற்கு அனுப்பவில்லையென்று புகார் செய்கிறான். அங்கிரஸ், அவன் தம்பியை நீ வேலைக்குச் சிபாரிசு செய்யவில்லையென்று பொருமுகிறான். கௌசிகன், அவனைப் பற்றி நீ பிரதம மந்திரியிடம் கோள் சொன்னதாக வருத்தப்படுகிறான். பிருகுவை ஒரு குழுவிற்குச் சேர்மனாகப் போடவிருந்ததை நீதான் தடுத்தாயாம்!"

"ஏதேது ஜாபிதாவைப் பார்த்தால் குற்றம் சாட்டுதல் ஓயாது போலிருக்கிறதே ஆ.... ஆ! - இருக்கட்டும், பரவாயில்லை; பயமுமில்லை. தேசத்தில் சிலரே தலைவர்களாக இருந்து அதன் கஷ்டங்களைப் பொறுக்க முடியும். எதிர்ப்பை எல்லாம் வெட்டிப் பாதை போட்டு, பின்வரும் மற்றவர்களுக்கு எளிதாக்குவது எங்கள் பொறுப்பு."

"என்னமோ உன்னை எச்சரிக்க வந்தேன். உன் இடத்திற்கு விதுரன் வரப்போகிறான் என்று கூட ஜனசபை நடைகளில் பேச்சு வளர்கிறது. ஸனகாதிகளும் உங்கள் மந்திரி சபையைக் கவிழ்க்க எங்கே சாக்கு என்று கறுவிக்கொண்டிருக்கிறார்கள். நாம் ஜாக்கிரதையாக இருக்க வேண்டும்."

சகுனிதாஸுக்கு ஸனகாதிகளுடன் தொடர்பு உண்டு என்னும் விஷயம் சந்திரப்பிரஸ்தத்தில் எல்லோருக்கும் தெரியும். வாஸ்தவத்தில் அவன் பேசும்போது அடிக்கடி அவன் ஒரு ஸனகாதியோ என்று கூடச் சந்தேகம் வந்துவிடும். அத்தனை தூரத்திற்கு அவனுக்கு அவர்களிடம் நட்பு.

மொத்தமாக ஒரு சூழ்ச்சி ஏற்பாடாகிக்கொண்டு வருகிறது என்று மந்திரிக்கு விளங்கிற்று. அவன் குழலை வாயிலிருந்து எடுத்தான். பிறகு தன்னுடன் இயற்கையாகப் பிறந்த அந்த ஹாஸ்யத்தில் மறுபடியும் ஈடுபட்டான். அப்புறம் சொன்னான்: "ஸனகாதிகளுக்கே அலட்டுவது அதிகம். அதிருக்கட்டும், அவர்களை யார் லட்சியம் செய்யப் போகிறார்கள்? விதுரனைப் பற்றி இந்த வதந்தி சொன்னாயே - நான் இன்னுமொரு சங்கதி சொல்லுகிறேன். பிரதம மந்திரி இப்படி மந்திரி சபையை அடிக்கடி கலைக்கத் தலைப்பட்டால் நான் என் கட்சியை மாற்றிக்கொண்டாலும் கொள்வேன்."

"பேஷ், நீ ஏதாவது கைக்குள் உபாயம் வைத்திருப்பாய் என்று எனக்குத் தெரியும்."

"ஆமாம் அதுவுமில்லாமல் முன்ஜாக்கிரதையாக ஒரு காரியம் செய்திருக்கிறேன். ஸனகாதிகளுக்கு வேவுகாரனாக உபயோகப்படும் ஒரு உத்தியோகஸ்தனைத் தண்டிக்கலாமென்று யோசித்திருக்கிறேன்."

"என்ன?"

"ஆமாம்" மகேந்திரவர்மன் உற்சாகத்துடன் மேஜையை ஒரு குத்துக் குத்தினான். "கீழ்ப்படியும் குணமே நம்மிடம் வடிவெடுத்து வந்திருப்பதால், எதையும் திருத்த முடியுமென்பதை நம்மால் நம்ப முடியவில்லை. நான் அப்படி இருக்கப்போவதில்லை. என் ஆலயத்திலுள்ள ஒரு ஆபீசர் முதலாளிகளுக்கு உதவியாகத் தீர்ப்புகளைப் போட்டுக்கொண்டிருக்கிறான் என்ற விஷயம் ருசுவாகும் பட்சத்தில் அவனைத் தண்டிப்பது என்று தீர்மானித்து விடுவேன்."

ஓகோ! சங்கதி வேறுவிதமாகத் திரும்பிவிட்டதோ! மகேந்திரவர்மனுக்கு அல்லவா இப்போது புகழ் வரப் போகிறது? சகுனிதாஸ் யோசித்தான், பிறகு மந்திரியின் பாவத்தைத் தோற்கடிக்கும் ஒரு இறுமாப்புடன் சொன்னான்: "நீ சொல்லுவது சும்மா ஒரு புரட்டு, என்பது எனக்குத் தெரியும்; என்னை ஏய்க்க இப்படிப் பேசுகிறாய். ஆனால் பாரு. இந்த வாக்குறுதியை நடத்த நான் உன்னைக் கட்டாயப்படுத்தப் போகிறேன். நீ சொன்னதைப் பின்வாங்கிக்கொள்ளாமல் இருக்கும் பொருட்டு, இந்தச் செய்தியைச் சோமநாட்டுத் தினசரிகளில் பிரசுரிக்கச் செய்யப் போகிறேன். அப்புறம் உனக்குப் பிடித்ததோ பிடிக்கவில்லையோ, பிரதம மந்திரி அதற்கு உட்பட்டாலும் படாவிட்டாலும் நீ இதைச் செய்துதான் தீரவேண்டும்," இப்படி உறைப்புடன் பேசிவிட்டு, சகுனிதாஸ் போய்விட்டான்.

அவன் சென்ற பின்பு மந்திரியைக் காணப் புரோசனன் உள்ளே வந்தான்.

"சார்! சக்திதாஸைக் கூப்பிட்டுப் பலவிதமாகப் பயமுறுத்திப் பார்த்துவிட்டது. ஒன்றும் பிரயோஜனப் படவில்லை. மனுஷனைக் கரைக்கவே முடியவில்லை."

"எப்படியோ ஒரு ருசு கிடைத்தாக வேண்டும்." புரோசனன் ஏதோ சொல்ல வாயெடுத்தான்.

"ஆ... ஆ... அப்படித்தான்! நீ புரிந்துகொண்டுவிட்டாய் அல்லவா?"

"அதில்லை சார். அவன் உங்களிடம் நேரில் பேச வேண்டுமென்கிறான்."

"ஹா - அப்படியா! அதெப்படி முடியும்?" மந்திரி குழலைக் கடித்தான். பிறகு சாவதானமான குரலில் சொன்னான்: "புரோசனன், எனக்கு உன்னிடம் பூரண நம்பிக்கை."

"சார், அவன் என் மேலேயே..."

“ஆ.... ஆ.... அதுதான் சொல்லிவிட்டேனே. எனக்கு உன்னிடம் முழு நம்பிக்கை. நீ சக்திதாஸைக் கைவசப் படுத்தும் காரியத்தில் முனை . அப்புறம்... ஆ... ஆ.... நான் அனாவசிய வதந்திகளை எல்லாம் பொருட்படுத்துகிறவனில்லை தெரிந்ததா?”

புரோசனன் ஒருவாறு சமாதானம் அடைந்து வெளியே போனான்.

குறித்த ஒரு சமயத்தில் குரு கிருஷ்ண அவதார் ஸிங்கைப் போய்ப் பார்த்து வருவது மந்திரி மகேந்திரவர்மனுடைய வழக்கம். பார்ப்பவர்கள் இதை அவன் ஏதோ ஒரு பொழுது போக்காகச் செய்து வருவதாகத்தான் நினைப்பார்கள். மேலும் அங்கே போகும் போதெல்லாம் அவன் தன் இயற்கைக் குஷியுடன் பொதுவாகத்தான் பேசிக்கொண்டிருப்பான். மற்றவர்களைப் போல ஆபத்தென்றும், யோசனையென்றும் சொல்லிக்கொண்டு அவன் குருவைத் தொந்தரவு செய்யும் வழக்கமே கிடையாது.

குரு ஸிங் அப்போதுதான் சந்தியாகால யோக நிஷ்டையிலிருந்து எழுந்து, இளம் சூரியனின் இதமான கிரணங்கள் மேலே படர, வெளியே சிமெண்டு மேடையில் வெண்பட்டு உடுத்தியவாறு வீற்றிருந்தார். பஞ்சகச்சம். மேலே அழகிய ஜரிகை - பூ வேலை செய்த காஷ்மீர் சால்வை. அதன் இடையே தெரிந்த அந்த வைரம் தேங்கிய மார்பில் ஒரே ஒரு மெல்லிய தங்கச் சங்கிலியும் தொங்கட்டமும். அந்தச் சிறு பொன் பேழையில் என்ன இருக்கிறது என்று யாரும் அறியார்கள். சிலர் அது ஒரு ஸ்படிகலிங்கமென்றார்கள்; சிலர் துளசி மணி என்றார்கள்; மற்றும் சிலர் மானச சரசிலிருந்து வந்த பத்ம பீஜமென்றார்கள். என்னவானாலும் சரி, அதைத் திறந்து காட்டுங்கள் என்று கேட்க ஒருவருக்கும் இதுவரையில் தைரியம் வரவில்லை. யோகாப்பியாசம் செய்து வந்ததால், அவர் தேகம் முழுவதும் பளபளவென்று உருவிவிட்டாற்போலப் பொலிவுடன் மிளிர்ந்தது.

ஆ... ஆ என்று ஆர்ப்பரித்துக்கொண்டே மந்திரி மகேந்திர வர்மன் தன் அனுபவங்களைச் சொல்லிக்கொண்டான். “ஸனகாதிகள்

என்னைக் கவிழ்க்கப் பல யுக்திகள் செய்கிறார்கள்," என்று சொல்லி விஷயத்தை விளக்கினான்.

குருவுக்கு மகேந்திரவர்மனின் இயல்பு தெரியுமாதலால் அரசியல் தத்வ ஞானத்தை ஆராயத் தொடங்கினார். "தலைவன் என்றால் எது உண்டோ, எது நிஜமோ, அதையே கருத்தில் கொள்ள வேண்டும். 'நமக்கு நாம் நாயகர்' என்ற திடமான பாவத்துடன், கொஞ்சமும் அலங்காமல் முன் போக வேண்டும். சத்தியத்தை விண்டு பார்த்து, புரட்டில்லாமல் ஆராய்வதே அவனுடைய பலம்."

"அப்படி இருந்தால், இந்தக் குடியாட்சி வெள்ளத்தின் மேலே நீந்தும் ஐந்து ஜாதிகள் அவனை மன்னிப்பார்களா? அப்படியிருக்க முயலும் நம் பிரதம மந்திரி தர்மராஜுவைப் பற்றி அவர்கள் என்ன சொல்லுகிறார்கள்?"

குரு பதில் சொல்லவில்லை.

"தேசத்தின் நன்மை என் பொறுப்பு; என்னுடைய சுக துக்கங்களும் தேசத்துடையதும் ஒன்று," என்றான் மகேந்திர வர்மன்.

"அந்த உண்மையை நீ பிறருக்குப் போதிக்க வேண்டுமானால், நாடோடியாக நடக்கும் அற்ப விவகாரத்திலிருந்து அதைச் சலித்தெடுக்க வேண்டும்," என்றார் குரு.

"இப்போது நான் இருக்கும் நிலைமையில் தலைவனின் பொறுப்பை எப்படி ஏற்பது, இல்லையா? ஆ... ஆ...." பிறகு சற்று நிதானத்துடன், "குரு, அதை நன்றாக ஆராய்ந்து பார்த்தீர்களா?" என்று ஆவலுடன் கேட்டான்.

குருவும் அமைதியான தொனியில், "உன் ஜாதகம் ரொம்ப உயர்வானது," என்றார்.

"மேலே சொல்லுங்கள்," என்று அவன் குதூகலத்துடன் கேட்டான்.

“பார்த்த உடனேயே அது ஒரு தலைவனுடையது என்று சொல்லிவிடலாம். பல கிரகங்கள் உச்சத்திலிருக்கின்றன. குரு செவ்வாயைப் பார்ப்பதால் ரொம்பப் பெரிய பதவி... அதுதான் தெரிகிறதே...”

“அப்புறம்?” மகேந்திரவர்மனுக்குத் தன் ஆசையை அடக்க முடியவில்லை. “அப்புறம்?” என்று ஆவலுடன் கேட்டான். அவனுக்குத் தெரியும், குரு ஏதாவது சொன்னால் அதற்கு எத்தனை மதிப்புக் கொடுக்க வேண்டுமென்று. இந்த வருஷம் இந்த மாதம், இந்தத் தேதிக்கு, இன்னென்ன நடக்குமென்றால், அவை நடந்தே தீரும். ஒரு விநாடி பிசகாமல் அவர் சொன்னபடி எதுவும் நடக்கும். ரிஷி வாக்கென்று கூடச் சொல்லலாம். ஆனால் அவரே ஒரு பெரிய மகரிஷிதானே.

“சில தடங்கல்கள் உண்டாகாமலிருக்காது. இல்லாவிட்டால் இந்த ஜாதகன் இப்போதே இன்னும் உயர்ந்த பதவிக்குப் போயிருப்பான்,” என்றார் குரு.

“அப்போது ஏதாவத பீடா பரிகாரங்கள்...”

“ஆமாம். செய்தால் நல்லது.”

“குரு, எனக்கு வெற்றியுண்டாகும், உயர்வு கிட்டுமென்று ஆசீர்வதியுங்கள்.”

குரு கிருஷ்ண அவதார்ஸிங் ஒரு பூரிப்பான புன்னகை புரிந்தார்.

சந்தனு பாதையும் சத்தியவதி மார்க்கமும் சேரும் விஸ்தீரணமான வட்டத்தில் இருந்தது அவன் வீடு. வாசல்புறத் தூண்களில் குடங்கள் போன்ற இரு ரசகுண்டு குளோப்புகள். உள்ளே போனதும், பழைமையான சாலையைப் போலப் பாதையின் இரு புறத்திலும் அடர்ந்த செடி கொடிகள். சுக்கிலபட்சமல்லவா? கம்மென்று இரவு ராணிப் பூவின் நெடி தலைகிறங்கச் செய்தது. தட்டுத் தட்டாகப் புல்தரைகள். மந்திரி மோட்டாரிலிருந்து இறங்கித் தன் மனைவியின் இருப்பிடத்திற்குப் போனான்.

பனிக் காலத்தில் மேனகா பெஹன் வெராந்தாவில் பஞ்சணை மெத்தை மேல் சாய்ந்துகொண்டிருப்பாள். அப்போது சந்தியாகிவிட்டதால், உள்ளே அறையில் விரித்திருந்த மெத்தைக்கு வந்திருந்தாள். பிரம்மாண்டமான தேகம் - வழ வழப்பான சருமம்; குண்டு முகம். அதில் கவலையினாலோ துன்பத்தினாலோ ஒரு ரேகைகூடக் காண முடியாது. அவள் வாழ்க்கை நிச்சிந்தையானது. தினம் சாவிக்கொத்து குலுங்க, வீட்டு வேலைகளில் ஈடுபடுவாள். மந்திரிக்குத் தித்திப்புப் பட்சணங்கள் பிடிக்கும்.

அவைகளைச் செய்யும் காரியத்தில் முனைவதுண்டு. பங்களாவின் பின்புறத்தில் நெல் கோதுமை முதலிய தானியங்களைப் பயிர் செய்தாள். உயர்தர விதைகளை நட்டு, நாட்டின் பயிர் வளங்களை எப்படிச் செழிப்புற வளர்க்க வேண்டுமென்று ஜனங்களுக்கு எடுத்துக்காட்ட , தமக்குள்ள சொற்ப ஓய்வு நேரங்களைக் கூடத் தம் சொந்தக் கைகளால் நாற்றுப் பிடுங்கியும் களத்தில் வேலை செய்தும் கழித்தார்கள், சோம நாட்டு மந்திரிமார்கள்.

மேனகா பெஹனும் காலை நேரத்தில் ஒரு மணி நேரம் வயலில் உலாவி வருவாள்.

இப்படிக் காரியமாய் இருக்கும் போதைத் தவிர மற்றச் சமயங்களில் அவளை அந்தப் பஞ்சணையில் காணலாம். நன்றாகச் சாப்பிட்டு விட்டு, அந்த உணவு ஜீரணமாக வெற்றிலை போடுவாள். வெற்றிலை சுவைப்பதே அவளுடைய முக்கியமான போதுபோக்கு. சொய் சொய் என்று வாயில் அதைப் போட்டு அரைத்துக்கொண்டிருப்பதில் அவள் பேரின்பத்தைக் கண்டாள். அந்த வெற்றிலை மெல்லும் சுகம். அவளை எப்போதும் மனமுவந்த திருப்தியுடன் இருக்கச் செய்தது. மகேந்திரவர்மனுக்கு இது மிகவும் பிடித்தமாக இருந்தது. சந்திரப்பிரஸ்தத்தின் மற்ற பெண்களைப் போல அவள் கவனம் அங்குமிங்கும் அல்லாடவில்லை. அவளுண்டு; வெற்றிலை பாக்குண்டு.

"மேனு, இன்று குருவைப் பார்த்தேன். என் ஜாதகத்தில் செவ்வாய் உச்சனாம்; குரு பார்வையும் இருக்கிறதாம். சீக்கிரத்தில் பெரிய பதவியை எதிர்பார்க்கலாமென்று தோன்றுகிறது" என்றான் மந்திரி.

"அப்போது தர்மராஜுவுக்குச் சனி தசையா?" மேனகாவின் மூளை நேரே விஷயத்திற்குப் பாய்ந்தது.

மந்திரி தலையைச் சொறிந்தான். பிறகு "அவசரப்படாதே" என்று முணுமுணுத்தான்.

"இல்லை. இருந்தாலும் புதிதாக ஒரு வெற்றிலைப் பெட்டி வெள்ளியில் செய்துவிடுகிறேன்" என்று சொல்லியவாறு அவள் ஒரு சுருளை எடுத்து வாயில் போட்டுக் குதப்பினாள். பிறகு, காவிபடிந்த தன் பற்கள் தெரிய கணவனைப் பார்த்து, சந்தோஷத்துடன் சிரித்தாள். அவனும் அப்போதே பிரதம மந்திரி ஆகிவிட்டாற்போல சந்தோஷப்பட்டான்.

அப்போது அவனுடைய அந்தரங்கக் காரியதரிசி வந்து கதவருகில் நின்றான். "சார்! ஏழு மணிக்கு வர்த்தக முதலாளி கூட்டத்தில் வியாபார முன்னேற்றத்தைப் பற்றிப் பேச ஒப்புக் கொண்டிருக்கிறீர்கள்," என்றான்.

"ஆமாம், முன்னேற்றம். ஆ... ஆ.... என்னைப்போல முன்னேற்றத்தில் இத்தனை ஆர்வங்கொண்டவனை நீ பார்த்திருக்கிறாயா?" மந்திரி தன் காரியதரிசி பக்கம் திரும்பினான். "அதுவும் எப்பேர்ப்பட்டது? மூட நம்பிக்கைகளைச் சிதைத்துத் துண்டமிட்டுக்கொண்டே படிப்படியாக வளரும் புத்துலகம். அதை நிலைநாட்டுவதற்காகக் குருட்டுத்தனமான மூட நம்பிக்கைகளை வெட்டித்தள்ள வேண்டியிருக்கிறது. ஆ... ஆ...." மந்திரி சிரித்துக்கொண்டே போய்விட்டான். காரியதரிசியும் மறைந்தான். மேனகா பெஹன் பாக்குத் தூளையும் வெற்றிலையையும் இன்ப அனுபூதியுடன் சாவதானமாகச் சுவைத்துச் சாற்றை விழுங்கினாள்.

★★★

அன்று சாயங்காலம் “வியாசர் சங்க”மென்னும் கிளப்பில் சக்திதாஸ் பத்திரிகாசிரியன் நகுல் சேட்டைச் சந்தித்தான்.

“இன்றைய சாயங்காலச் செய்தித்தாளைப் பார்த்தாயா” என்று சக்திதாஸ் கேட்டான்.

“பார்த்தேன். நீ எப்படி இதில் அகப்பட்டுக்கொண்டாய்?” சக்திதாஸ் நூறாவது முறையாக அது தன்னுடைய பிழையல்லவென்று அவசர அவசரமாகச் சொன்னான். நகுல் சேட் பாட்டிலிலிருந்து தம்பளரில் சாராயத்தை விட்டான். பிறகு மிருதுவாகச் சிரித்தான். அவன் கறுப்பாயும் விகாரமாயும் இருப்பான். காட்டுத்தனமான ஒரு உயரம், மனம் போனபடியெல்லாம் வளர்ந்த ஓர் சரீரம். ஆனால் அதில் மின்சாரம் பாய்ச்சினாற் போன்ற ஒரு விறுவிறுப்பு. பேச்சிலும் அதே விறுவிறுப்பு. சுடச்சுடக் கொடுத்தான் ஆனால், எதிரேயுள்ளவர்கள் அப்படியே பொரிந்து போய் விடுவார்கள்.

“நீ கவலைப்படாதே. உன் மந்திரியைப்பற்றி எனக்கு ஒரு விஷயம் தெரியும்” என்றான் நகுல் சேட்.

“என்னைப் பொறுத்தவரையில், என் நாக்கை மடக்கிப்போட்டாய் விட்டது.”

“நீ சும்மா இரேன், நான் அல்லவா பேசுகிறேன். உன் மந்திரி பீம்ஸிங்குக்கு அத்தியந்த சிநேகிதம். வெளிநாடான அண்ணன் நாட்டு கம்பெனி ‘டின்டான்’ என்பதற்கும் பீம்ஸிங் கம்பனியான பீமகதைக்கும் ஒத்துழைப்பு ஒப்பந்தமுண்டு. அந்த இஞ்சினீயரிங் கம்பனியை நடத்த, கற்கரி மிகவும் அவசியம்.”

“அப்படியானால் அவன் கற்கரி விலையைக் குறைக்க அல்லவா வேண்டும்?”

“ஆ! இதிலிருந்து உனக்குப் பெரிய பிசினெசு பழக்கமில்லை என்று தெரிகிறது. வியாபாரம் கொழுக்க இதுபோன்ற தூண்டுகோல்கள் அவசியம்; கற்கரி விலையின் பாரத்தை

எல்லாம் அண்ணன் நாட்டு 'டின்டான்' ஏற்றுக்கொள்ளும். 'பீமகதை' வியாபாரம் கொழுக்கும்."

"இருக்கலாம்."

"இதோ பார், மகேந்திரவர்மன் பச்சைமலைக்குப் போனால் பீம்ஸிங் வீட்டில்தான் தங்குவான். மற்றும் அவனுக்கு வேண்டிய இதர சௌகரியங்களை அவன் சிப்பந்திகள் பார்த்துக்கொள்கிறார்கள். (இந்த இடத்தில் நகுல் சேட் பாட்டில் பக்கம் திரும்பிக் கண்ணைச் சிமிட்டினான்.) மேலும், அவன் வீட்டில் கல்யாணமானால், பட்சண வகையிலிருந்து பாண்டுவரையில் பீம்ஸிங் ஆட்கள்தாம் ஏற்பாடு செய்கிறார்கள். அண்ணன் நாட்டிலிருந்து மேனகா பெஹனுக்கு ஐஸ்கிரீம் செய்யும் யந்திரம், காப்பி அரைக்கும் மிஷின் முதலானது பீம்ஸிங்கின் சொந்த ஆகாய விமானத்தில் வருகின்றன. நீ கவலைப்படாதே. நானிருக்கிறேன்; அலசிவிட மாட்டேன்?" நகுல் சேட் சப்புக்கொட்டிக்கொண்டே சாராயத்தை உறிஞ்சினான்.

அந்தச் சமயத்தில் 'சோமகாந்தி' என்னும் பத்திரிகையின் ஆசிரியன் கௌரவ் அங்கே வந்து சேர்ந்தான். "செய்தித்தாளைப் பார்த்தாயா? யாரோ சக்திதாஸாமே - அந்த அப்பாவி அகப்பட்டுக்கொண்டிருக்கிறது. எனக்கல்லவா நிஜம் தெரியும். ஜாயிண்டு செக்ரெட்டரி புரோசனனுடைய தமையன் "பீம கதை"க்கு கன்ஸல்டிங் இஞ்சினீயர். என்ன தைரியம் பாரு. இவர்களுக்குத்தான் யாரையும் லட்சியமில்லை."

"ஜிஷ்ணுவைத் தவிர" என்றான் நகுல் சேட், சுருக்கமாக. பிறகு சக்தி தாஸை ஜாடையாகப் பார்த்தான். அவன் உடனே எழுந்து சொல்லிக்கொள்ளாமல் போய்விட்டான்.

"இவன்தான் சக்தி தாஸ்."

"ஐய்யய்யோ - அப்படியே அப்பாவித் தோற்றம் கொடுக்கிறானே" என்று கௌரவ் சிரித்தான். பிறகு நகுல் சேட் முகத்தை யோசனையுடன் வைத்துக்கொண்டிருப்பதைப் பார்த்து, "ஏன் உன் அபிப்பிராயம் வேறோ?" என்று கேட்டான்.

நகுல் சேட் தலையை அசைத்தான். "பார்த்தால் பரிக்ஷித் மகாராஜாவின் மாம்பழப் புழுவைப்போல இருக்கும் இந்த விஷயம் அதுபோலவே பாம்பாய்ப் படரக்கூடும்."

கௌரவ் குஷியாகச் சொன்னான். "நல்லதாச்சு, நன்றாகச் சிரட்டை அகப்பையால் சுரண்டுவதுபோல் செய்திகளைச் சுரண்டி எடுத்துவிடுகிறேன்."

"இந்தா பாவம்! அந்த தாஸைப்பற்றி நீ வீண் வம்புதும்புகள் எழுதாதே."

"யாரு நானா - அதுவும் சோம காந்தியிலா!"

"தெரியும் தெரியும், உன் சங்கதியெல்லாம். அணுகுண்டு என்றல்லவா அதற்குப் பெயர் சூட்ட வேண்டும்."

அவர்கள் பேசிக்கொண்டிருக்கும்போதே தூரேயுள்ள கதவு வழியாக செக்ரெட்டரி கர்ணா உள்ளே வருவதை நகுல் சேட் கவனித்துவிட்டான். என்ன ஆச்சரியம்! இதுவரையில் எத்தனை சிரமப்பட்டும் அவனுக்குப் பேட்டி அளிக்காத அதே கர்ணா இப்போது அவனைத் தேடி வருகிறானா? ஆமாம். வழியில் தனக்கு வந்தனம் செய்த பலபேர்களிடம் மரியாதையுடன் கைகூப்பி வணங்கிவிட்டு, அவன் நகுல் சேட் இருந்த இடத்தைக் குறித்துதான் வந்துகொண்டிருந்தான்.

செக்ரெட்டரி அருகில் வந்ததும், இரு பத்திரிகை ஆசிரியர்களும் எழுந்து அவனை வரவேற்றார்கள். கௌரவ் மார்பை விரித்துக்கொண்டு பேசவாரம்பித்தான்; ஆனால் கர்ணா தன் புஜங்களைக் கட்டியவாறு பொம்மென்று நின்றிருப்பதைக் கண்டு அவன் நா தடங்கிற்று.

"உட்காருங்கள் சார். இவனை அனுப்பிவிட்டு இதோ வந்துவிடுகிறேன். ஒரு அவசரத் தகவல்" என்று சொல்லியவாறு நகுல் சேட் தன் நண்பனை முன்னே தள்ளிக்கொண்டே கதவண்டை போனான். பிறகு குரலைத் தாழ்த்திக்கொண்டு அவன் கௌரவ்விடம் சொன்னான்: "இந்தப் பேர்வழிக்குப்

பத்திரிகாசிரியரென்றாலே பயம். இத்தனை நாளாகப் பழம் பெருச்சாளியான எனக்குக்கூட பேட்டி கொடுக்கவில்லை. இப்போது எதையோ சாக்குச் சொல்லிக்கொண்டு பேச வந்திருக்கிறான். நீ இருந்தாயானால் பேசமாட்டான். நீ வாசலில் காத்துக் கொண்டிரு. நான் அப்புறமாக வந்து உனக்கு விஷயம் சொல்கிறேன்."

"நிஜமாகவா? கட்டாயமாக எனக்குச் செய்தி சொல்லுவாயா!"

"ஆமாம்."

"நிச்சயமாக. எது கிடைத்தாலும் லபக்கென்று வாயில் போட்டுக்கொள்ளும் வழக்கமாச்சே உனக்கு."

"இந்தத் தடவை உனக்கும் பங்குண்டு."

"ஆனால், சரி போகிறேன். பத்திரம்; கையடித்துக் கொடுத்திருக்கிறாயென்பது ஞாபகமிருக்கட்டும்."

நகுல் சேட் திரும்பி வந்தபோது, கர்ணா அப்படியே கைகளைக் கட்டியபடியே உட்கார்ந்திருந்தான். அவனைக் கண்டவுடன் அவைகளைப் பிரித்துவிட்டுக் கால்களைச் சேர்த்துப் போட்டபடி உடம்பை வளைத்தான்; பிறகு தொண்டையைக் கனைத்துவிட்டுக் கொண்டான். "வெளியே சக்திதாஸைச் சந்தித்தேன். உனக்கு எல்லாம் தெரிந்திருக்குமென்று ஊகித்தேன்" என்றான்.

சக்திதாஸ் அவனிடம் சங்கதிகளை விளக்குமுன் கௌரவ் வந்துவிட்டதை நகுல் சேட் சொல்லவில்லை. சும்மா தலையை ஆட்டினான். அதைக் கர்ணா என்ன அர்த்தம் பண்ணினாலும் சரி.

"அப்போது நீ சொல் நகுல், இது விஷயம் என்னையும் பாதிக்கக்கூடுமல்லவா!" என்று கர்ணா கேட்டான்.

ஓகோ பயந்துகொண்டுதான் அவன் அங்கே வந்திருக்கிறானா? அப்படியும் இத்தனை நாட்களாக விலக்காக இருந்த

அவனிடம் ஏன் வரவேண்டும். பயந்துகொண்டு அவனை இத்தனை போதாகப் பார்க்கவில்லையென்றால், அந்த பயம் இப்போது அதிகரிக்க வேண்டுமே! அவன் நிதானமாகப் பதில் சொன்னான். "இது ஒரு ஆழமான குழி. ஆனால் யாரைப் புதைப்பதற்காகத் தோண்டுகிறார்கள் என்று புரியவில்லை."

"ஒருவேளை பிரதம மந்திரியையே இழந்துவிடுவார்களோ!"

ஓகோ! இப்போது புரிந்துவிட்டது. கர்ணா அவனிடம் எதற்காக வந்தான் என்ற மர்மம். பிரதம மந்திரி! நகுல் சேட்டின் தோழன். கர்ணா அவனிடம் விஷயங்கள் சொல்ல வரவில்லை. கேட்டுப் போக வந்திருக்கிறான்.

"அதொன்றுமிருக்காது. இது பைல் சம்பந்தமான ஒரு செக்ரெட்டேரியட் விஷயமல்லவா" என்றான்.

அதைக் கேட்டு கர்ணா பதிலொன்றும் சொல்லாமல் சும்மா உடம்பை மாத்திரம் வளைத்தான்.

"சக்திதாஸ் என்ன காரணத்தை வைத்துக் கொண்டு இப்படி ஒரு ஆர்டர் போட்டான்? ஏதாவது சொன்னானா?"

"மந்திரிசபை நோட்டில் 95 என்பது எந்த கிரேட் என்று குறிப்பிடவில்லை. அதை ஏ கிரேடாகவோ பி கிரேடாகவோ எப்படி வேண்டுமோ அப்படி அர்த்தம் செய்யலாம். அவன் அது பி கிரேட் என்று நிச்சயம் செய்தானாம். ஒரு காரணமும் இல்லையாம்!"

"ஜாயிண்டு செக்ரெட்டரியைக் கேட்கவில்லையா?"

"அவனுக்குச் சந்தேகம் வந்திருந்தால்தானே கேட்பான்?"

"புரோசனன் அபிப்பிராயமென்ன? அவன் சக்தி - தாஸுக்கு உடன் மேலிருப்பவன் ஆயிற்றே."

"அவன் ஒன்றும் பிடிகொடுத்தே பேசவில்லை. ஒன்று தெரியாததினாலா அல்லது வேறு ஏதாவது காரணமா?

புரியவில்லை.”

“சக்திதாஸை நீ நேரில் விசாரித்தாயா?”

“இல்லை. அப்படிச் செய்வதைவிட என் பெயரை வைத்துக்கொண்டு புரோசனன் அவனை மிரட்டினால், அதிகப் பிரயோசனமிருக்கக்கூடுமென்று அவனைப் பேசிப் பார்க்கச் சொன்னேன்.”

நகுல் சேட் அவனை இகழ்ச்சியுடன் பார்த்தான். இவன் என்ன பெரிய உத்தியோகஸ்தன்? தன் அண்டர் செக்ரெட்டரியிடம் சந்தேகம். ஜாயிண்டு செக்ரெட்டரியிடம் வெளிப்படையாக விண்டு பேசக் கூச்சம். அவர்களுக்கு அவன் மேல் எப்படி மதிப்பிருக்கும்? விஷயங்களை ஆராய்ந்து பார்த்து, நியாயத்துடன் தீர்ப்புச் சொல்லி, இந்த செக்ரெட்டரி தங்களை ரட்சிக்க ஆற்றல் கொண்டவன் என்று அவர்கள் எப்படி நம்புவார்கள் - நம்பமுடியும்? இதுபோன்ற ஆபீசர்கள் பலர் இருப்பதால்தான் ராஜ்ய பாரத்தின் நிர்வாகம் பலஹீனப்பட்டுப் போய்விட்டது என்று நகுல் சேட் நினைத்துக்கொண்டான்.

நகுல் சேட் வீட்டிற்குப் போகும்போது இரவு பத்து மணி இருக்கும். நன்றாகக் குடித்துவிட்டு வந்து, அவன் கதவைத் தட்டினான். சௌதாமினி கதவைத் திறந்தாள். அவளும் அவனுக்கேற்ற உயரம். மேகமென இருண்ட அவனுடைய தேகத்திற்கு மின்னற் கொடி போலத் திகழ்ந்தாள். அத்தனை அழகு. வாட்ட சாட்டமான வாளிப்பு. அவன் குடிப்பதைப்பற்றி அவளுக்கு அக்கறையில்லை போல ஒருவிதப் பற்றற்ற பாவம் கொள்ளுவது வழக்கம். ஆனால் அதைக் கவனிக்கும் போதெல்லாம் நகுல் சேட்டுக்கு வெறியுண்டாகும். இறுமாப்பு - அலட்சியம் என்று இரைவான். அவள் கண்களில் உறைந்து நின்ற ஏக்கம் ஏனோ அவனுக்குப் புலப்படவில்லை.

காலையில் எழுந்தால் அவள் ஒரு கவலையும் இல்லாதது போல வீட்டையும் குழந்தைகளையும் கவனித்தபடி வளைய வருவாள். ஆனால் சந்தி சாய்ந்து குழந்தைகள் படுக்கச் சென்ற

பிறகு, அவளுக்குள் பழைய ஏக்கம் புகுந்துகொள்ளும். ஒரு நாளைப்போலக் குடித்துவிட்டு வரும் தன் கணவனுக்காகக் காத்துக் கிடப்பது அவள் தைரியத்தை உருக்கிவிட்டுக்கொண்டே வந்தது. எத்தனையோ சொல்லிப் பார்த்தாய் விட்டது. அவன் கேட்பதாக இல்லை.

சௌதாமினிதான் தன்னைத் தானாக வதைத்துக்கொள்ள ஆரம்பித்தாள். குரு அவதார் ஸிங்கிடம் போய் யோகாபியாசம் கற்றுக்கொண்டு அதை மிகைப்படச் செய்யலுற்றாள். ஆயாசமாக இருந்தால் ஓய்வு எடுத்துக் கொள்ளாமல் அதிகமாக வீட்டு வேலைகளில் ஈடுபட்டாள். தவிர, இரவில் சாப்பிடாமல் கண்விழித்து அவஸ்தைப்பட்டாள், நகுல் சேட்டுக்கு அவளைப் பார்க்கும் பொழுதெல்லாம் தன் குற்றம் நெஞ்சைக் குறுகுறுக்கும். கோபம் பொங்கி எழும்.

இப்போதும் வாடின முகத்துடன் அவள் தன் எதிரே நிற்பதைக் கண்டு சள்ளென்று விழுந்தான். “போதும், மாய்மாலம். சோத்தைக் கொட்டிக்கொண்டு தொலைப்பதுதானே” என்றான் உளறும் குரலில்.

சௌதாமினிக்கு நெஞ்சை அடைத்தது. வெளி உலகத்திற்கு முரடனாகத் தோன்றும் கணவன் தன்னிடம் மாத்திரம் மிக நுட்பத்துடன் நடந்துகொள்ள வேண்டுமென்பது அவள் ஆசை. அப்படி நடக்க அவனால் இயலுமென்று அவள் பூர்ணமாக நம்பினாள்.

“வேண்டுமென்றே - என்னுடைய மூர்க்கத்தனத்தைச் சுட்டிக்காட்டவென்றுதான் இப்படிச் சாப்பிடாமல் தன்னைத்தானாக மாய்த்துக்கொள்ளுகிறாய்?”

அவள் பதில் பேசவில்லை. சாப்பிடுவதற்குத் தட்டை எடுத்துக்கொண்டு வந்து அவன் எதிரில் மேஜைமேல் வைத்தாள். பிறகு பரிமாற ஆரம்பித்தாள்.

“எத்தனை தரம் சொல்லுவது! வேலைக்காரப் பையனை உட்காரவை; நீ சாப்பிட்டுவிட்டுப் படுத்துக்கொள் என்று.”

அவள் ஒன்றும் சொல்லாமல் பரிமாறினாள். சொல்ல என்ன இருக்கிறது? அவளுக்குத்தான் தெரியுமே. வேலையாட்கள் எதிரில் அவன் இப்படி நடந்துகொள்வதைக் காணச் சகிக்காமல் தான் அவள் இரவு வேளைகளில் அவர்களை ஒதுக்கிவிடுவது வழக்கம். குழந்தைகளையும் படுக்கைக்கு அனுப்பிவிடுவாள்.

“எனக்கொன்றும் வேண்டாம்,” என்று சொல்லி அவன் தட்டை வீசினான்.

இதைப் பார்த்தவுடன், அவள் சாப்பாட்டை ஒதுக்கிவிட்டுப் பழங்களைக் கொண்டுவந்து வைத்தாள்.

“சோம நாட்டில் நாள்தோறும் விலைவாசிகள் அதிகப் படுகின்றன. இந்த உயர்தரப் பழங்களை ஏன் வாங்குகிறாய்?”

சௌதாமினி அப்படியே சமைந்தாற்போல நின்றாள்.

“வேண்டாம் - புரிந்ததா - வேண்டாம்!”

“விலையானால் என்ன, வாங்க சக்தியில்லையா?” கடைசியில் வாய்தவறி அவளிடமிருந்து இவ்வார்த்தைகள் வெளிவந்து விட்டன.

அவ்வளவுதான். நகுல் சேட் ஆவேசத்துடன் அவள் அருகில் வந்து, அவள் முதுகைப் படீர் படீரென்று தட்டினான், “உன் சொத்தை நீயே வைத்துக்கொள். எனக்குத் தேவையில்லை, தெரிந்ததா - நான் பிச்சைக்காரனில்லை,” என்று கத்தினான். பிறகு மார்பைக் குத்திக்கொண்டான். “உனக்கு வேண்டுமானால் என்னிடம் மதிப்பில்லை, நம்பிக்கையில்லை; ஆனால் பிரதமர் தர்மராஜுவே எனக்குத் தோழன் தெரியுமா?” அவன் நா குழறிற்று. “ஆமாம் மேலும் இன்று ஒரு வேடிக்கை. அந்த வியாபார மந்திராலய செக்ரெட்டரி இருக்கானே - கர்ணா - இத்தனை நாட்களாக என்னை அலட்சியம் செய்தானே - அவன் தானாகவே இன்று என்னை நாடி, என் உதவியைத் தேடிவந்தான். என்ன நினைச்சே...”

“போதும் உளறல்,” என்பதுபோல் சௌதாமினி உள்ளே போய்விட்டாள். அவன் எதிரில் இருந்தால் பேச்சு வளரும். கூப்பாடு போடுவான். குழந்தைகள் எழுந்துவிட்டால்?

படுக்கையில் சென்ற பிறகு நகுல் அவளைத் தன் புறமாக இழுக்கப் பார்த்தான். சாராயத்தின் நாற்றம் மூக்கைத் துளைத்தது. பொறுக்க முடியாமல் அவள் திமிறினாள். “சௌ, சௌ, கோபமா? உன் தோரணையைப் பார்த்துப் பயந்துதான் அப்படிக் கத்தினேன். சௌ, உன் கோபத்தை நினைத்தாலே பயமாக இருக்கிறது.” இதைக் கேட்டதும் மனம் இளகுவதற்குப் பதிலாக அவளுக்கு அவனை உதற வேண்டும் போல் இருந்தது. மறுபடியும் எம்பிக் குதித்தான். ஆர்வம் தடை பெற்றதில் நகுல் சேட்டுக்குக் கோபம் பீறிக்கொண்டு வந்தது. பலாத்காரமாக அவளைத் தன்னுடன் சேர்த்து அணைத்துக் கொண்டு, தன் கோழை வழியும் வாயை அவளுடைய மெல்லிய அதரங்களுடன் சேர்த்தான். பிறகு வீசினாற்போல் அவளை உதறித் தள்ளிவிட்டுப் புரண்டு படுத்துக் கொண்டான். சிறிது நேரத்திற்கெல்லாம் அங்கே குர்குரென்று சப்தம் கேட்டது. நகுலுடைய குறட்டை. ஆனால் சௌதாமினி வெகு நேரம் தூங்கவில்லை.

காலையில் நகுல் வேறு மனிதனானான். தன் மனைவி யின் அழகுச் சித்திரம் அவனைக் குற்றஞ் சொல்லுவது போல் அவனுக்குத் தோன்றிற்று; வெட்கமுற்றான். சண்டை போடக்கூடாதா? இப்படி ஒன்றுமே நடக்காததுபோல இருப்பதுதானே அவன் சங்கடத்தை அதிகரிக்கிறது. அவன் ஒன்றுமே தோன்றாமல் அவளைப் பார்த்து அலங்கமலங்க விழித்தான். ஏதாவது சாக்கில் அவளை ஒரு நிமிடம் அணைத்து இன்புற்றால், அவன் மனதின் குறுகுறுப்பு அடங்குமென்று பட்டது. ஆனால் அவள் அதற்கு இடங்கொடுத்தால்தானே?

கவனியாததுபோல இருந்துவிட்டாள். ஆனால், அந்த ராணிப் பார்வையின் அழகு அவனை மேலும் தூண்டி விட்டு உந்தித்தள்ளியது. அவள் பின்னோடு சமையலறைக்குப்

போனான். புடவையை இழுத்துக் கட்டிக்கொண்டு அவள் குழந்தைகளுக்குப் பலகாரம் செய்வதில் மும்முரமாக இருந்தாள். அவளைப் பார்த்து 'இதென்ன அசட்டுத்தனம்; அதுவும் குழந்தைகள் முன்னிலையில், என்று சொல்லுவது போல சிரித்தாள். அதற்கு மேல் அவனால் அங்கே நிற்க முடியவில்லை. பரபரவென்று தன் நியமனங்களை முடித்துக்கொண்டு ஜன சபைக்குப் புறப்பட்டுப் போய்விட்டான்.

பத்திரிகை எழுத்தாளனான நகுல் சேட் ஜன சபைக்குள் புகுந்த போது, அங்கே எப்போதும்போல அமளிதுமளியாக இருந்தது. சரோஜினி சோமமுக்கியன் என்னும் ஸ்பீக்கர் மணியை அடித்தபடி இருந்தாள். ஆனால் ஒருவனாவது அதற்கு அடங்க வேண்டுமே!

அன்று அங்கத்தினர்களுக்குள் பாஷைச் சச்சரவு உண்டாகி உஷ்ணம் அதிகமாய் இருந்தது. இது ஜன சபைக்குப் புதிதல்ல. சோம தேசத்தார் பண்டை வால்மீகி சம்ஸ்கிருதம் கற்க வேண்டுமா அல்லது நவீன சோமமென்னும் பிராகிருத மொழியைக் கற்க வேண்டுமா என்னும் பிரச்னை சோம நாட்டு அரசியல்வாதிகளை மிகவும் வருத்திற்று. பாமரனுக்கு எது நல்லது என்பதைப் பற்றிப் பேசும்போதெல்லாம் சபையோர்களுக்கு உணர்ச்சி மேலிடும். அந்தப் பாமரனைக் குறித்துத்தானே அவர்கள் இத்தனை பாடுபடுகிறார்கள்! பாமரனுக்காகச் சட்டங்கள், அவனுக்காகக் கிராம உத்தாரணம், அவனுக்காகக் கல்வி, அவனுக்குப் பயன்படுவதற்காகப் பல சாதனைகள் - தொழிற்சாலைகள் - அப்பப்பா! பாமரனுக்காக அரசியல் நிபுணர்கள் செய்யும் மகா பெரும் முயற்சிகள் கொஞ்சநஞ்சமில்லை. இந்த பாஷை - தர்க்கங்கூட அவனுடைய நன்மையை உத்தேசித்துத்தான் தொடங்கி இருந்தார்கள். அது விஷயத்தை ஜன சபையில் நன்றாக எடுத்துப் பேசி, அலசிப் பார்த்து, ஆழ்ந்த யோசனைகள் செய்து, பிறகு எது நல்லதோ அதை அமலுக்குக் கொண்டுவர வேண்டும். ஆனால் இதற்கு நடுவில் அண்ணன் நாட்டு மொழியையும் பழகவேண்டுமென்று ஒரு குறிப்புச் சொல் கிளம்பிவிட்டது.

“நாமென்ன அடிமைகளா? எதற்காக வெளிநாட்டு பாஷையைக் கற்க வேண்டும்?” என்று கூறினான் ஒரு அங்கத்தினன்.

“நீ பண்பில்லாதவன்,” என்றான் மற்றொருவன்.

“நீ யார் என்னைச் சொல்ல,” என்றான் அவன் பதிலுக்கு.

“நவீன சோமத்தில் உயிரில்லை,” என்றான் ஒருவன்.

“ஏன் வால்மீகிக்கு என்ன குறைவு? ‘ஸம்ஸ்காரக் கிரமஸ்ப்பன்னாம்,’ என்று ராமாயணத்தைத் தொடங்கினான் இன்னுமொருவன்.”

“பழையதே உயர்வோ? மாமூல் கிழவி உங்களுக்கெல்லாம் அபினி கொடுத்துப் பாதித் தூக்கத்தில் வைத்திருக்கிறாள்.

“இதென்ன மீன் கடையா?” என்றான் ஒருவன்.

உடனே சந்நியாசியான ஒருவன் எழுந்து, மிருகங்களைக் கொன்று தின்னும் பாவத்தைப்பற்றிப் பேசவாரம்பித்துவிட்டான்.

“நாம் இங்கே மதாசாரங்களைப்பற்றிப் பேச வரவில்லை என்றான் ஒருவன்.”

“சமயம் (மதம்) வேறு - கட்டுப்பாடுகள் வேறு என்பதை மறக்கக்கூடாது. இவை இரண்டும் ஒன்றுக்கு ஒன்று தீயும் சாம்பரும் போலாகும்,” என்று தத்துவ போதனை செய்ய ஆரம்பித்துவிட்டான் மற்றொருவன்.

ஸ்பீக்கர் மணியை அடித்தாள். வாதம் ஓயவில்லை. பிறகு சபையையே மூடிவிடுவதாகப் பயமுறுத்தினாள். அப்போதுதான் வாக்குவாதம் ஓய்ந்தது. இருந்தாலும் பூகம்பம் நிகழ்ந்த பிற்பாடு பூமியின் அந்தரங்கத்தில் பொருமும் குமுறலைப்போல சபையின் அடித்தளத்தில் ஒரு குமுறல் காய்ந்தது.

இதுதான் தருணமென்று கருதி சகுனிதாஸ் பேச எழுந்தான். “வியாபார மந்திராலயத்தில் நடக்கும் பல விஷயங்களைக் கூர்ந்து கவனிக்க வேண்டுமென்று தெரிகிறது. இன்று தினசரியில்

குறித்திருப்பதைப் பார்த்தால், அங்கே உத்தியோகஸ்தர்கள் கவனக் குறைவாக இருப்பதாகத் தென்படுகிறது. பிரதம மந்திரி. இவ் விஷயத்தை ஆராய்ந்தால் நல்லது” என்றான்.

பிரதம மந்திரி அந்தச் சமயத்தில் சபையில் இல்லை; மகேந்திரவர்மன்தான் எழுந்து பதில் சொன்னான்:

“தினசரி பிரசுரிக்கும் சங்கதிகளைச் சபையோர் நம்பக்கூடாது. நான் விஷயமென்னவென்று தீர விசாரித்துச் செய்ய வேண்டியதைச் செய்கிறேன்” என்று வாக்களித்தான்.

“அது போதாது, இதுமாதிரிப் பிழைகள் பல நடந்து வருவதால் சபையில் எல்லாருக்கும் அதிருப்தி. இப்படிப் பிழைகள் விளைவது ஏன்? உண்மைக் காரணமென்னவென்று விசாரிக்க வேண்டும்” என்றான் ஒரு அங்கத்தினன்.

“ரொம்ப சரி, பல பேச்சுகள் காதில் விழுகின்றன. இதில் பீம்ஸிங் சம்பந்தப்பட்டிருக்கிறானோ!” இது பொதுவுடைமைக் (கம்யூனிஸ்ட்டு) கட்சியைச் சார்ந்த ஒருவன்.

“அவன் மந்திரிக்கு வேண்டியவனோ - உத்தியோகஸ்தர்களை மாத்திரம் ஏன் இழுக்க வேண்டும்?” இது சந்திராதிகளில் ஒருவன். மகேந்திரவர்மன் அவனை விழித்துப் பார்த்தான்.

தன் கட்சிக்காரனே பின்னிருந்து குத்தினால்? ஆனால் அதுதான் தெரிந்த விஷயமாயிற்றே? மீன் மீனைத் தின்னும்.

“நம் நாட்டில் பணக்காரர்கள் கொட்டம் அதிகமாகிவிட்டது.” பொதுவுடைமைக்காரன் பேசினான்.

“பாமரனுக்காக நாங்கள் படும் பாடு...”

மகேந்திரவர்மன் முடிக்குமுன் அவன் மந்திரிமேல் பாய்ந்தான். “அந்தப் பாடு வீண் என்று தெரிகிறது. அப்போது உங்களைக் கையாலாகாதவர்கள் என்றுதான் சொல்ல வேண்டும்.”

“இத்தனை நாட்கள் அரசு புரிந்தும் அந்தப் பாமரன்

அவஸ்தைகளைத் தீர்க்க முடியவில்லையே!” குறுக்கே புகுந்து சகுனிதாஸ் ஏசினான்.

ஆனால் “பாமரன்” என்ற வாக்கைக் கேட்டவுடன் சபையில் அமுங்கிக்கிடந்த குமுறல் உறுமும் சப்தம் கேட்டது. பல திக்குகளிலிருந்து கூக்குரல்கள் கிளம்பின.

“பணக்காரன் ஒழிக!”

“மந்திரிக்கு வேண்டியவனா?”

“பீம்ஸிங்குக்கு எத்தனை கோடிகள்?”

“அவனைப் பிடிக்க வேண்டும்!”

“உடனே பொது விசாரணை தொடங்க வேண்டும்.”

“அப்படிச் செய்தால் மந்திரி கட்டாயம் அகப்பட்டுக் கொள்வான்.”

“விசாரணை - விசாரணை என்ற கூக்குரல் அதிகப்பட்டது.”

ஸ்பீக்கர் மணியை அடித்தாள். பிறகு, “மந்திரி மகேந்திரவர்மன் பேச விரும்புகிறான். கொஞ்சம் அமைதியாக இருங்கள்,” என்று சொன்னாள்.

பேச்சலை ஓய்ந்ததும் மந்திரி பேசினான்: ‘இது ஒரு சிறு பிழை. ஏதோ கவனக் குறைவால் நேர்ந்துவிட்டது என்று தெரிகிறது. இருந்தாலும் சந்தேகம் வேண்டாம். ஒரு விசாரணை செய்து விட்டால் போகிறது. மந்திரிகளாகிய எங்கள் ஒருவருக்கும் அதைப்பற்றிப் பயமில்லை. பயமில்லை என்று காட்ட இதை ஒரு பொது விசாரணையாகவே நடத்திவிடுவது என்று தீர்மானித்துவிட்டேன். என்ன பயம்? மடியில் கனமிருந்தால் தானே வழியில் பயம்?”

இதைக் கேட்டவுடன் ஓவென்று இரைச்சலுடன் அன்றைய சபை கலைந்தது.

ஜனசபைக் கட்டடத்திற்குள்ளேயே பிரதம மந்திரிக்கு என்று ஒதுக்கிவிடப்பட்டிருந்த அறைக்குள் நுழைந்தான் மகேந்திர வர்மன்.

ஒலிபெருக்கி மூலமாக விஷயத்தை அறிந்துவிட்ட பிரதம மந்திரி அவன் பக்கம் திரும்பினான். "நீ செய்தது மிகவும் தவறு. ஒரு உத்தியோகஸ்தன் பிழை செய்தால் அதைப்பற்றி விசாரித்து அவனைத் தண்டிப்பது சர்க்கார் பொறுப்பு," என்று சொன்னான்.

மகேந்திரவர்மன் குழலைக் கடித்துக்கொண்டே தர்மராஜ் எதிரில் உட்கார்ந்துகொண்டான். சகுனிதாஸ் அவனை முந்திக் கொண்டு, எந்தப் பேச்சை அவன் அமுக்க நினைத்தானோ அதையே அம்பலத்தில் இழுத்துவிட்டு, பீம்ஸிங்குடன் தன்னைப் பிணைக்கப் பார்த்த தந்திரத்தை நினைத்தவுடன், அவனுக்கு அப்போது கூடக் கோபம் வந்தது.

"ஆ... ஆ... உனக்குத் தெரியாதா - இவர்கள் விஷயம். நம்மை அடியோடு ஒழிக்க இது ஒரு யுக்தி. அதைவிட சக்திதாஸ் போகட்டுமே - நம் கட்சியே தலைகுப்புறக் கவிழ்வதைவிட இந்த ஒரு சின்ன மனுஷனைத் தியாகம் செய்வோமே என்று எண்ணினேன். அவன் போனால் யார் அழப் போகிறார்கள்?" என்றான் அவன்.

தர்மராஜு பதில் சொன்னான்: "யாரானாலும் மனுஷன் மனுஷன்தானே! அதிருக்கட்டும். சர்க்காரின் கௌரவத்தை உத்தேசித்தாலும் நீ செய்தது பிழை. இது நம்பிக்கைத் துரோகம் செய்வது போலாகிறது. ஒரு உத்தியோகஸ்தனை இப்படிச் சந்தி சிரிக்க இழுத்தால் மற்றவர்களுக்குச் சர்க்கார் மேலுள்ள நம்பிக்கை குலையும். அவர்களைக் கொண்டுதானே ராஜ்ய நிர்வாகம் செய்ய வேண்டியிருக்கிறது? அப்புறம் ராஜ்ய பாரமே...."

"தர்மராஜ் - யோசித்துப் பார்த்தால் உனக்கே அப்புறம் நான் செய்தது சரியென்று தோன்றும். இன்று என்னை பீம்ஸிங்குடன்

பிணைக்கப் பார்க்கிறார்கள் - நாளைக்கு உன்னை ஆ... ஆ... ஆ நான் சொல்வது புரிந்ததா?" மகேந்திரவர்மன் கண்கள் குரூரமாகச் சிரித்தன.

பிரதம மந்திரி ஒன்றுமே சொல்லாமல் வெளியே போக எழுந்தான். அடுத்தபடியாக ஒரு வேலை. அதன் பிறகு 8 மணிக்குக் குன்று தோட்டத்திற்குப் போக வேண்டும்.

மகா பிரஸ்தாயின பர்வம்

குரு கிருஷ்ண அவதார் ஸிங் சந்திரப்பிரஸ்தத்தைச் சுற்றிக் குதிரை சாரட்டில் அடிக்கடி பவனி வருவது வழக்கம். குருவும் ஒன்று இரண்டு சீடர்களுமாக அப்படிச் சுற்றி வருவார்கள். போகும் வழியில் சாலைகளில் ஜனங்கள் ஒதுங்கி வழிவிடுவார்கள். சிலர் கும்பிடுவார்கள்; மற்றும் சிலர் அநுமதிச் சீட்டு கேட்பார்கள். சீடர்கள் சீட்டு கொடுத்து, பேட்டி சமயங்களைப் புத்தகத்தில் குறித்துக்கொள்வார்கள். சாரட்டு சவாரிக்கென்று குரு காஷாய நிற உடுப்பு அணிந்து கொள்வது வழக்கம். அவர் உடை மேல் நாட்டுப் பாணியாக இருந்தாலும், சந்திரப்பிரஸ்தத்து ஜனங்களுக்கு ஒரு நன்கொடை கொடுப்பது போல் அவர் சந்நியாசி நிறத்தை மேற்கொண்டார். எல்லோரையும் திருப்தி செய்ய அவர் பிரயத்தனப்பட்டார்.

அன்று சாரட்டு, குன்று தோட்டத்தை விட்டுத் தெற்கே 'நேதா பவன்' வரையில் வந்து, பிறகு ஜனசபை வழியாகத் திரும்பித் தலைநகரத்தின் வியாசர் வீதிக்கு வந்தது. அந்த வீதியில் தான் பிரபலமான வணிக வர்த்தகக் கட்டடங்கள், பாங்குகள், பிசினெசு ஆலயங்கள் முதலியன இருந்தன. அண்ணன் நாட்டிலிருந்து பல நிபுணர்கள் வந்து இக்கட்டடங்களைக் கட்ட உதவியிருந்தார்கள்.

அண்ணன் நாட்டவர்கள் சோம நாட்டார்களுக்கு அண்ணன்மார்களைப் போல் ஆவார்கள். அத்தனை கரிசனை அவர்களுக்குச் சோம நாட்டைப்பற்றி. அதாவது தம்பிமார்களுக்குச் செய்வது முறை என்று எண்ணிப் பதிலுக்கு ஒன்றையும் எதிர்பார்க்காமலேயே உதவி வந்தார்கள். அப்படிச் சிற்சில சமயங்களில் அத் தம்பிமார்கள் சிணுங்கினாற்கூட அதை லட்சியம் செய்யாமல்தானிருந்தார்கள்; ஆனால் எதற்கும் ஒரு வரம்பு உண்டு அல்லவா? பாராட்டில்லாமற் கூடச் செய்து கொண்டு போகலாம். தூற்ற ஆரம்பித்து விட்டால் யார் பொறுப்பது?

கட்டடங்களைப் பார்வையிட்டுக்கொண்டே வந்த குருவுடைய சீடன் அப்போது சொன்னான்: “இந்த அண்ணன் நாட்டார்களுக்குக் கொழுப்பு அதிகமாய் விட்டது.”

“ஏன் அப்படிச் சொல்லுகிறாய்?” குரு புன்சிரிப்புடன் விசாரித்தார்.

“இக் கட்டடங்களைப் பார்த்தவுடன் நினைவு வருகிறது. புதிதாகத் திட்டம் செய்திருக்கும் பாஞ்சாலி மண்டபத்தைப் பூர்த்தி செய்ய முப்பது கோடி தேவையாம். அதைக் கொடுக்க அண்ணன் நாடு மறுக்கிறதாம். இத்தனைக்கும் நாம் அதைச் சும்மாவா கேட்கிறோம்? கடனாக வாங்கத் தயாராக இருக்கிறோம். இருந்தாலும் அவர்களுக்கு என்ன மதம் பாருங்கள். நேற்று அண்ணன் நாட்டுப் பிரதமர் பேசியிருப்பதைக் கேட்டீர்களா? சோம நாட்டார்கள் மரியாதைக் குறைவாக நடந்துகொள்ளுகிறார்களாம். நம் பண்பிற்கும் வேதாந்த சிந்தனைக்கும் தகுந்தபடி அவர்களிடம் இன்னும் கொஞ்சம் பெருந்தன்மையும் நன்றியறிவும் காட்டினால் நன்றாக இருக்குமாம்.. அண்ணன் தம்பிகள் போல ஒத்துப் பழக வேண்டுமாம். எல்லாம் அண்ணன் விட்ட வழிப்படிதானே தம்பி போவான்? மேலும் எதற்காக நன்றி காட்ட வேண்டுமோ தெரியவில்லை. அண்ணனாகப் பட்டவர்கள் செய்வது கடமை. கேட்க வேண்டியது தம்பியின் உரிமை. இதில் நன்றி என்பது எங்கே வந்தது? மற்ற அண்ணன்மார்கள் செய்யாததை -

புதிதாக - இவர்கள் என்ன செய்துவிட்டார்கள்? கேட்டால் உலகம் அவர்களைப் பார்த்துத்தான் நகைக்கும்.”

குரு பதில் பேசவில்லை. அவர் கண்கள் சந்திரப்பிரஸ்தத்தின் பிரதம வீதியைத் துளாவியபடி இருந்தது. அண்ணன் நாட்டையே தோற்கடிக்கும்படியான கட்டடங்கள், மண்டபங்கள், வட்டத் தோட்டங்கள், கடை அலங்காரங்கள்! ஆனால் இடை இடையே சுவரோரமாகவோ வேலியோரமாகவோ மண் குடிசைகள்! திடீர்திடீரென்று பக்கவாட்டத்தில் சந்து பொந்துக்கள். அங்கே ஆபாசமும் துர்க்கந்தமும். ஆனால் பல்லாயிரம் ஆண்டுகளாக யோகம் வேதாந்தமென்று பழகியதால் சோமநாட்டு ஜனங்களை இதுமாதிரி விஷயங்கள் பாதிக்கவில்லை. தாமரை இலைமேல் தண்ணீர்போல அவர்கள் இப்பேதங்களைக் கண்டு பதறாமல் பற்றற்று வாழ்ந்தார்கள்.

ஒய்யாரமாகச் சிங்காரித்துக்கொண்டு, ஒரு நாகரிகக் கடையிலிருந்து, இறங்கி வந்த நாரீமணி ஒருத்தி பக்கத்தி லிருந்த குடிசையையோ, அதற்கு வெளியே தொங்கின கந்தைத் துணிமணிகளையோ, அல்லது அதற்குப் பின்னால் குவிந்து கிடந்த ஆபாசக் கூளத்தையோ பொருட்படுத்தவில்லை. ‘எல்லாம் பிரம்ம மயம்’ என்ற வேதாந்தக் கொள்கையைக் கைப்பிடித்தவள் போலும். ஏன் என்றால் பத்தடி தள்ளிப் போனதும் அவள் ஒரு பழக் கடையில் நின்று, பழரஸத்தைப் பிழிந்து கொடுக்கச் சொல்லி, சாவதானமாக அதை ருசித்துச் சாப்பிட்டாள். அவளுக்குக் கண் குருடில்லை என்று தெரிந்ததால், நம் தேசத்தில் சமரஸபாவம் என்பது ஓர் உன்னத நிலையை அடைந்திருக்கிறது என்று குரு நினைத்துக்கொண்டார். பிச்சைக்காரன் ஒருவன் குருவைப் பார்த்துக் கும்பிட்டான். அவன் கை அழுகிச் சொட்டிற்று. பரட்டைத் தலை; கீற்றுக் கீற்றாக வெடித்த வயிறு.

சீடனுக்கு மறுபடியும் கோபம் வந்தது. “அண்ணன் நாட்டவர்கள் மாத்திரம் நமக்குச் சரியான உதவி புரிந்தால், இப்படி நடக்குமா? இவர்களைப் போலுள்ளவர்களைப் போஷித்து சம்ரட்சணை

செய்ய எத்தனை தர்ம சாலைகளும் ஆஸ்பத்திரிகளும் கட்டியிருக்கலாம்” என்றான்.

அப்போது அவர்கள் ஒரு பிரம்மாண்டமான அழகிய கட்டடத்திற்கு முன் வந்தார்கள். அது விந்தையான ஒரு தோற்றமளித்தது. பல வில் மண்டபங்கள் - இடை இடையே விசாலமான சதுரங்கப் பிராகாரங்கள் - புல்தரைகள் - அங்கங்கே ஒவ்வொரு மண்டபத்திலும் வெவ்வேறுவித அரங்க மேடைகள். இங்கேதான் சந்திரப்பிரஸ்தத்தின் பலவித கூத்துக்களி, டெலிவிஷன் - நிறப் படங்கள் என்று பலவித லலித கலைகளைத் தவிர விஞ்ஞானக் காட்சிகளும் நடந்தன. அதன் முகப்புத் தண்டுகள் நூதனமாக இருந்தன. ஒரு பக்கத்தில் பாஜா குகையின் முகப்பைப் போலவும், மற்றொரு பக்கம் முக்தேச்வரர் கோவில் தோரண வாயில் போலவும், மற்றும் ஒரு புறத்தில் பாதாமி முகட்டைப் போலவும், அவை சோம நாட்டின் சிறப்பு மிகுந்த விசேஷக் கலை உற்பத்திகளைக் காட்டின.

கூட்டங் கூட்டமாக யுவ யுவதிகள் அதற்குள் போவதும் வருவதுமாக இருந்தனர். சிலர் நவீன சோமம் பேசினார்கள். சிலர் வால்மீகம் பேசினார்கள் - மற்றும் சிலர் அண்ணன் நாட்டு பாஷையைப் பேசினார்கள். அவர்களுடைய உடைகள் விசித்திரமாக இருந்தன. சிலர் சோமன், புடவை என்று சாதாரண சோம நாட்டுப் பாணியில் உடுத்தியிருந்தார்கள். மற்றும் சிலர் கரடி, புலி, மான் தோல்களை அணிந்திருந்தார்கள். இம்மிருகங்கள் சோம நாட்டில் பிடித்தவைகளானாலும் அவைகளுடைய சருமங்களை அண்ணன் நாட்டில் பக்குவப் படுத்தியிருந்ததால், ஆடைகள் மிக்க வழவழப்பாகவும் பட்டுப் போல் மிருதுவாகவும் இருந்தன. மற்றும் சிலர் ‘ஸின்தெட்டிக் தோல்’ ஆடை போட்டுக் கொண்டிருந்தார்கள். இவைகள் விஞ்ஞான அறிவைக்கொண்டு அண்ணன் நாட்டார் தோலைப் போலத் தாமாகவே தொழிற்சாலைகளில் செய்த வகைகள்.

யுவயுவதிகளுடைய நடை பாவனையும் விந்தையாக

இருப்பதாகச் சீடனுக்குத் தோன்றிற்று. சாலையோடு போகும் போது, அவர்கள் சிரித்துக்கொண்டும் தின்பண்டங்களைச் சுவைத்துக்கொண்டும் போனார்கள். "சீ... சீ பார்த்தீர்களா குருதேவ், எப்படி வெட்கங்கெட்டு நடந்துகொள்ளுகிறார்கள் என்று?"

"அப்பா இதையெல்லாம் மிகைப்படுத்தக்கூடாது. இதுவும் சுகஜீவனத்தின் ஒரு அம்சம். நாம் சாப்பிடுவதில்லையா?"

"குருதேவ் மன்னித்துவிடுங்கள். இதை நான் ஒப்புக்கொள்ள மாட்டேன். இது மிகைப்பட்டுவிட்டது. அதிகமாகச் சாப்பிடுவது போலாகிறது."

"நம் ஜனசபையோர்களும் அப்படித்தான் நினைக்கிறார்கள். அதற்காக சந்திரப்பிரஸ்தத்தின் வீதிகளிலும் தோட்டங்களிலும் இளைஞர்கள் ஒழுக்கமுடன் நடந்துகொள்ளச் சில சட்டங்கள் விதிக்கப்போகிறார்கள்."

"ரொம்பச் சரியான காரியம். அதுவும் இந்த 'மயன் மண்டபத்திற்குள்' நடக்கும் அட்டகாசங்களைக் கண்டால் நடுக்கமே உண்டாகிவிடும்."

இதன் பெயர் மயன் மண்டபமா? ஏற்றதாகத்தானிருக்கிறது. இந்தக் குழந்தைகளைப் பார்த்தால் மிகவும் சாதுக்களாகத் தெரிகிறார்களே. உள்ளே அப்படி என்ன விசேஷமோ?"

"பார்த்தால் அல்லவா தெரியும்!" "நீ எப்போது கண்டாய்?"

சீடனுடைய முகம் குப்பென்று சிவந்தது. "பார்த்தால் தானே எது விலக்கு என்று அறிந்து முன் எச்சரிக்கையுடன் ஜாக்கிரதையாக இருக்க முடியுமென்று எண்ணி ஒருநாள் யுவர் சங்கத்திற்குப் போய் வந்தேன்."

"யுவர் சங்கமா?"

"ஆமாம், அதைக் கூட்டுக்களி என்றும் சொல்லலாம். தலையை முண்டனம் செய்துகொண்டு, புலித்தோல் ஆடைகள் அணிந்து, அரங்கத்தின் மேலேறிக்கொண்டு சில யுவர்கள்

கூத்தாடுகிறார்கள். தனியாகவும் ஆடுகிறார்கள்; ஜோடி சேர்ந்தும் ஆடுகிறார்கள், கையில் கொட்டுமேளம், ஜாலரா , கிட்டார், மாண்டலின் என்று சப்தமுண்டாக்கும் நானாவிதச் சங்கீதக் கருவிகளை எடுத்துக்கொண்டு, அதை டர் டூர் பர் என்று வாசிக்கவும் செய்கிறார்கள். சபையில் உட்கார்ந்துகொண்டு இந்தக் கூத்துக் கச்சேரியைக் கவனிக்கும் யுவர் கூட்டங்கள் கைதட்டி, சூளமடித்து, கொக்கரித்து, சிரித்து ஆர்ப்பாட்டம் செய்து, கூரையே இடிந்து விழுந்து விடும்போல் இரைச்சல் போடுகிறார்கள். நாழிகை ஆக ஆக மேடை மேலிருப்பவர்களின் வெறி ஏறிக் கொண்டே போகிறது. கடைசியில் அது ஒரு உச்ச நிலையை அடைந்துவிடுகிறது. அப்போது எல்லோருமாக (சபையிலிருப்பவர்கள் உள்பட) பாடவும் ஆடவும் ஆரம்பித்து விடுகிறார்கள். ஆடுவதென்றால் என்ன... சொல்லவே கூச்சமாக இருக்கிறது - மிக்க அநாகரிகமான, லஜ்ஜைப்படும்படியான..."

"நீ சொல்வது அர்த்தமாயிற்று. அதனால் என்ன? மனிதனுக்குள்ள இயற்கை உணர்ச்சிகளைத்தானே அவர்கள் காட்டுகிறார்கள்?"

"இருந்தாலும் பகிரங்கமாக..."

"அப்போது ஒருவருக்கும் தெரியாமல் அதை ஒளிந்துகொண்டு ரசித்தால் பரவாயில்லையா?" -

அந்தச் சமயத்தில் நாதஸ்வர சப்தம் கேட்டது. தீபாராதனை மணியோசையும் கூட முழங்கிற்று. தெருவோடு நேதாவின் உருவப் படம் பவனி வந்து நேதா பவனைப் பார்த்துப் போயிற்று. அதன் பின்னால் வேட்டி உடுத்து, ரோஜா நிற அங்கி அணிந்து, வரிசை வரிசையாக நேதா சேவா சமாஜத்தின் அங்கத்தினர்கள் போய்க்கொண்டிருந்தார்கள். சாலையில் வழிப்போக்கர்கள் பலர் நின்று தொழுதார்கள்.

சந்திர நிஷ்டை கலைந்தது; சன்னலுக்கு அப்பால் உள்ள மரத்தின் இலைகளூடே பாய்ந்த சூரிய ரேகைகள் குருவின் பீதாம்பரத்தில் விழுந்து, அவர் முகத்தில் பொன்னொளி பொறிக்கச் செய்தன. கண்ணைத் திறந்ததும் எதிரே செக்ரெட்டரி கர்ணா நிற்பது

தெரிந்தது. அதாவது மீராவுடன் இருந்ததால் அது கர்ணாவாகத் தானிருக்க வேண்டுமென்று அவர் ஊகித்தார். அதுவரையில் மனைவி மூலமாகவே அவர் கர்ணாவின் மனோநிலையை அறிந்து வந்திருந்தார். இன்று அவனே வர என்ன காரணம் இருக்கக்கூடும்?

“நான்தான் உங்களைத் தரிசித்துச் சேவிக்கட்டுமென்று இவரை அழைத்து வந்தேன். மந்திரி மகேந்திரவர்மன் விசாரணை துவக்குகிறோமென்று ஜனசபைக்கு வாக்குக் கொடுத்தது முதல் இவர் முகத்தில் ஈயாடவில்லை.”

“அதெல்லாமொன்றுமில்லை. இவளுக்குத்தான் ஒரே பயம்.”

“செக்ரெட்டேரியட்டில் ஒரே பரபரப்பாம். மந்திரிக் குழுவும் ஜனசபையும் ஒன்றுசேர்ந்து உத்தியோகஸ்தர்களை வேட்டையாடுவதாகப் பேசிக்கொள்ளுகிறார்கள்.”

“இதெல்லாம் கேட்டால் இவளுக்கு என்னமோ திகிலாக இருக்கிறது. என்ன பயம்? இவர்கள் என்னதான் செய்ய முடியும்?”

“இவர்தான் இரவில் தூங்குவதை விட்டு வெகு நாட்கள் ஆகிவிட்டன. சங்கதிகள் இந்தமாதிரி முட்டிவிடுமென்று அவர் பயந்தபடி ஆயிற்று.”

குரு இருவர் முகங்களையும் மாறி மாறிக் கவனித்தார். அவனுடைய மூஞ்சியில் கிலி படம் பிடித்தாற்போலத் தெரிந்தது. கால்களை மாற்றி மாற்றி ஊன்றிக்கொண்டான். கைகளை உதறிக்கொண்டான். பேசும்போது ஒன்றும் லட்சியமில்லை போல ஒரு பாவத்தை வரவழைத்துக்கொண்டான். அவள் முகமோ சோகை பிடித்தமாதிரி வெளுத்துக் கிடந்தது. பயம், எங்கே தன்னை மாட்டிவிடுவார்களோ என்று பயம். கிருஷ்ண அவதார் ஸிங்குக்கு விஷயம் முழுவதும் தெரியுமாதலால் இவன் ஏதாவது செய்திருக்கக்கூடுமோவென்று ஒரு நிமிடம் யோசித்தார். இருக்காது. அவ்வளவு தூரத்திற்கு அவனுக்குத் தைரியம் கிடையாது என்று நினைத்து அந்த எண்ணத்தை

விட்டார். இவ்வளவு நடுங்குகிறவனுக்கு எப்படித் துணிவுடன் ஒரு காரியத்தைச் செய்யத் திடமனம் உண்டாகுமா? அவர் கர்ணாவை மறுபடியும் பார்த்தார்.

அவன் கோணிக் கோணி உடம்பை வளைத்துத் துன்பப்படுவதைக் கண்டு இரக்கங்கொண்டு அருகிலிருந்த ஒரு சீடனுக்கு ஜாடை செய்தார். அவன் உள்ளே போய் எதையோ ஒன்றை ஒரு வெள்ளித் தட்டில் ஏந்திக்கொண்டு வந்தான். “கையை நீட்டு” என்றார் அவர் கர்ணாவைப் பார்த்து. பிறகு தட்டிலிருந்ததை எடுத்துத் தூக்கிப் பிடித்தார். அது பட்டுக்கயிற்றில் கோத்த ஒரு ரட்சை. கர்ணா கண்களை மூடிக்கொண்டான்; பிறகு நடுங்கும் தன் வலக்கையை முன்னே நீட்டினான். குரு அந்த மஞ்சக்காப்பை அவன் கை மணிக்கட்டில் கட்டினார். பிறகு, “உனக்கு ஒரு ஆபத்தும் வராது” என்று அழுத்தமாகச் சொன்னார்.

“எப்படி வரும்? உங்கள் ஆசீர்வாதம் பூர்த்தியாக இருக்கும்போது - இந்த ரட்சை கையிலிருக்கும் வரையில் ஒரு பயமுமில்லை” என்றாள் மீரா.

கர்ணா கடைசியில் கைகூப்பினான். “எனக்கு ஒரு பயமுமில்லை. அவள் வற்புறுத்தியதால் வந்தேன். இவள்தான் எப்போதுமே யார் என்ன சொல்லுவார்களோ என்று ஊரார் வாய்க்குப் பயப்படுவாள்.”

“நீங்களே சொல்லுங்கள் குருதேவ். மானத்தின் கீழே குடியிருந்தால் வீண் அபவாதத்திற்குப் பயப்பட வேண்டாமா?”

இவர்கள் இப்படியே பேசிக்கொண்டிருந்தால் காத்திருக்கும் மற்றவர்கள் பாடு என்ன ஆவது என்பதுபோல அப்பண்ணா வந்து, அவர்களை அப்புறப்படுத்தினான்.

இதற்குள் மணி எட்டடித்துவிட்டது. குரு கிருஷ்ண அவதார் ஸிங் சாப்பிட உட்கார்ந்தார். அப்போது பிரதம மந்திரி தர்மராஜு உள்ளே வந்தான். மகேந்திரவர்மன் ஆ... ஆவென்று சிரித்தபடி குழலைக் கடித்துக்கொண்டே வருவான். பீம்ஸிங் வந்தால் மலையே பெயர்ந்து வருவதுபோல இருக்கும். ஆனால் பிரதம

மந்திரி தர்மராஜு உள்ளே வந்தால் ஒருவித அடக்கமான சீலமும், பலமூட்டும் உறுதியும் பின்னோடு வரும்.

பார்ப்போருக்கு விசேஷமாக ஒன்றும் தெரியாது மிருதுவாகத்தான் பேசுவான்; மிருதுவாகத்தான் சிரிப்பான். உதடுகள் கூடப் பெண்ணின் உதடுகளைப்போல வெட்கிக் கூடும்.

ஆனால் உயரமான அவனுடைய ஒல்லித் தேகம் சவுக்குமரம் போலக் கெட்டியானது. காற்றுக்கு அசைந்துகொடுத்தாலும் முறிந்துவிடாது. அந்த அடித்தண்டைச் சுற்றிய கொடி அவள்... லதாதேவி. ஒவ்வொரு சமயம் சூரியகிரகணத்தைச் சுற்றித் தெரியும் நெருப்பு வட்டத்தைப்போலக் குருவுக்கு அவன் குணம் புலனாகும். இத்தனை அடக்கத்திற்கு நடுவில் ஒரு பொங்கும் துடிப்புண்டு.

குருவும் தர்மராஜுவும் ஒருவரையொருவர் நன்றாகப் புரிந்து கொண்டதுபோலப் பார்த்துக்கொண்டார்கள். பிரதம மந்திரி பேசவேயில்லை. அவர் எதிரில் சும்மா உட்கார்ந்து அவர் சாப்பிடுவதைப் பார்த்துக்கொண்டிருந்தான். குரு சாப்பிடுவதைப் பார்த்திருக்கலாம்போலத்தானிருக்கும். அத்தனை நாசூக்காயும் நாகரிகமாயும் அவர் உணவுப் பொருள்களை எடுத்துச் சுவைப்பார். சிலர் பதார்த்தங்களை வாயில் அடைத்துக்கொண்டு மெல்லவும் முடியாமல் விழுங்கவும் முடியாமல் கஷ்டப்படுவார்கள். சிலர் 'லபக் லபக்' கென்று கவளங்களை உள்ளே பைக்குள் பஞ்சைத் திணிப்பது போலத் திணிப்பார்கள். சிலர் ரஸத்தை உர் என்று எட்டு ஊர் கேட்க உறிஞ்சுவார்கள். மற்றும் சிலர் 'சொய் சொய்' என்று இரைச்சலுடன் உணவைப் பற்களில் அரைப்பார்கள். ஒரு வெள்ளித்தட்டு; அதில் பல கிண்ணங்கள். கையால் எடுக்காமல் ஸ்பூனால் எடுத்து நாசூக்காக உட்கொண்டார். மெல்லுவதே தெரியாமல் அப்படி ஒரு நறுவிசு. சாப்பிட்டுக்கொண்டே பேச்சுக் கொடுத்தார்.

"ஜனசபையில் ஒரே கொந்தளிப்பு என்று ரேடியோ மூலம் கேட்டேன்" என்றார் அவர். தர்மராஜு தலையை ஆட்டினான்.

அவனுடைய அமைதியைப் பார்த்து, குரு மனதிற்குள் பாராட்டிக்கொண்டார். இப்படி மூவிடமுங்கருதாமல் எதிலும் சம்பந்தப்பட்டதாகப் பாவித்துக்கொள்ளாமல் - அவனால் எப்படி இருக்க முடிகிறது என்று எண்ணினார்.

பிறகு சொன்னார்: "மனுஷனுக்குள் இருக்கும் அரசியல் மிருகம் இருக்கிறதே, அது விவேகமில்லாதது. அதிகாரத்தனத்திற்காக ஆசைப்படுகிறது. அது கிடைக்காவிட்டால் அதற்கடுத்தபடியாக அதிகாரத்தில் இருப்பவரை நாசம் செய்யப் புறப்படுகிறது."

"ரொம்ப சரி. மகேந்திரவர்மன் தெரியாத்தனமாக அந்தத் தீக்கு விட்டுக்கொடுத்து விட்டான்."

"பயம். ஜனங்களின் பிரதிநிதிகள் நிரம்பியிருக்கும் ஜனசபையில் கலவரம் ஏற்பட்டவுடன் பயம்!"

"என்ன - தன்னுடைய நிழலைப் பார்த்தேயா பயம்!"

"அரசியல் உலகத்தின் அந்த ஐந்து சமுதாயம் உன்னைக் கண்டாலும் வெறுக்கிறது. ஜாக்கிரதை!" என்று எச்சரித்தார் குரு.

தர்மராஜு வெளிறின சிரிப்பொன்று சிரித்தான். பிறகு, "இன்று என்ன மாமிசம்" என்று கேட்டான்.

"கோழி" என்றார் குரு.

தர்மராஜு ஒன்றுமே சொல்லவில்லை.

அவர் கேட்டார், "நீ ஆட்சேபிக்கிறாயா?"

தர்மராஜு தலையை அசைத்தான். "இல்லை. மேலும் நான் சாப்பிடவில்லையா?"

"பின்?"

"ஜனங்கள் இதை எப்படி ஏற்கிறார்கள் என்று வியந்தேன்."

"எனக்கு எல்லாம் ஒன்று என்று அவர்களுக்குத் தெரியுமே.

ஒருநாள் இப்படிச் சாப்பிட்டாலும், பல நாட்கள் சாப்பிடாமலே, தண்ணீர் கூடக் குடிக்காமலே இருக்கமுடியும். ஜலத்தின் மேல் பத்மாசனம் போட்டு யோகத்திலிருப்பேன். பாம்பின் மேல் படுப்பேன். உண்ண வேண்டுமானால் நெருப்பைக் கூட விழுங்குவேன்; கோழியையும் புசிப்பேன். எனக்கு அவசியமென்பது ஒன்றுமில்லை; வேண்டாமென்பதும் ஏதுமில்லை. சென்றதைக் குறித்துக் கவலைப்படமாட்டேன். வருங்காலத்தைப் பற்றியும் விசனமில்லை. ஆனால் இரண்டையும் கணித்து ஆரூடம் சொல்லுவேன். தெய்வபக்தி, மந்திர சக்தி பெற்றது என்று எத்தனையோ முறை எத்தனையோ பேர்களுக்குச் செய்துகாட்டியிருக்கிறேன். அதனால் ஜனங்களுக்கு என்னிடம் பரிபூர்ண நம்பிக்கையுண்டு."

"அதில்லை. மதாசார விதிகளை ரொம்பக் கட்டுப்பாட்டுடன் நடத்துபவர்களெல்லோரும் உங்களிடம் ஓடி ஓடி வருகிறார்களே - அவர்கள் மனம் இதற்கெல்லாம் எப்படிச் சம்மதப்படுகிறது என்று யோசித்தேன்."

"அதுவா? மனிதனுக்கு மனிதன் குறுகுறுப்பை அடக்கி, அதைத் தட்டிக்கொடுத்து, உற்சாகப்படுத்தும் இயல்பு எளிதில் வாய்ப்பதில்லை. சிலர் கல்வி பழகமாட்டார் - பழகினாலும் தேறமாட்டார். சிலர் கேள்வி கேட்கமாட்டார். கேட்டாலும் விடைப் பொருள் தெரிந்துகொள்ளமாட்டார். சிலர் தெளிந்தும் கலங்குவார். சிலர் அப்பியாசம் செய்வதில்லை - செய்தாலும் உறுதியடைவதில்லை. இவர்களெல்லாரும் மனஞ் சோர்ந்து என்னிடம் வருகிறார்கள். தெய்வ பக்தியினால், எனக்கு ஏற்பட்ட ஜோதி சக்தியால் நான் இவர்களுக்குத் தைரியமூட்டு கிறேன். திறமைகளை உபயோகப்படுத்தினால் ஜன வலிமை உண்டாகிறது. இன்பங்களை நேரே வகுத்தால் ஒவ்வொரு வனுக்கும் இன்பமுண்டாகிறது. மனிதன் செல்வனாகிக் குடிகள் விடுதலை பெற்று நாடு உயர இதுவே வழி."

சற்று நேரம் அங்கே மௌனம். பிறகு குரு கேட்டார், "விசாரணையை நடத்தித்தான் ஆகவேண்டுமோ?"

“ஆமாம். அதனால் மகேந்திரவர்மன் போக நேரிடலாம்; அல்லது அந்த உத்தியோகஸ்தன் மறையலாம். முதல் சொன்னது நடந்தால், மந்திரி சபைக்கு ஒரு தோல்வி. இரண்டாவது சொன்னது நடந்தால் ராஜ்ய நிர்வாகம் குலைந்து, சீர்கெட்டுப்போகும். அதனால் அரசாங்கத்திற்கே பெரிய கெடுதி விளையும்; கஷ்டம் உண்டாகும்.”

“மகேந்திரவர்மன் ஒரு காரணத்தை உத்தேசித்துத்தான் விசாரணையை மேற்கொண்டானோ?”

“தர்மராஜூ தலையை அசைத்தான்” அவன் தன் நலத்தைக் குறித்து நடந்துகொண்டான். அரசாங்கத்தைப் பற்றி யோசிக்கவில்லை.”

“ஜனசபையும் அதைப்பற்றிச் சிந்திக்கவில்லை. இந்தக் குடியரசு ஆட்சி முறை தேசத்தின் உயிரை மெதுவாகச் சிதைத்து வருகிறதோ?”

“அப்படிச் சொல்ல முடியாது. அதைச் சரியான பாதையில் அழைத்துப்போனால் சமுதாயத்தின் பிரதிநிதியான ஜனசபை ஒத்து உழைக்கும். ஆனால் அடம் செய்யும் குழந்தையை நல்ல வார்த்தை சொல்லித் தன்வழிக்குக் கொண்டுவரத் தெரியாமல் மந்திரி மகேந்திரவர்மன் அதற்கு விட்டுக்கொடுத்துவிட்டான்.”

“சதசுகளும் ஜனங்களும் பலஹீனப்படக்கூடும். மந்திரிகளும் அதிகாரத்தின் ஆசையினால் தூண்டப்பட்டுத் தேசத்தின் காரியங்களைச் சொந்த நலனுக்காகப் பயன்படுத்திக்கொள்ளக்கூடும்.”

“இப்படியெல்லாம் கிளைபாயுமென்று என்னைப் போன்ற ராஜ தந்திரிகள் அறிந்திருக்க வேண்டியது. அதுதான் இந்தக் குடியரசு ஆட்சியைப் பந்தய ஆட்டம் போல் கருதுகிறான். அதில் ஒருவித யோகமிருக்கிறது. அதிர்ஷ்டமென்று ஒரு பொருள் இருக்கிறது. துணிந்துதான் புறப்பட வேண்டும். தற்போதைய நிலைமையில் அபாயமிருக்கிறது எனக்குத் தெரிகிறது. மோசமுண்டாகலாம். எங்கள் சந்திராதிகள் சோஷலிஸம் (கூட்டுறவு) பழகுகிறார்கள்.

ஸனகாதிகளோ பணக்காரன் கட்சி. இதற்கு இடையே பொதுவுடைமை என்று கம்யூனிஸ்டுகள் புகுந்துவிடுகிறார்கள். பல பிரிவினைகள் ஒரு உரலில் இடிபடுகின்றன. இந்தக் கட்சிகள் யாவும் தம் தம் பிடிவாதங்களைச் சொல்லிக்கொண்டு ஜனசபையைச் சச்சரவுகளில் இழந்துவிடுகின்றன. தேசத்தின் நன்மை ஒருவர் மனதிலும் இல்லை. அதனால் இவை வீண் ராஜ்ய தந்திரப் போர்களாக முடிகின்றன. சூழ்நிலையையும் நினைத்துப் பாருங்கள். விலைவாசி ஏற்றம்; உணவு இல்லை; பொருளாதார நெருக்கடி இதில் கூட்டுறவுப் பிரமாணங்களான - உயர்தர கல்வி, செழுமை, ஆரோக்கியம் - குடும்பக்கட்டுப்பாடு என்றவைகளை எப்படி ராஜ்ய நிர்வாகத்திற்குக் கொண்டு வரமுடியும்?"

"இதுதான் குடியரசு ஆட்சியின் இழுக்கு கட்சிகள், அவைகளின் பிடிவாதங்கள். கட்சித் தலைவன் அவைகளுக்கு உட்பட்டுத்தான் ஆகவேண்டும். அதனால் தேசத்திற்கு எத்தனை கெடுதி விளைந்தாலும்..."

"குரு! நேரே பார்க்கும் உங்கள் தெளிவுக் கண்களுக்கு இந்த விஷயத்தைக் கவனித்து விளக்குவது ஒரு கஷ்டமா?"

"இப்போது இந்தக் குடியாட்சி இருக்கும் போக்கில் உன்னால் ஒருவிதப் பொருளாதார நிர்வாகமும் செய்ய முடியாது. சர்க்கார் அதிகாரத்திற்கு மகத்துவம் பொறுப்பு இரண்டும் ஏற்பட்டால் தவிர, ராஜ்யத்தை எப்படி நடத்த முடியும்? கட்சிகளுக்குள் ஒருவித இணக்கமோ இசைவோ இல்லாததினால் அவை ஒன்றையொன்று வரிந்து கட்டிக்கொண்டு போருக்குக் கிளம்புகின்றன. கட்சிச் சண்டையிலேயே போது கழிந்து விடுகிறது."

"புதிதாக ஒரு கட்சி என்று கூடினாலும் இப்படித்தான். அதன் தலைவன் அதற்கு அடிமையாகிவிடுவான்.

"அதனால்தான் அண்ணன் நாட்டில் நம் ராஜ்ய நிர்வாகத்தைப் பற்றிப் பலவிதமாகப் பேச்சுகள் நடக்கின்றன. சர்க்காரின்

பலஹீனத்தைப் பற்றியும் ஜனசபையின் தளர்ச்சியைப் பற்றியும் பகிரங்கமாகப் பத்திரிகைகளில் எழுதுகிறார்கள்."

"ஆமாம், கேட்டால் ஆத்திரமாகத்தானிருக்கிறது. அடுத்த ஐந்து ஆண்டுத் திட்டத்தை அவர்கள் உதவியில்லாமல் செய்ய வேண்டுமென்று ஆசை பிறக்கிறது."

"ஆசைப்பட்டு என்ன பிரயோசனம்? சதுரங்கத்தில் தாயக் கட்டைகளை நகர்த்துவதுபோல அல்லவா அண்ணன் நாடு நம்மை ஆட்டி வைக்கிறது. அங்கே நமக்குக் கௌரவம் அதிகப்பட வேண்டுமானால் நம்மில் ஒவ்வொருவனும் சோம்பலின்றி ஊக்கத்துடன் வேலை செய்து ஐந்து வருஷத் திட்டத்தை அவர்கள் உதவியின்றி நடத்திவைக்க வேண்டும். போதாக்குறைக்கு ராகு கேது நாட்டுடன் வேறு நமக்குப் போட்டி. அவர்களுக்கோ பொறாமை. அண்ணன் நாட்டிடம்தான் நம்மைப் பற்றி எத்தனை கோள் சொல்லுகிறார்கள்."

"இதுமாதிரியே பகைமையை வளர்க்க விடக் கூடாது" என்றார் குரு.

"இதை பகைமை என்று சொல்ல முடியாது. வெறும் போட்டி; பக்கத்திலிருக்கிறார்கள். பூர்வத்திலிருந்து உறவு முறை வேறு. தாயாதிக் காய்ச்சல் அதிகமாக இருக்கிறது. நாம் முன்னேறினால் அவர்களுக்கு ஆகாது. சந்திர மண்டலம் போவதிலோ அணுகுண்டு செய்வதிலோ நாம் முந்திக்கொண்டால் எரிச்சலுண்டாகிறது. வேறு என்ன?"

தர்மராஜு நெடுமூச்சு விட்டான். இந்தச் சமயத்தில் தேசத்தைக் காக்க ஒரு அபூர்வ புருஷன் தேவை. அவன் ஏகாந்தமான, தொடர்பில்லாத, விலகி நிற்கும் தன்மை வாய்ந்த ஒரு நிலைமை பெற்றிருக்க வேண்டும். இது சாத்தியமா? வாஸ்தவம் சரித்திரத்தில் இவ்வித புருஷர்கள் ஆயிர வருஷங்களுக்கு ஒரு தடவை உண்டாகி இருக்கிறார்கள். ஆனால் அவை அவதார சம்பவங்கள். இப்போதைய சூழ்நிலையில்... அவன் யோசனையுடன் போக எழுந்தான்.

போகும்போது குரு அவனை எச்சரித்தார். "சோம தேசத்தின் பரிசுத்தமான ஆத்மா அழியவேண்டாமானால் நீ ராஜ்ய நிர்வாகம் கெடாமல் செய்ய வேண்டும்."

அச்வமேதிப் பர்வம்

கிசுகிசுவென்று தார் ரோட்டில் சப்தம் செய்துகொண்டே கார் இருளைக் கிழித்துக்கொண்டு ஸசிவபுரியை அடைந்து, பிரதம மந்திரி பங்களாவுக்குள் நுழைந்தது. கார்த்திகையில் பூக்கும் சிவப்பு மஞ்சரி மரம் பூக்களைத் தரைமீது சொரிந்திருந்தது. பட்டுப் போன்ற அந்த ரோஜா நிற இதழ்கள் மேல் கார் சறுக்கிச் சென்றது. சட்டென்று வழிதவறி வெளியே நழுவிவிட்ட வெளவால் ஒன்று மறுபடியும் துரிதமுடன் இருட்டில் போய் ஒளிந்துகொண்டது. தர்மராஜு யோசித்தான். அவனுக்குத் தெரிந்த எத்தனை பேர்கள் இப்படி வெளவாலைப்போல சந்திராதிகளைச் சேர்ந்திருந்த போதிலும், பணக்காரர் களுக்கும் இதமாக நடக்க வேண்டும் என்று ஆசைப்பட்டு ஸனகாதிகளுடன் பழக்கம் வைத்துக்கொண்டு நடுவே தொங்கிய வண்ணம் இருக்கிறார்கள்! உண்மையில் நம்மை நாம் கவனித்தால் எத்தனை விதமான மிருகங்களாக இருக்கிறோம் என்று தெரியும்.

"அடுத்த ஜன்மம் மிருகமாய்ப் பிறப்பாய்" என்று சபிக்க வேண்டியதில்லை. ஒருவன் நினைக்கும் நினைப்புகளும் செய்யும் செய்கைகளும் அவனை இந்த ஜன்மத்திலேயே பல பிறவிகள் எடுக்கச் செய்கின்றன. கபடங்கள் செய்கின்றவன் நரி;

மனஞ் சோர்ந்து தலை கவிழ்ந்து உட்காருகிறவன் தேவாங்கு; திடீர் திடீரென்று கோபம் கொள்ளுகிறவன் வேட்டை நாய்; எத்தனை அவமானமடைந்தாலும் மந்த குணத்தினால் பொறுத்திருக்கிறவன் கழுதை. கார் வீட்டு வாசலை அடைந்தது.

அவன் உள்ளே வந்தபோது லதா தேவியும் ஜுஷ்ணுவும் வரவேற்பு அறையில் பேசிக்கொண்டிருந்தார்கள். லதா ஒரு பூச்சட்டியில் பூக்களை அடுக்கி வைத்துக் கொண்டிருந்தாள். ஜுஷ்ணு அவள் அருகில் நின்றபடி பூக்களை ஒவ்வொன்றாக ஆய்ந்து கொடுத்துக் கொண்டிருந்தான். அவன் கண்கள் மாத்திரம் அவள் முகத்தையே ஆர்வத்துடன் பார்த்துக் கொண்டிருந்தன. யோகாப்பியாசத்தினால் இரும்புக் கம்பியைப் போல உரம் ஏறியிருந்த அவன் தேகம் வளைந்து கொடுத்தது. ஆயாசமில்லாமல் குனிந்து குனிந்து கீழே சிதறிக் கிடந்த தண்டுகளை எடுத்தெடுத்து அவளிடம் நீட்டினான். அவன் கையிலிருந்து அவைகளை வாங்கும்போது அவருடைய மெல்லிய விரல்கள் லேசாக அதனுடன் உராய்ந்தனவா? ஜுஷ்ணுவின் முகத்தின் பாவம்; அவனுடைய விளையாடும் விரல்கள்! தர்ம ராஜுவின் கண்கள் அந்தக் காட்சியைச் சட்டென்று உட்கொண்டன.

ஜுஷ்ணு அவனுடைய ஆத்ம நண்பன்தான். சொந்தம் போல் அவன் குழந்தைகளை எடுத்து வளர்த்தவன். இருந்தாலும் நொடிப் பொழுதிற்குத் தோன்றி மறைந்த அந்தச் சித்திரக்காட்சி சுருக்கென்று அவனைத் தைத்தது. சூரியன் மேலிருந்த சாயை ஒருகணம் அகன்று அனல் வெளியே தெரிய ஆரம்பித்தது. பிறகு எப்போதும்போல் அவனுடன் பிறந்த அந்த நிதானம் தலைகாத்து விட்டது. சமைத்திருந்த அந்த ஒரு கணச் சித்திரம் கலைந்தது.

லதா அவனைப் பார்த்துவிட்டாள். “உங்களுக்காகத்தான் இத்தனை நாழியாக ஜுஷ்ணு காத்திருந்தார்” என்றாள்.

இரு ஆண்களுமாக தர்மராஜுவின் அறைக்குப் போனார்கள்.

“விசாரணையா?” ஜுஷ்ணு சுருக்கமாகக் கேட்டான்.

ஜுஷ்ணு சோமநாட்டின் கோடீஸ்வரன்களில் ஒருவன் என்றாலும் அவனைப் பீம்ஸிங்குடன் ஒப்பிட முடியாது.

சில வேளையில் வியாபாரம் கொழுத்தால் அதிகப் பணக் காரன் என்றும் மற்றும் சில சமயத்தில் ஓட்டையாண்டி யென்றும் சொன்னால் சரியாக இருக்கும். பணமுடையாக இருக்கும் சமயத்தில் எல்லாம் அவன் சிவபெருமானைப் போல ஆளைப்பார்த்துத்தான் யாசகம் கேட்பான். பெரிய பெரிய அண்ணன் நாட்டுக் கம்பெனிகள் அவனுடைய ஆலைகளுடன் ஒத்து உழைத்தான். அதற்கென்ன, அசூயை கொண்டவர்கள் பிரதம மந்திரி தோழன் என்பதனால் அவன் பிசினெசு கொழுப்பதாகச் சொன்னார்கள். ஆனால் என்ன காரணத்தினாலோ அந்த பிசினெசுகள் அடிக்கடி பொளிந்து போவதுண்டு. அடியோடு ஐச்வரியம் அழிந்து கையில் ஒரு ரூபாய் கூட இல்லாமல் அவன் இருந்ததுண்டு. துணிந்தவன் என்றால் அவனைத்தான் சொல்ல வேண்டும்.

“விசாரணையா?” என்று ஜுஷ்ணு மறுபடியும் கேட்டான். தர்மராஜு தலையை அசைத்தான்.

“விசாரணை செய்தால் உடனே உண்மை வெளியாகி விடுமா? வீணாகப் பல பெயர்கள் அடிபடும். அப்புறம் அனாவசியமாகச் சம்பந்தமில்லாத விஷயத்தைக் குறித்துப் பேசி எல்லோரையும் இழுத்துவிடுவார்கள்.”

“எனக்குப் பயமில்லை.”

“ராஜாங்க யந்திரத்திலே ஓட்டை உண்டாக்கப் பார்க்கிறார்கள், இவர்கள். அப்படிச் செய்வதில் நம்மைத் தாங்கும் உறுதியான ஆட்சி முறையையே கோடரியால் வெட்டிக்கொள்வதை அறியவில்லை.” ஜுஷ்ணு தன் நண்பனை உன்னிப்புடன் பார்த்தான்.

“எனக்குப் பயமில்லை” என்றான் தர்மராஜு மறுபடியும்.

ஒல்லியான அவன் தேகத்தைக் கண்டதும் வெற்றிலைக் கொடி படரும் மெல்லிய மரத்தின் தண்டு அவனுக்கு நினைவுக்கு வந்தது. ஒருநாள் இவனும் நிச்சயமாக அகப்பட்டுக்கொள்ளப் போகிறான் என்று ஜுஷ்ணுவுக்குத் தெரியும்.

“நான், ஒரு புதிய பிசினெசு விஷயமாக அண்ணன் நாடு போக வேண்டும்; திரும்பி வருவதை எத்தனை மாதங்கள் வேண்டுமானாலும் தாமதிக்கலாம்.”

“நீ எதற்காக ஓட வேண்டும்? இதுவரையில் நாம் ஒற்றுமையாக இருந்ததை நம் துரோகிகள் தெரிந்துகொள்ளாமல் இருந்திருப்பார்களா? இல்லை - நீ ஒருவன்தான் என்னிடம் சினேகமாக இருந்திருக்கிறாயா? உன்னை இழக்காமலே உன்னைப் பழிக்க ஸனகாதிகளுக்குத் தெரியாதா என்ன?” தர்மராஜுவின் நிதானமான வார்த்தைகளின் அடியாழத்தில் அன்று ஒரு கொதிப்பு. என்ன இம்சை இது. அவன் மனதில் வேறு ஒரு விஷயமல்லவா குறுக்கே பாய்கிறது. அவன் அந்தரங்கத்தின் சூரிய ஜ்வாலை மற்றொரு திக்கில் அல்லவா விரிகிறது?

“மகேந்திரவர்மன் சரியாகச் சாட்சி சொல்லுவானா?”

“அதுதான் கவலை. அவன் ஒரு சுயநலக்காரப் புலி; தன்னைக் காப்பாற்றிக்கொள்ள எதையாவது சொல்லி வைப்பான். நல்ல வேளையாக நீதிபதி பீஷ்மனை விசாரணைக் குழு சேர்மனாகப் போட்டிருக்கிறேன். அவன் உயர்ந்த சம பாவநிலை படைத்தவன்; லேசில் அசைய மாட்டான். எப்படியாவது உண்மையைக் கண்டுவிடுவான் என்று நம்பிக்கொண்டிருக்கிறேன்.”

“உன் எதிரிகளுக்கு ஒரு நல்ல வாய்ப்புக் கொடுத்தாற்போல ஆகிவிட்டது.” தர்மராஜு பதில் பேசவில்லை. சிறிது நேரத்திற்கெல்லாம் ஜுஷ்ணு போய்விட்டான்.

அவன் போகவேண்டுமென்று காத்துக்கொண்டிருந்தாற்போல லதாதேவி உள்ளே வந்தாள். அவளை அழகென்று சொல்ல முடியாது. ஆனால் இழுத்துக் கட்டினாற் போலிருந்த

அவளுடைய சர்மத்தில் ஒருவிதப் பளபளப்பு - மென்மையான ஒளி. அந்த அடங்கிய நிகு நிகுப்பின் சோபை ஆண்களை அவள்பால் இழுத்தது. வாழ்க்கையில் சுகமோ துக்கமோ, எது கிட்டினாலும், கருத்திகா தனியாக நின்று, தானாக அதைக் கணித்துப் பிறர் என்ன சொன்னாலும் குமையாமல், வந்ததை நிதானத்துடன் ஏற்பது குணமென்றால், லதாவிடம் அது இருந்தது. "இனிமேல் நீங்கள் ஜுஷ்ணுவின் சிநேகத்தை விட்டுவிட வேண்டும்."

"ஓகோ - உன்னுடைய போதனை பேரில்தான் அவன் அண்ணன் நாட்டிற்குப் புறப்படுகிறானா?"

"ஆமாம், நான் தான் போகும்படி தூண்டினேன்."

"பேஷ், எனக்கு அவ்வளவு தைரியம் கூடக் கிடையாது என்று எண்ணிவிட்டாயா?"

அப்படியில்லை. நமக்குள் வளர்ந்திருக்கும் இந்த நட்பைப்பற்றி நான் ரொம்ப நாட்களாக அவரை எச்சரித்து வருகிறேன்; போதாக்குறைக்கு இப்போது விசாரணையுங்கூட."

"அப்போ, அடுத்ததாக என்னைத் தூற்ற ஆரம்பிப்பார்கள் என்று நீயே நிச்சயம் செய்துவிட்டாயோ?"

"சந்தேகமென்ன? உங்களைத் தொலைக்கவென்று எத்தனையோ பேர் கங்கணம் கட்டிக் கொண்டிருக்கிறார்கள்!"

"இதென்ன இம்சை? என்னைத் தொலைக்க வேண்டுமானால் எத்தனையோ செய்யலாமே -"

"இங்கே வராதே - என்னுடன் பேசாதே - குழந்தைகளுடன் கூத்தாடாதே என்று ஜுஷ்ணுவை எத்தனை தரம் திட்டுவது?"

"அவனுக்கு வேறு சம்சாரம் கிடையாது. தனியாக இருந்து அலுத்துவிட்டது." நண்பனுக்காகப் பரிந்து பேசினான் தர்மராஜு.

அதற்காக உங்கள் அரசியல் வாழ்க்கையிலுள்ள சிக்கல்களைக் கவனிக்க வேண்டாமா? இதற்குமேல் அவருடைய பிசினெசு வேறு. இவர் சொல்லுவதெல்லாம் அரிச்சந்திரன் கதையென்று யார் நம்புவது?

அவள் தானே அவனை வரவேற்றுப் பேசுகிறாள். பின் எதற்காக இத்தனை கோபம்? மனதிலுள்ளதை ஒளிப்பதற் காக ஒரு வெளிப்பூச்சா? சீ... சீ... அவள் தன் சுயமரியாதை என்னும் பெரும் நற்குணத்தை விட்டு விலகமாட்டாள்; உண்மை. ஜுஷ்ணுவிடம் அவள் அன்பு வைத்திருப்பது எல்லோருக்கும் தெரியும். ஆனால் அது எத்தகையது என்றும் யாவரும் அறிவார்கள். அவனுக்கு இல்லையா? நண்பனென்று அவனிடம் குன்றாத நட்பு இல்லையா? பின்?

“ஜுஷ்ணு ஓடிப்போவது எனக்கு இஷ்டமில்லை” அப்படி முடிவாகச் சொல்லிவிட்டு அவன் தன் முன்னிருந்த ஆபீசு பைல்களில் முனைந்துவிட்டான். அவளும் இனிமேல் பேசி லாபமில்லையென்று திரும்பிவிட்டாள்.

தர்மராஜுவுடன் வேலை செய்வோர் அவனுடைய பிடிவாதத்தைப் பற்றிச் சொல்லியிருக்கிறார்கள். அவன் ஒரு தீர்மானம் செய்துவிட்டால் அப்புறம் அதை லேசில் விடமாட்டான் என்று அவர்கள் நம்பினார்கள். இருக்கலாம். மந்திராலயத்தில் அவன் ஒரு பொதுவான ஒவ்வும் பாவனையும், நிறுத்திப் பேசும் வழக்கமும் காட்டி வந்தான் என்று அவளும் அறிவாள். ஆனால் அவளிடம் அவன் வார்த்தை சொல்லும் போது மட்டும் அது மறைந்துவிடும் - அவன் குரலில் ஒரு கடுமை தொனிக்கும். அதன் காரணத்தைக் கேட்கும் போதெல்லாம் அவன் சொல்லுவான், “நான் உன்னைக் குற்றமற்றவளாகக் காண விரும்புகிறேன். அதனால் நான் வைத்துள்ள பிரமாணத்திலிருந்து நீ ஒரு சிறிதளவு நழுவினால் கூட உன்னைக் கண்டிக்கிறேன்” என்று.

ராஜீய விஷயத்தில் காட்டும் அதே மூவிடமுங் கருதாத பற்றற்ற பாவத்தையே அவன் மனைவியிடம் காண்பித்ததைப்

பற்றி அவள் ஆச்சரியப்படவில்லை, ஆனால் இத்தனை புத்திசாலியான அவன் கூட "என்னைக் குற்றமற்றவளாகப் பார்க்க விரும்புகிறேன் என்று சொல்லி, அவளை அடிமைப்படுத்த விரும்பும் செய்திதான் விந்தையாக இருந்தது. அது போலவே ஜுஷ்ணுவின் பாவமும் அவளுக்கு வினோதமாகத் தோன்றிற்று. லதாவின் விசேஷ சுபாவத்தினால் அவள் எது உண்மை, எது போலியென்று அறிய ஆற்றல் பெற்றிருந்தாள். அதனால் ஜுஷ்ணு காட்டும் கனிவான அன்பும் கதகதப்பான ஆதரவும் உண்மையென்று கண்டாள்.

ஆனால் அதைக் கொண்டு, அந்த அன்பால் அவளைச் சிறை செய்து, என்றுமே தன் அடிமையாக்க விரும்புகிறான்; அவள் இதைக் கண்டு தன் மனதிற்குள் அங்கலாய்த்துக்கொண்டாள். உலகத்தை ஆளவோ, வெல்லவோ, இரும்பு உறுதியும் ஆணவமும் காட்டும் இவ்விரு புருஷர்களும், பெண்ணைப் பேணும் விஷயத்தில் மாத்திரம் இத்தனை குழந்தைத்தனம் காட்டுகிறார்களே! இது அவளுக்குத் தீராத ஆச்சரியத்தை விளைத்தது. வேண்டுமென்று கையை நீட்டியவுடன் இச்சைப்பட்டது கிடைத்துவிடுமென்று சிறு குழந்தைகள்தான் நினைக்குமென்று அவள் எண்ணியது தவறு.

★★★

மேலே என்னென்ன வழிகளைக் கைப்பிடித்தால் சந்திராதிகளைக் கவிழ்க்கலாமென்று ஆலோசிக்க ஸனகாதிகள் ஒன்று கூடினார்கள். சகுனிதாஸும் இந்த யோசனையில் கலந்து கொண்டான். ஸனகாதிகள் தலைவனான சுயோதனன் முதலில் பேசினான். மற்ற மற்ற கோடீச்வரர்களான பீம்ஸிங், கேகேயன், விராடன், குந்தி போஜன், யுதாமன்யு என்பவர்கள் அடுத்து அடுத்துப் பேசினார்கள். தேசம் ஆபத்தான நிலைமையிலிருக்கிறது. என்னென்ன உபாயங்கள் செய்தால், அதைக் காப்பாற்றலாம் என்ற யோசனைகள் கிளம்பின.

“உலகமெங்கும் நாடுகள் முன்னேறிப் பயன்பெற வேண்டும். அப்படிச் செய்தால்தான் மனித ஜாதியே உன்னத நிலையை அடையும்” என்றான் சகுனிதாஸ்.

“இந்தக் கொள்கையை அண்ணன் நாடு மேற்கொண்டால் எத்தனை நன்றாகயிருக்கும். அதன் உதவியை நாடும் தேசங்களைக் கூட்டாளிகள் போல வருந்தி அழைத்து, பெருமையுடன் ஆதரித்தால் எத்தனை மேன்மையாக இருக்கும். அண்ணன் நாட்டிற்கும் அது மூலமாக கௌரவமுண்டாகும்” என்றான் குந்திபோஜன்.

“ரொம்ப சரி; உலகம் சுருங்கிவிட்டது. கட்சிகளும் கொள்கைகளும் மலிந்துவிட்டன. அப்படி இருக்கும்போது நாமெல்லோரும் ஒத்துப்போவது மிகவும் முக்கியம். உலகத்தின் நன்மை என்று மொத்தமாக யோசித்துப் பார்த்தோமானால் இதெல்லாம் என்ன அற்ப விஷயம்,” என்றான் கேகேயன்.

“நம் ராஜ்ய தந்திரிகள் இதை ஒப்புக்கொள்வார்களா? பதவி மோகம் அவர்களைப் பிடித்து ஆட்டிவைக்கிறதே” என்று சொல்லிச் சுயோதனன் பேச்சைத் திரும்பி விஷயத்துடன் கூறும்படி சேர்த்துவிட்டான்.

“குந்திபோஜன் சொன்னான்: “மிகவும் சரி, அதனால் நிஜம் போலிருக்கும் அவர்கள் கட்டுக் கதைகளைக் கொண்டு நாமாவது பயன்படுவோம்.”

“வேண்டிய அளவுக்குச் சௌகரியங்கள் செய்து கொடுத்தால் இக்கதைகளை மெய்ப்பிக்க ஜனசபையோர்களே உதவுவார்கள்” என்றான் யுதாமன்யு.

“அப்போது ஒன்று செய். நிஜத்துடன் கற்பனையையும் அழகாகக் கலந்துகொள். உபயோகமாக இருக்கும்” என்று யோசனை கூறினான் விராடன்.

கேகேயன் சொன்னான். “ஆரம்பம் நன்றாக அமைந்துவிட்டது, விசாரணை தொடங்கிவிடும் அதற்கப்புறம் சந்திராதிகள்

அகப்பட்டுக்கொள்ளாமல் தப்பி ஓடுவது கஷ்டம்."

"ரொம்ப சரி. செக்ரெட்டேரியட் உத்தியோகஸ்தர்கள் ஒருவர் மேல் ஒருவர் சந்தேகப்பட்டுக்கொண்டு விசாரணையின்போது நிச்சயமாக முரணாகப் பேசுவார்கள். அவர்களை மெதுவாகத் தூண்டிவிட்டால் என்ன? சக்திதாஸ் ஒரு செக்ரெட்டேரியட் புழு; உழைத்து உழைத்துத் தளர்ந்தவன். இந்த சர்க்கார் வேலை தொலைந்தாலும் சுக ஜீவனத்திற்கு இடமுண்டு என்று ஆசை காட்டினால்" என்றான் குந்திபோஜன்.

"நல்ல யோசனை. புரோசனனையும் தூண்டிவிடலாம். ஆனால் இதையெல்லாம் ரொம்ப ஜாக்கிரதையாக இங்கிதமுடன் செய்ய வேண்டும்; ஸனகாதிகள் இதில் சம்பந்தப்பட்டிருக்கிறார்கள் என்று ஒருவருக்கும் கடுகளவு கூடச் சந்தேகம் வராமல் தக்க சிநேகிதர்களைக் கொண்டு பேசச் சொல்லவேண்டுமென்றான்" கேகேயன்.

சுயோதனன் பெருந்தன்மையுடன் பேசினான்: "ஆமாம். நம் நோக்கங்கள் உயர்ந்தவை என்பதை மறந்துவிடக் கூடாது. பணமே நமக்கு முக்கியமில்லை. நாமென்ன, பணக்காரனுக்காகவா முதலாளித்துவம் முன்னேற வேண்டுமென்று உழைக்கிறோம்? முதலாளித்துவத்தினால் தேசத்திற்கு ஏற்படக்கூடிய நன்மைகளை உத்தேசித்துத் தொழிற்சாலை உற்பத்திகளும் பிசினெசுகளும் கொழுக்கட்டுமென்று சொல்லுகிறோம். அதனால் தேசம் முன்னேறும் - உயரும் - செழிக்கும். சுருங்கச் சொன்னால் எந்த மாதிரிச் சமுதாயத்தினால் ஜனங்கள் பயனடைவார்களோ, அதைத்தான் நாம் விரும்புகிறோம். அது எதுவானாலும் சரி. உண்மையில் தேசத்தின் நன்மையையே உத்தேசித்து நடந்தார்களானால், பொதுவுடைமைக்காரர்கள் கூட நமக்கு விலக்கில்லை. சோமநாடு இப்போது இருக்கும் நிலைமையில் ஸனகாதிகள் முறைகள்தான் பலிக்கும். அதற்கேற்றாற்போல இந்த விசாரணை ஒன்று கிளம்பியிருக்கிறது, நம் கட்சி ஜயிக்கவென்று தெய்வமே உதவுவதுபோல் இருக்கிறது. இனிமேல் அந்தப் பூதம் அடங்காது. அதன் பசிக்கு ஆகாரம் போட்டுப்

போட்டு சந்திராதிகள் தளர்ந்துவிடுவார்கள். பிறகு தானே மடிவார்கள்; சந்தேகமேயில்லை."

"சந்தேகமில்லை. இந்த விசாரணையின் விளைவாக ஜனங்கள் மனதில் குழப்பமுண்டாகும்; சந்திராதிகளைப் பற்றிச் சந்தேகங்கள் பிறக்கும்; ஜனசபையில் அதிர்ச்சி ஏற்படும்; உன் யோசனை வெகு பலே!" என்று சொல்லி, பீம்ஸிங் சகுனிதாஸைப் பார்த்தான்.

"பீம்ஸிங்! உனக்கு மகேந்திரவர்மன் தோழனாயிற்றே? சந்திராதிகளுக்குள் என்ன நடக்கிறது என்று கண்டுபிடி" என்றான் யுதாமன்யு.

"செய்யலா" மென்றான் பீம்ஸிங்.

"அதுபோல நீயும் ஒன்று செய். அந்தப் பணக்காரி நகுல் சேட் மனைவி உன் அத்தை பெண் ஆயிற்றே? மேனகா பெஹன் நகுல் சேட்டின் சித்தி. மெதுவாக அங்கே போய் உளவு கண்டு வா," என்று யுதாமன்யுவிடம் குந்திபோஜன் சொன்னான்.

சுயோதனன் சொன்னான், "மொத்தமாக ஸனகாதிகள் கையில் ராஜ்யம் வந்தால், முதலாளிகள் மாத்திரமில்லை, எல்லோரும் சுகப்படுவார்கள் என்ற ரீதியில் ஜனசபையில் பேசவேண்டும். இந்த மாதிரிக் கொள்கை விஷயமாக ஒற்றுமையில்லாமல் தான் சந்திராதிகள் வீணாகிறார்கள். நாம் ஜாக்கிரதையாக இருக்க வேண்டும்."

கூட்டம் கலைந்த பின்பு, சகுனிதாஸூம் பீம்ஸிங்கும் ஒரு பக்கமாக ஒதுங்கினார்கள்.

"ஏதாவது ருசு கிடைத்ததா?"

"இல்லை. நான் சொல்வதுபோல் அதற்கு ஒரு வழிதான் - மகேந்திரவர்மன்."

சகுனிதாஸ் அவனை அர்த்தபுஷ்டியுடன் பார்த்தான்.

“ரொம்ப வக்கிரமான வழியாக இருக்கிறதேயென்று பார்த்தேன்.”

“வேறு வழியில்லை.”

“யோசித்துப் பார்க்கிறேன்.”

★★★

பீம்ஸிங் நகர்ந்தான். அப்போது ஒரு மலையே பெயர்ந்து நகர்வதுபோலிருந்தது. அதுவும் வெறும் மலையில்லை - எரிமலை. அவனைப் பார்த்தாலே உள்ளே வெடிமருந்து புகைந்து, வெடிப்பதற்குத் தயாராக இருப்பதுபோல் ஒரு பிரமை உண்டாகும். கால்களை அகற்றிக்கொண்டு அவன் வீர்வீரென்று நடக்கும்போது நினைத்ததைச் சாதிப்பவன் என்று தெரியும். அவன் போவதையே கவனித்துக்கொண்டிருந்த சகுனிதாஸும் அப்போது அப்படித்தான் எண்ணினான்.

பீம்ஸிங் வீட்டிற்குள் நுழைந்ததும் வலிமையே உருவான ஒரு வடிவம் வேகமாக வருவதுபோல் தோன்றிற்று. அவனிடமிருந்த இந்த ஆகர்ஷிக்கும் சக்தி ஆண்களையே ஒரு காந்தம்போல ஈர்த்ததென்றால் பெண்களைப் பற்றிக் கேட்க வேண்டுமா? நர்மதாவோ அம்மலையைச் சுற்றி அணைக்கும் சிற்றாறு போலச் சிறுகு முறுகு என்று இருப்பாள். சலசலவென்று ஓடும் ஜலத்தைப் போல ஒரு சிரிப்பு; மருளும் விழிகள். பீம்ஸிங் முகமோ கரடுமுரடானது. கன்னச் சதைகள் தொன்னைகள் போல் தொங்கும்.

“இவனுக்கு எப்படி ‘ஸ்திரீலோலன்’ என்று பெயர் வந்தது. இவனைக் கண்டு எந்தப் பெண் மயங்குவாள்?” என்று நகுல் சேட்டை, சௌதாமினி கேட்பதுண்டு. பதிலுக்கு அவன், “என்னைப் பார்த்த பிறகு கூட நீ ஓடிப்போகாமல் மணையில் உட்கார்ந்தாய் அல்லவா” என்று சிரிப்பது வழக்கம்.

இதைப் பற்றியெல்லாம் நர்மதா என்ன நினைக்கிறாள் என்று அறிய சந்திரப்பிரஸ்தத்தில் பல பேர்களுக்கு ஆவல். ஆனால் அவள் வாய் திறக்கும் வழக்கமே கிடையாது. கணவனுக்குச்

சேவை; மற்ற சமயங்களில் பூஜை. இவை இரண்டையும் அவள் விரதமாகக் கொண்டிருந்தாள். முகத்தைப் பார்த்தே அவள் யோக நிஷ்டையில் இருப்பதைச் சொல்லிவிடலாம். எப்போதும் எங்கோ நினைவாக இருப்பது மாதிரி கண்களில் ஒரு தூரப் பார்வை. அவை இந்த ஜகத்தையே பார்க்கவில்லை. ஆதாரமில்லாத அந்தப் பரந்த வெளியில் - ஜோதி மயமாக ஜ்வலிக்கும் -

"எங்கே புறப்பட்டுக்கொண்டிருக்கிறாய்" என்று பீம்ஸிங் கேட்டான்.

எங்கேயோ போயிருந்த நர்மதாவின் நினைவு திரும்பிப் பூவுலகத்திற்கு வந்தது. "குன்றுத் தோட்டம் போகிறேன். இப்போதுதான் பூஜையை முடித்தேன். குருவைத் தரிசனம் செய்யலாமென்று நினைத்தேன். மேலும் இன்று சக்கரைப் பொங்கல் நைவேத்தியம். குருவுக்குப் பிரியமானதாயிற்றே என்று எடுத்துச் செல்லுகிறேன்."

பீம்ஸிங் தான் அப்போதுதான் அங்கே போய்விட்டு வரும் சங்கதியை அவளிடம் சொல்லவில்லை. பேசாமல் அவனுக்கென்று ஒதுப்புறமாக வெராந்தாவில் அமைக்கப்பட்டிருந்த அறைக்குச் சென்றான். அவளும் அவனைப் பின்தொடர்ந்தாள். அந்த அறை பீம்ஸிங்குடையது என்று தன்னைத்தானாகப் பறைசாற்றிக் கொண்டது. அகலமான ஒரு நாற்காலி. அதில் உட்கார்ந்தால் ஆழத்தில் அழுத்திவிடும் திண்டுகள். சுவரோரமாக ஒரு நீண்ட சோஃபா; உயரே உத்தரத்தைத் தொடும் அளவிற்குப் புத்தக அலமாரிகள். குறுக்கே அறையை அடைத்துக்கொண்டு ஒரு மேஜை. ஆமாம். சந்தேகமில்லை. அது அவனுடைய அறை.

தேயிலைக் கூஜா, கோப்பைகளுடன் ஒரு வேலையாள் உள்ளே வந்தான். பீம்ஸிங்குக்கு அதிக ஆகாரம் கிடையாது. எடை குறையவேண்டுமென்று டாக்டர் சொல்லி இருந்ததால் பழம், தேநீர், காப்பி, இத்துடன் சரி. பீம்ஸிங் உட்கார்ந்து கொண்டான். நர்மதா மிக்க கருத்துடன் அவனுக்குத் தேநீரைக் கோப்பையில் ஊற்றிக் கொடுத்தாள். "நீ புறப்படேன்," என்றான். அவளும்

தலையை அசைத்தபடி மெல்ல அவ்விடத்தை விட்டுச் சென்றாள்.

பீம்ஸிங் சிகரெட்டை எடுத்து ஊதினான். அவன் எப்போதும் 'சார்மினார்' தான் குடிப்பான். அதாவது லட்சாதிப்பிரபு ஒரு பாமரனைப்போல மட்டரகச் சிகரெட்டைக் குடித்தால் அது போற்றத்தக்கதல்லவா? பிறகு குருவிற்கும் தனக்கும் நடந்த சம்பாஷணையைப் பற்றி நினைத்துப் பார்த்துக் கொண்டான்.

"பரிட்சித்து மகாராஜன் மாம்பழத்தைக் கடித்தவுடன் ஒரு புழு தெரிந்தது. பிறகு கண நேரத்தில் அது பாம்பாக மாறிவிட்டது," அதுபோல சக்திதாஸின் சிறு பிழை இப்போது பூதமாக வளர்ந்துவிட்டது," என்றான் பீம்ஸிங்.

"ஏன்? நீ பூதக்கண்ணாடி போட்டுக்கொண்டிருக்கிறாயா?" என்று குரு கேட்டார்.

"நானில்லை; மற்றவர்கள் - ஜனசபையோர் - ஸனகாதிகள் - இத்தியாதி போட்டுக்கொண்டிருக்கிறார்கள். அதிருக்கட்டும். உங்கள் தூரதிருஷ்டிக் கண்ணாடி என்ன சொல்லுகிறது?"

குரு கொஞ்சநேரம் சும்மா இருந்தார். பிறகு சொன்னார். "இந்தக் குழப்பத்திற்கு ஓர் அழகான முடிவு கிடையாது. காரணம் நீங்கள். ஒருவரும் அதை விரும்பவில்லை."

"ரொம்ப சரி. சுக்குத் தவிடுபொடி ஆகப்போகிறது."

"எது?"

"இப்போதைய சர்க்கார், இப்படிக் கழுத்தை நீட்டினால், சனகாதிகள் விளாசு விளாசு என்று வாங்காமல் இருப்பார்களா?"

"அதெப்படி முடியும்?"

"ஏன் முடியாது? சந்திராதிகள் மேல் குற்றம் சாட்ட எத்தனை நாழிகை ஆகும்? மகேந்திரவர்மன், தர்மராஜு, விதுரன் - யாரை வேண்டுமானாலும் அலசி எடுக்கலாம்."

"விதுரனைக் கூடவா? அவன் ஒரு மகாரிஷி ஆயிற்றே!"

"ஆமாம். அவன் என்னமோ நேமமும் நிஷ்டையுமாகத்தானிருக்கிறான். பால்தான் சாப்பிடுவான். மாமிசத்தைத் தொடமாட்டான். பேசினால் வாயில் சாத்விஷயம்தான் வரும். ஆனால் அவன் தம்பி ஒரு பெரிய பிசினெசு வைத்து லட்சக்கணக்காகச் சம்பாதிக்கிறான். அவன் மென்னியைப் பிடிக்க ஸனகாதிகள் அங்கே ஆதாரங்களைத் தேடுகிறார்கள்."

தான் சொன்னதெல்லாவற்றையும் நினைத்து, பீம்ஸிங் மனதிற்குள் சிரித்துக்கொண்டான். அந்த விசேஷ மனிதர் எல்லாவற்றையும் தர்மராஜுவிடம் சொல்லுவார். விசேஷ மனிதர் என்றுதான் சொல்ல முடியும். வேறு அவரைச் சுவாமிகள் என்றோ, குருஜி என்றோ, யோகிகள் என்றோ சொல்வதற்கில்லை. விந்தை மனிதர்தான். பீம்ஸிங் நாஸ்திகன் அல்ல. ஆனால் அவனை ஆஸ்திகன் என்றும் சொல்ல முடியாது. சிற்சில சமயங்களில் அவன் தொழிற்சாலைகளில் பூஜைகள் நடக்கும். யக்ஞங்கள் செய்யப்படும். ஒருமுறை ஐந்து கிரகங்கள் ஒன்றுசேர்ந்தன. அப்போது தேசத்திற்கே பெரும் ஆபத்து வரப்போவதாகவும், சந்திரப் பிரஸ்தமே பூகம்பத்தில் அழிந்துபோகலாமென்றும் குரு அவதார் ஸிங் அபிப்பிராயப்பட்டார். அவ்விதமான பெரும் துன்பத்தைத் தடுக்கச் சந்திரபாகா தீரத்தில் அவனே ஒரு மகா யக்ஞத்தைத் தொடங்கி வைத்ததுண்டு. பீம்ஸிங் தன் கைமுஷ்டியைக் குழலாக உபயோகித்துச் சுருட்டுப் புகையை இழுத்து உறிஞ்சினான். இந்தக் குருவின் யோசனைதான் என்ன? எதற்காக எல்லோரையும் இப்படிச் சொக்கட்டான் ஆடுகிறார். என்னவானாலும் அவனை - பீம்ஸிங்கை - ஏமாற்ற முடியாது. குருவிடம் அவனுக்கு எத்தனை மதிப்பு இருந்த போதிலும் தன் பிசினெசு விஷயமாக யோசனை கேட்கும் வழக்கமில்லை. அத்தனை தூரத்திற்கு அவனுக்குப் புத்தி மந்தமாகப் போகவில்லை.

குருவிடம் மிகவும் நெருக்கமாகப் பழகுவது அவனுக்கே ஆபத்து என்பதை பீம்ஸிங் உணர்வான். இத்தனை வருடங்களாகக் குரு கிருஷ்ண அவதார் ஸிங்குக்கு அந்தரங்க காரியதரிசியின் பணியை ஆற்றிவந்தவர்களைப் பற்றி அவன் சிந்தனை செய்தான்.

பாலத்துமாரியன், சீனிவாசாசாரி , குர்ஜார்லால் - எல்லோருமே ஒரு மாதிரியாகிவிட்டார்கள். அதாவது உள்ளம் பகுதி பகுதியாகப் பிரிக்கப்பட்ட, தூளாகி நாசமடைந்துவிட்டார்கள். இது எப்படி நடந்தது என்ற மர்மத்தை அவனால் துப்புத் துலக்க முடியவில்லை. உண்மை என்னமோ இதுதான். குருவுக்கு அந்தரங்கக் காரியதரிசியாக இருந்து உதவுகிறவன், அவருக்கே எல்லாவற்றையும் அர்ப்பணம் செய்வதாலோ என்னமோ உள்ளம் காய்ந்தவனாகிவிடுகிறான். அல்லது இத்தனை சமீபத்தில் இருப்பதால், குருவின் யோகத்தீ அவனைச் சுட்டுச் சாம்பலாக்கிவிடுகிறதோ என்னமோ? குருவோடு ரொம்ப நெருங்கிப் பழகிவரும் அந்தரங்கக் காரியதரிசி என்பவனுக்கு நாளடைவில் ஒரு உப்புஸம் தோன்றுவது இயற்கை. அவன் சொத்து, சுவதந்திரம், பெண்டாட்டி, குழந்தைகள் என்று விட்டுவிட்டு, குருவே கதியென்று பக்தியுடன் பணியாற்றிய நாட்கள் போய் , கொஞ்சம் கொஞ்சமாகத் தானே குருவின் சக்திகளால் இயங்கும் நிலைமைக்கு வந்துவிடுகிறான். அப்போது பார்க்க வேண்டும் அவனுடைய வீக்கத்தை. குருவே அடக்கி ஆளும் அளவுக்கு அது பெருத்துவிடும். அப்புறம்தான் அந்தச் சம்பவமுண்டாகும். ஒவ்வொரு தடவையும் பீம்ஸிங் கவனித்து வந்திருக்கிறான். ஊதி உப்பின காரியதரிசி திடீரென்று உருத்தெரியாமல் வடிந்து, உருகி மறைந்துவிடுவான். அந்த விந்தை மனிதர் என்னதான் செய்வாரோ - ஆனால் மனுஷன் அவர் கையில் அகப்பட்டால் அப்புறம் நசித்துத்தான் போக வேண்டும்.

இதற்குள் நர்மதா குருவின் இருப்பிடத்தை அடைந்தாள். மெல்லிய அன்ன நடை. அடிமேல் அடிவைத்து அவள் நடந்து வந்தபோது, கிண், கிண் என்று பாதசரம் சலசலத்தது. குரு கிருஷ்ண அவதார்ஸிங் மனதில் ஏதோ ஒன்று பளிச்சிட்டது. நர்மதா கைகூப்பித் தலைவணங்கினாள். அவளுக்குத் தெரியும், தரையில் விழுந்து சேவிக்கும் பாணி அவருக்குப் பிடிக்காது என்று. அழகின் சின்னமான அவள் ஸீமந்தத்தின் குங்குமக் கீற்றிலிருந்து செம்பொறி வீசிற்று. அவள் பிரசாதத்தை அவர் கையில் கொடுத்தாள்.

"பூஜை முடிந்ததா?"

"ஊம் கண்களைத் தாழ்த்தியபடி அவள் ஒய்யாரமாக நின்றாள் - பராசக்தி பார்வதி தேவியின் கரணத்தில். இருவரும் சற்று நேரம் மௌனமாக இருந்தார்கள்.

அவருக்கு வெகு நாட்களாக நர்மதாவின் விஷயம் தெரியும். பெண் ஆணின் பாராட்டை எதிர்பார்க்கிறாள்.

தன்னை ஒருவன் பாராட்டி மிகைப்படுத்திக் கொண்டாட வேண்டுமென்று அவள் ஆசைப்படுகிறாள். இது கிடைக்காததினால் நர்மதா பூஜை செய்யும் பழக்கத்தைக் கைக்கொண்டாள். பூஜை என்றால் தன்னை அலங்காரம் செய்து கொண்டு பூஜை அறையில் தியானத்தில் உட்காருவதுதான். அந்த அறையும் அலங்கார அறை - அவள் வீற்றிருப்பதும் அலங்காரக் கொலு. கண்களைத் திறக்கும்போதெல்லாம் எதிரே கண்ணாடியில் தோன்றும் தன் பிம்பத்தைக் கண்டு அவள் ஆனந்தப்படுவாள்; மகிழ்வாள். தானேதான் அந்தத் தேவியோ என்று கூட வியப்புறுவாள். சிலசமயம் பாடுவாள், மற்ற சமயங்களில் ஆனந்தக் கூடத்தில் திகழ்வாள். தேவியே தன்னுடன் வார்த்தையாடுவது போலக் கனவு காணுவாள்.

நர்மதா முகத்தில் ஒருவித தெய்விக ஒளி மின்னிற்று. "சுவாமி, ஒரு ஆசை; மாட்டேன் என்று சொல்லக்கூடாது."

"என்ன?"

"ஆகட்டுமென்று உறுதி கூறுங்கள். அப்புறம் சொல்லுகிறேன்."

"அம்மா, இன்று என்னமோ உன்னைப் பார்த்தவுடனேயே என் மனதில் ஒன்று தோன்றிவிட்டது. நீ கேட்டதைக் கொடுப்பது என்று நிச்சயித்துவிட்டேன்."

நர்மதா பூரிப்புடன் அவரைப் பார்த்தாள். "குரு உங்களுக்குத்தான் தெரியுமே. தேவி உபாசனை செய்ய வேண்டுமென்று எனக்கு ஆசை. அதுவும் எதற்காக என்று நீங்கள் அறிவீர்கள்."

அவர் தலையை அசைத்தார். பிறகு, "உள்ளே வா" என்று சமிக்ஞை செய்துவிட்டுப் படுதாவைத் தள்ளிக்கொண்டு மறைந்தார்.

நர்மதா உள்ளே போனதும் அவர் முகத்தில் ஒளிவீசிய ஜோதியைக் கண்டு திகைத்துவிட்டாள். பால சந்நியாசியைப் போல மெருகுடன் பிரகாசித்தது குருவின் முகம். உண்மையில் முண்டனம் செய்திருந்தால் அவரை ஸ்ரீ ஆதி சங்கரரின் மறு அவதாரம் என்று நினைத்து விடலாம். அந்த பிம்பத்தில் அத்தனை பொலிவு - சக்தியுடன் கலந்து குழைந்த அப்படியொரு கருணை. தாருகாவனத்தில் ரிஷிபத்தினிகளை மயக்கிய பால சிவனின் அதே ஆகர்ஷிக்கும் தோற்றம். நர்மதா கண் கொட்டாமல் அவரையே ஆவலுடன் நோக்கினாள்.

"வா, இப்படி அருகில் வா," என்றார் அவர். பிறகு புன்னகையுடன், "பீஜ மந்திரத்தை உபதேசிக்கப்போகிறேன். உன் அந்தரங்க இச்சை என்னது?" என்று கேட்டார்.

"என் கணவருக்குத் தன்னைப்போலில்லை என்ற கர்வம் அதிகம். நான் சித்தி அடைய வேண்டுமானால் அவரை அடக்கியாள நான் சக்தி பெறவேண்டும்," என்றாள் நர்மதா.

அவர் ஒரு பட்டுத் துண்டை எடுத்து அவள் முகத்தை மூடினார். பிறகு தன் வாயை அவள் காதோடு சேர்த்து வைத்துக் கொண்டு, சௌந்தர்யலகரியின் முப்பதாவது சுலோகத்தைச் சொல்லி, பீஜாட்சரத்தை உச்சரித்து, யந்திரம் அச்சிட்ட ஒரு தங்கத் தகட்டைக் கையில் கொடுத்தார். "நாற்பத்தைந்து நாட்களுக்கு இந்த சுலோகத்தைத் தினம் ஆயிரம் முறை சொல்லி, தங்கத் தகட்டைப் பூஜையில் வைத்து ஆராதித்தாயானால், உன் காரியம் சித்தி அடையும்," என்று ஆசீர்வாதம் செய்தார்.

நர்மதாவுக்குச் சந்தோஷம் தாங்கவில்லை. பீம்ஸிங் தலை ஆடும் போலிருக்கிறதே!

★★★

பீம்ஸிங் மற்றுமொரு 'சார்மினாரைப்' பற்ற வைத்தான். அவனுடைய சாமர்த்தியத்தை அவனே மெச்சிக்கொண்டான். எல்லோரும் போவதுபோல, அவனும் குருவிடம் சென்று மரியாதை செலுத்தி வந்தான். ஆனால் மற்றவர்களைப் போல அதிகமாக நெருங்கிப் பழகாமல், தந்திரமாகக் காரியத்தை மாத்திரம் சாதித்துக் கொண்டான். சொல்லப்போனால்...

அந்தச் சமயத்தில் அவன் அறைக் கதவை யாரோ தட்டினார்கள்.

யாரது?

உள்ளே ஒரு இளைஞன் நுழைந்தான்.

"யார் நீ? என்ன வேண்டும்?"

உத்தர் குமார் தைரியமாகக் காலை வீசிவைத்து உள்ளே வந்தான். தொடைகளுடன் ஒட்டிய சராய் பூப்போட்ட புஷ்கோட்டு. ஆனால் நடையில் ஒரு மிடுக்கு; கண்களில் அலட்சியம்.

"யார் உன்னை உள்ளே விட்டது?"

"விமலா."

"யார்?"

"அவளேதான், உங்கள் பெண் விமலா."

"எதற்காக நீ இப்போது இங்கு வந்தாய்."

"உங்கள் பெண்ணை மணந்துகொள்ள விரும்புகிறேன்."

"என்ன? நீயா? பார்த்தால் ஹோட்டலில் பாப் சங்கீதம் வாசிப்பவன் மாதிரி இருக்கிறதே,"

"அப்படித்தான் வைத்துக்கொள்ளுங்களேன்."

"கெட் அவுட்!"

"அப்படியானால் உங்கள் சம்மதம் பெற முடியாதோ!"

"நீ ஊகித்தது சரி. கெட் அவுட்."

உத்தர்குமார் சராய் ஜேப்பில் கைகளை இட்டவாறு மெதுவாகச் சிரித்தான்.

"போ வெளியே."

"கொஞ்சம் நிதானித்துப் பேசும்."

"போறயா இல்லையா? இந்தக் கிருதுப் பேச்செல்லாம் வேண்டாம்."

உத்தர் குமார் ஜேப்பிலிருந்து ஒரு பேப்பரை எடுத்து அவனிடம் நீட்டினான். "உங்கள் பெண்ணுக்கும் எனக்கும் மணமாகி ஒரு மாதமாகிறது. இதோ இந்த ரெஜிஸ்டர் பேப்பரைப் பாருங்கள்."

"விமலா... பீம்ஸிங் உரக்கக் கத்தினான். ஆனால் அவ்வளவு சத்தம் போட வேண்டிய அவசியமில்லை. திரைக்குப் பின்னால் இருந்த அந்தப் பெண், "என்னப்பா?" என்று சொல்லிக்கொண்டு உடனே பிரசன்னமானாள்.

"இவன் உன் கணவனா?" பீம்ஸிங் முகத்தில் எள்ளும் கொள்ளும் வெடித்தது.

"ஆமாம் அப்பா," அந்தப் பெண் தரையைப் பார்த்தே பதில் சொன்னாள்.

அன்றுதான் மகளை நன்றாகக் கூர்ந்து கவனித்தான், அவன். இத்தனை அழகாக இருப்பாளா அவன் பெண்? விரஸமான, பெண்களுக்கு ஏற்காத, இந்த குர்த்தா பைஜாமாவை மாட்டிக்கொண்டிருக்காவிட்டால் அவள் இன்னும் ரொம்ப அழகாக இருப்பாள். அவன் தயங்கினான். இருவரையும் சேர்த்து வீட்டைவிட்டு விலக்க நேரம் செல்லாது. ஆனால் தன் ஒரே பெண்ணை - செல்லப் பெண்ணை...

"உன் பெற்றோர் யார்? நீ எங்கே வேலை செய்கிறாய்?" என்று உத்தரைக் கேட்டான்.

“என் தகப்பனார் வியாபார மந்திராலயத்தில் ஒரு அண்டர் செக்ரெட்டரி; பெயர் சக்திதாஸ். நான் ஒரு கல்லூரி மாணவன். கம்யூனிஸ்ட் கட்சியைச் சேர்ந்தவன். விமலாவைக் கல்லூரியில் சந்தித்து நேசித்தேன். உங்கள் சம்மதம் பெறுவது கஷ்டம் என்று தெரிந்துதான் நாங்களாகவே ரிஜிஸ்டர் கல்யாணம் செய்துகொள்ளத் தீர்மானித்தோம்.”

பீம்ஸிங் தலையில் கையை வைத்துக்கொண்டு உட்கார்ந்து போய்விட்டான். ஒருவராலும் தன்னை ஜயிக்க முடியாது என்று இப்போதுதான் சந்தோஷப்பட்டுக்கொண்டான். அதற்குள் இந்த இடி. தன் ஒரே பெண், ஒரு பொதுவுடைமைக் கட்சிக்காரனுக்கு வாழ்க்கைப்பட்டுவிட்டாள். அதுவும் நாளைக்கு எல்லோர் வாயிலும் புகுந்து புறப்படப்போகும் சக்திதாஸ் மகனுக்கு! ஐயோ கண்ணராவியே! எல்லாம் இந்த நர்மதாவால் வந்த வினை. பெண்ணைக் கவனிக்காமல் தேவி, பூஜை, நைவேத்தியம், ஸ்வாமிகள் என்று பயித்தியம் பிடித்து அலைந்ததால் இப்படி அகப்பட்டுக் கொண்டு விட்டோம். எங்கே அவள்? “நர்மதா!” என்று கர்ஜித்தான் பீம்ஸிங்.

“அம்மா இங்கே இல்லை. ஒருவேளை ‘சாரதா ஆன்டி’ வீட்டுக்குப் போயிருக்கிறாளோ என்னமோ” என்றாள் விமலா.

அதைக் கேட்டவுடன் நெருப்பைக் கண்ட சிம்மம் போல் அவன் அடங்கிவிட்டான். சாரதா அவனுடைய தற்போதைய ‘சினேகிதி.’ பிம்ஸிங் விருப்பப்படி நர்மதா அவனுடைய அந்தந்த சினேகிதிகளுடன் பழகி வருவது வழக்கம். ‘அவளு’டன் நர்மதா தோழிபோல் பழகுவாள். அதாவது இருவரும் சேர்ந்து கடைகண்ணிகளுக்குப் போவார்கள். வீட்டிலுள்ள சாமான் சஜ்ஜாக்களை அடுக்கி வைப்பார்கள், சமையல் வகையறா, புடவை என்று பேசுவார்கள். அடிக்கடி மத்தியான சமயங்களில் பீம்ஸிங் தன் தோழிகளைப் பெருக்கும் காரியத்தில் முனைந் திருக்கும் வேளையில், சேர்ந்து சினிமாவுக்கும் போவார்கள்.

விமலா வயது வந்த குழந்தையல்லவா? தகப்பனாருக்கு வந்த கோபம் என்ன மாதிரி என்று கண்டுகொண்டு, அதை

அடக்க இப்படிப் பேசிவிட்டாள். “சாரதா ஆன்டி” என்ற ஒரு வார்த்தையின் அர்த்தம், “நீ மாத்திரமென்ன என்னைக் கவனித்தாயா? அம்மாவை ஏன் பழிக்க வேண்டும்” மென்பதுதான். இந்த ஒலிபரப்பின் தாத்பரியத்தை நன்றாகப் புரிந்துகொண்ட அவன், தன் நாக்கை மடக்கிப் போட்டு விட்டதை உணர்ந்தான். அப்பப்பா! இந்த நாளைய குட்டிகளுக்குத்தான் என்ன சாமர்த்தியம் - என்ன கெட்டிக்காரத்தனம்? பழுத்து வெளிர் மஞ்சளிட்ட சரத்கால இலையைப் போல் இருந்தது அவன் முகம்.

★★★

காந்தாவும் சக்திதாஸும் இரவில் தூங்கிப் பல நாட்கள் ஆகிவிட்டன. விசாரணை சேர்மன் பீஷ்மன் சம்பாவ மனங்கொண்டவன் என்று சோம நாட்டில் மதிக்கப்பட்டவன். ஸனகாதிகள், சந்திராதிகள், கம்யூனிஸ்டுகள் எல்லோரும் அவன் நியாயமாகத்தான் பேசுவான் என்று உறுதியுடன் நம்பியிருந்தார்கள். அவனும் தன்னைப்பற்றி அப்படியே நினைத்திருந்தான். குழுவிலுள்ள மற்ற இருவர்களைப்பற்றிப் பொது அபிப்பிராயம் வேறுவிதம். சஞ்சலராமன் மிகவும் உறுதியற்ற மனப்பான்மை உடையவனாம். சாட்சிகளையோ ருசுக்களையோ ஆராய ஆராய அவனுடைய சமுசயம் மேம்படுமாம். மனவக்கிரனோ எல்லாவற்றையும் வக்கிரமாகப் பார்க்கப்பட்டவன் என்றும் குத்தலாகவோ பொடி வைத்தோ பேசுவான் என்றும் எல்லாரும் சொன்னார்கள். சக்திதாஸ் கவலைப்படாமல் என்ன செய்வான்? குருவிடம் அடிக்கடி சென்றுவந்தான். அவர் சனி ஹோமம் நடத்தச் சொன்னார்.

சனிக்கிழமை தோறும் ஹோமம் செய்து, பூஜை செய்து சனீச்வரனைத் தொழுதார்கள் தம்பதிகள். சாயங்கால வேளையில் சனி கோவிலுக்குச் சென்று அர்ச்சனை செய்வித்தார்கள். எள்ளுச்சாதம் நைவேத்தியம் நடந்தது. இதைத் தவிர சக்திதாஸ் காலை வேளையில் தேவி மகாத்மியம் வாசித்தான். காந்தா லலிதா ஸகஸ்ரநாமம் ஜபித்தாள். சஞ்சலராமன் மனதை உறுதி

செய்யும்படி அம்பாளை வேண்டினாள். ஆனால் சகல தேவர்கள் பலங்களையும் கொண்டு தேவி உதித்தமாதிரி, பல அசுரர்கள் பலங்கொண்டு ஸனகாதிகள் போருக்கு ஆயத்தமானார்கள். அவர்கள் கருத்து என்னவென்றால் விசாரணையைச் சாக்காக வைத்துக்கொண்டு ஒரு ஊழித் தீயையே கிளப்பிவிடுவதென்று. எப்படியாவது இப்போதைய மந்திரிக் குழுவைக் கலைத்துச் சந்திராதிகளை விரட்டித் தாம் பட்டத்திற்கு வரவேண்டுமென்ற துடிப்பு அவர்களுக்குள் அதிகமாகிவிட்டது. இதற்குச் சுயோதனன் தலைமை; பணக்காரர்கள் பக்கபலம் ; சகுனிதாஸ் துணை. மனம் இடிந்து உட்கார்ந்திருந்த சக்திதாஸிடம் உத்தர் வந்தான். இன்னது நடக்கிறது என்று அறியும் முன்னே "பண்ணு நமஸ்காரம்" என்று உத்தர் குரல் கொடுத்தான். அந்தப் பெண்ணும் அவர்கள் பாதங்களைத் தொட்டு வணங்கிற்று. இதென்ன கூத்து? காந்தா அலங்கமலங்க விழித்தாள். சக்திதாஸ் ஒன்றுமே சொல்ல முடியாமல் திகைத்து நின்றான்.

"உங்கள் நாட்டுப்பெண்" என்றான், உத்தர் சுருக்கமாக.

"என்ன?" இருவரும் வாயைப் பிளந்தார்கள்.

"ஆமாம், பீம்ஸிங் பெண்." நறுக்கென்று அச் சொற்கள் காந்தா மனதைச் சுட்டன. விமலாவை ஏறிட்டுப் பார்த்தாள். இதென்ன வேஷம்! குத்தர்பைஜாமா, குதிகால்களை உயர்த்தும் ஜோடு, அழகாய்த்தானிருக்கிறது! உத்தர்குமாருக்கு மூளை புரண்டு விட்டது!

என்னை மதியாத இவளை இங்கே அழைத்துவந்தான். இப்படி பூஜையும் புனஸ்காரமுமாக இருக்கும் அவன் பெற்றோர்கள் இவளை ஏற்பார்கள் என்று எப்படி நினைக்க முடிந்தது? அதுதான் போகட்டுமென்றால் இப்படிச் சொல்லாமல் கொள்ளாமல்... காந்தா முகம் சுண்டிற்று.

"கோடீஸ்வரன் பீம்ஸிங் மகளா?" சக்திதாஸுக்கு நா குழறிற்று.

"ஆமாம், இப்போது கம்யூனிஸ்ட்டு உத்தர்குமாரின் மனைவி" என்றான் பையன்.

"நான் அப்போதே சொன்னேனே அவனை அடக்காவிட்டால் ஆபத்தென்று; இப்படி ஆசார முறைகள் தெரியாத –"

"நீ கவலைப்படாதே அம்மா, விமலா நன்றாகச் சந்தனம் அரைப்பாள்," என்று சிரித்தான் உத்தர். "உன்னுடைய மடிசஞ்சி வாழ்க்கையை நீ விடாமல் நடத்தலாம்." காந்தா முகம் மலரவில்லை. உத்தர் சிரிப்பை நிறுத்திக்கொண்டான்.

"உனக்குப் புரியவில்லையா, அம்மா? எல்லாம் உன்னால் வந்ததுதான். பூஜை, முறை, சம்பிரதாயமென்று சதா அதிலேயே முழுகிக் கிடந்தாயே! எங்கள் விருப்பம், எங்கள் இஷ்டம், எங்கள் ஆசையென்பதைத் துளியாவது நினைத்துப் பார்த்தாயா? அப்படிச் செய்திருந்தாயானால் என் ஆசையை முன்னாலேயே உன்னிடம் சொல்லியிருக்கமாட்டேனா?"

அவன் பேசி முடிக்கும் சமயம் வத்ஸலா உள்ளே வந்தாள். அவள் கொண்டை அலங்காரத்தைப் பார்த்தவுடன் என்றுமில்லாமல் அன்று காந்தாவுக்குப் பகீரென்றது. அப்போதுதான் தன் வாழ்விற்கும் அவ்விளைஞர்கள் வாழ்விற்கும் யாதொரு சம்பந்தமுமில்லை என்பதைக் கண்டுகொண்டாள் போலும்!

மந்திரி மகேந்திரவர்மன் : ஜனசபைக்குக் கொடுத்த வாக்குப்படி விசாரணையை ஜனங்கள் கூடும்படியான ஒரு பொது இடத்தில் நடத்துவது என்று தீர்மானம் ஆயிற்று. அப்படியே திருதராஷ்டிர மண்டபமே இதற்கு ஏற்ற இடமென்று தேர்ந்தெடுக்கப்பட்டது. இது விஷயம் தெரிந்ததிலிருந்து கர்ணாவுக்கு அன்ன ஆகாரமில்லாத காரணத்தினாலோ என்னமோ மலாதிகளும் நின்றுவிட்டன. ஏதோ ஆபீசு போய்வந்தானே தவிர அங்கேயும் ஒருவரையும் பார்க்கவில்லை. அவன் காரியதரிசி ஏதாவது சாக்குச்சொல்லி அவனைப் பேட்டி காண வந்தவர்களைத் திருப்பி அனுப்பிவிடுவான். மீரா பார்த்தாள். அவனுக்குச் சமாதானம் அளிக்கும்படி ஏதாவது செய்ய வேண்டுமென்று தோன்றிற்று.

புரோசனனைப் போய்ப் பார்த்தால் என்ன? அவள் அவன் வீட்டிற்குப் போனாள். ஜாயிண்டு செக்ரெட்டரி மனைவி

வீட்டில் இல்லை. அவன் மாத்திரம்தான் இருந்தான். மீராவைக் கண்டவுடன் புரோசனன் ஆச்சரியப்படவில்லை. வீடு வீடாய்ப் போய்ப் பேசுவது அவளுக்கு ஒரு பொழுதுபோக்கு என்பது அவனுக்குத் தெரியும்.

“உங்களைப்போல் யார் இருப்பார்கள்? இப்படி எத்தனை நாழிகை ஆனாலும் விட்டுக் கொடுக்காமல் அவருடன் உழைக்கிறீர்கள்!” என்றாள் மீரா,

இதுவும் புதிதில்லை. உங்களைப்போல் இல்லையென்று இப்படித் துதி செய்து பேசுவதும் அவளுக்கு ஒரு சுபாவம். இது கர்ணா தம்பதிகளுக்குள்ள தாழ்மை மனோபாவத்தை மறைக்க மீரா கையாளும் ஒரு யுக்தி என்று உத்தியோகஸ்தர்களின் மனைவிகள் தமக்குள் சொல்லிக்கொள்வதுண்டு.

“இல்லை - கவலைப்படுவதற்கு ஒன்றுமில்லை; உங்களை யார் என்ன சொல்லிவிட முடியும் -” என்று இழுத்தாள்.

புரோசனனுக்குத் திடுக்கிட்டது. இதேது? இவள் எதையாவது கிளப்பிவிட வந்திருக்கிறாளா என்ன? ஆனால் அவள் அடுத்ததாகச் சொன்ன வார்த்தைகள் அவனைச் சமாதானம் செய்தன.

“இதே வார்த்தைகளைத்தான் நான் அவருக்கும் சொன்னேன். சக்திதாஸ் செய்த தவறுக்கு நீங்கள் என்ன செய்ய முடியும் என்றேன். ஆனால் அவருக்கு நம் கடமையை நாம் சரிவரச் செய்தோமோ என்று யோசனை வந்துவிட்டது. இன்னும் இதைவிடச் செவ்வையாகச் சொல்ல யாரால் முடியும்? நீங்களே சொல்லுங்கள். அவர்மேல் யாரேனும் ஏதாவது குற்றம் சொல்ல முடியுமா?”

‘முடியாது’ என்பதுபோல புரோசனன் தலையை ஆட்டினான். இப்போது அவனுக்கு விஷயம் விளங்கிவிட்டது. இவள் அவனை மாட்டி வைக்க வரவில்லை. எப்போதும்போல வழவழ கொழகொழவென்று பேசி யாராவது கர்ணாவைச் சம்சயிக்கிறார்களாவென்று வேவு பார்த்துப்போக வந்திருக்கிறாள்.

'எனக்கு ஒன்றும் தெரியாது; ஆனால் சக்திதாஸ் என்னைப் பழிக்கிறான்' என்று சொல்ல வாயெடுத்தவன் தான், பிழைத்தான். அப்படிச் சொல்லியிருந்தால், மீரா எத்தனை சந்தோஷப்பட்டிருப்பாள்? இப்பவும் இவளை நம்புவதற்கில்லை. கணவன் கீழ் வேலை பார்ப்பவர்களைப் பாராட்டித் துதி செய்கிறவளை எப்படி நம்புவது? தாழ்மை மனப்பான்மை இருப்பவர்களிடம் அனுதாபம் காட்டினால் அனர்த்தமாக முடியும். புரோசனன் மிக்க ஜாக்கிரதையாகப் பேசினான். மீராவும் அவனைத் துதித்துக்கொண்டே போனாள். கடைசியில் செக்ரெட்டரி கர்ணாவைப்போல் கிடையாதென்றும், ஆலயத்தில் அவனிடம் எல்லோரும் நம்பிக்கையும் விசுவாசமும் வைத்திருக்கிறார்களென்றும் புரோசனன் ஒப்புக்கொள்ள வேண்டியதாயிற்று.

இது விஷயத்தை உடனே சென்று மீரா கர்ணாவிடம் அறிவித்தாள். "நீங்கள்தான் இப்படி யார் என்ன நினைப்பார்களோவென்று ஏங்குகிறீர்கள். மந்திரியாலயத்தில் உங்களைப்பற்றி அப்படியொரு நம்பிக்கையாமே! புரோசனன் சொன்னான்" என்றாள்.

"அப்படியா?" கர்ணா மனைவியை ஆவலுடன் குறுக்கு விசாரணை செய்து நடந்த சம்பாஷணை யாவையும் கிரகித்துக் கொண்டான். அவன் மனம் சற்று அமைதி கொண்டது.

அனுசாஸன பர்வம்

அந்த வருஷம் அகில உலக பாங்கு மகாநாடு அங்கத்தினர்களுக்கு மந்திரி மகேந்திரவர்மன் "பாண்டவ அரண்மனை" என்னும் பெரிய ஹோட்டலில் விருந்தளித்தான். அப்போது அந்த இடத்தில் சோம நாட்டின் மந்திரிகளையும் ராஜ தந்திரிகளையும், தொழிலதிபர்களையும், மற்றும் தலைநகரத்தின் வான்மீன்களையும் பார்க்க முடிந்தது!

'பாண்டவ அரண்மனை' வயன் என்னும் அண்ணன் நாட்டுச் சிற்பாசாரி இயற்றியது. அது மற்ற பிரபல சோம நாட்டுக் கட்டடங்களைப் போலப் புதியதும் பழையதுமாகக் கலந்து அமையவில்லை. முற்றிலும் புது நாகரிகமானது. வெளியே இருந்து பார்த்தால் அது சாக்கலேட்டு டப்பி எழும்பி நிற்பது போல இருக்கும். அதாவது நீளமாகவும் தட்டையாகவும் காணும். உயரம், அண்ணன் நாட்டு வானளாவிய கட்டடங்களை ஒத்திருந்தது. உள்ளே மெருகு படைத்த ஒழுங்கைக் காணலாம். நீர் வீழ்ச்சிகள், முற்றங்களுக்குள் தோட்டங்கள், சுவர்கள் மீதே சித்திரங்கள் என்று அலங்காரங்களுக்குத் திரவியங்களிலிருந்து, வானவிமானங்கள் வரையில் அங்கே வாங்கலாம். ஆடை ஆபரணங்கள் விதவிதமாகக் காட்சியளித்தன. அலங்கார விடுதிகள் தம் சிறப்புக்களைப் பறைசாற்றின. மலையாளப்

பிழிச்சல், உனானி வைத்தியம், டர்கிஷ்பாத் என்று பலவகைச் சௌகரியங்களை அங்கே அடையலாம். அண்ணன் நாட்டு அதிசயங்கள் பலவற்றையும் அங்கே காணக்கூடும்.

இந்த பூலோக அமராவதிக்கு காரில் வந்து இறங்கினான் விதுரன். உயர்தர மல்லில் பஞ்சகச்ச வேஷ்டி - தலையில் அர்த்த சந்திர பாணியில் - சந்திரன் குல்லா. சந்திராதிகளில் அவன் ஒருத்தன்தான் அப்படியொரு நேம நிஷ்டையுடன் இருப்பவன். சதா பூஜை புனஸ்காரமென்று தேவி உபாசனை செய்பவன். பால் பழமென்று சாத்விக உணவுதான் சாப்பிடுவான். இவ்வித வாழ்க்கையே தகுதியானது என்று அவன் திடமுடன் நம்பினான்.

“சேர்க்கை மனிதனுக்கு அவசியமில்லை என்று நினைக்கிறேன். உங்கள் அபிப்பிராயமென்ன?” என்று அவன் ஒருமுறை குருகிருஷ்ண அவதாரைக் கேட்டான்.

“கலவி மனிதனை உயர்த்துகிறது; அது அவனுடைய கடமை என்று கூடச் சொல்லுவேன். சமூகத்தில், கசப்பு, பொறாமை, அசூயை, ஆசாபங்கம், மூளைக் கோளாறான கருமாரி முதலிய வியாதி, இவையாவும் போகவேண்டுமானால், மனிதர் கவலையில்லாமல் காதல் புரியவேண்டும்.” குரு சொன்ன இந்தப் பதிலை விதுரன் ரசிக்கவில்லை.

கூட்டத்தில் கலந்துகொண்ட விதுரன், புரோசனனை ஒரு பக்கமாக அழைத்துச் சென்று பேசியதை ஒருவரும் கவனிக்கவில்லை. சாதாரணமாக ஒரு ஆலயத்து மந்திரி மற்றொரு ஆலயத்து உத்தியோகஸ்தர்களுடன் பேசுவது செக்ரெட்டேரியட் முறையில்லை. ஆனால் இது ஒரு விருந்து. யார் யாருடன் சேர்ந்தால் என்ன? அந்த ரீதியில் அங்கே பலவித நூதனமான சந்திப்புகள் நேர்ந்தன. அரசாங்கத்தைச் சம்பந்தப்பட்ட பல யோசனைகள், பொருளாதாரத் திட்டங்கள், தொழிற்சாலை இயக்கங்கள் - என்பதிலிருந்து உத்தியோகஸ்தர்கள் மாற்றம், சில்லறை சிபாரிசு வரையில் சந்திரப்பிரஸ்தத்தில் இவ்வித விருந்துகளில்தான் தீர்ப்பாகும். சலசலவென்று மதுபான தம்ளர்கள் ஓசைப்பட, கலகலவென்ற பேச்சுக்கு இடையே

பல முக்கியமான தீர்ப்புகள் உருப்பெறும்.

நாலாபக்கமும் கண்ணோடும் நகுல் சேட் விதுரனுடன் புரோசனன் பேசுவதைப் பார்த்து விட்டான். ஆனால் அவன் அங்கே வந்து சேருவதற்குள் புரோசனன் நழுவிக்கொண்டான். அதே சமயத்தில் மேனகா பெஹனும் அங்கே வந்து சேர்ந்தாள்.

“ஒரு தம்ளர் பழச்சாறு பிழிந்து கொண்டு வரச் சொல்லட்டுமா?” என்று அவள் விதுரனைக் கேட்டாள்.

நகுல் சேட் தன்னுடைய சாராய கிளாஸை ஒரு பொல்லாச் சிரிப்புடன் பார்த்தான். பிறகு “யோகியும் போகியும்,” என்றான். யோகியான அந்த மந்திரி அவனைக் கடிந்துகொள்ளுவது போலப் பார்த்தான். ஆனால் நகுல் சேட் விட்டால்தானே! “நீங்கள் இந்தப் பச்சை முந்திரிப்பழச் சாற்றைக் குடித்தால் அல்லவா அதன் இன்பம் தெரியும்?” என்றான்.

“ஐந்து புலன்களை வெல்லும் இன்பம் அதிலுண்டாகுமா?” என்று விதுரன் கேட்டான்.

“அப்படியா? பெண்களின் கொச்சைப் பேச்சைக் கேட்டுங்க கூட–” விதுரன் அவசரமாக மேனகாவைத் திரும்பிப் பார்த்தான். அவள் அந்தக் குறிப்பை அறிந்துகொண்டு அப்புறமாக ஒதுங்கினாள்.

“இதோ பார் சேட்ஜீ, பெண்களை வைத்துக்கொண்டு இப்படியெல்லாம் பேசாதே,” என்று விதுரன் அவனைக் கடிந்துகொண்டான்.

“ஓ... நான் அவர்களால் நமக்கு அல்லல் போய் இன்பம் கிடைக்குமென்றுதானே சொன்னேன். சொல்லுங்கள். மாதரின்பம் போல வேறொன்று இவ்வுலகில் உண்டா?”

விதுரன் - “எனக்கு அந்த அனுபவமில்லை. தெரியாது.”

“அப்போது உங்கள் இச்சைகளை நீங்கள் எப்படிப் பூர்த்தி...” விதுரன் அவனை முறைத்துப் பார்த்தான்.

“காதலினாலே மனிதனுக்குக் கவிதை, கலை, சங்கீதமென்ற ஆர்வங்கள் உண்டாகின்றன. கொஞ்சும் மாதர் தாமே குண்டலினி சக்தி!”

இந்தத் தடவை விதுரனுக்குக் கோபமே வந்து விட்டது. “வீணாகத் தேவியின் பெயரை உன் ஆபாசப் பேச்சில் இழுக்க வேண்டா” மென்றான்.

ஓகோ! விதுரன் தந்திரமென்னும் சாத்திரத்தைச் சற்று மிகையாகவே பழகி வருகிறான் என்று ஜனங்கள் சொல்லுவது சரியோ. சாக்தமென்பது மிக்க ரகசியமான வழி அல்லவா?

அந்தச் சமயத்தில் பிரதம மந்திரி வந்துவிட்டாரென்ற செய்தி அறை எங்கும் பரவி, அவர்கள் காதிற்கும் எட்டிற்று. நகுல் சேட்டை விட்டு விலகிக்கொள்ள விதுரனுக்கு நல்லதொரு வாய்ப்புக் கிடைத்தது.

மீரா சுற்றிச் சுற்றி வந்து எல்லோரிடமும் அவரவர்களைத் துதிக்கும் பாணியில் பேசினாள். அவளுடைய கொழ கொழப்பான பேச்சைக் கேட்டு நகைக்காதவர்கள் இல்லை. அப்போது பெண்கள் சிலர் கும்பலாக ஒருபுறம் நிற்பதைக் கண்டு குதூகலத்துடன் வம்பு பேச அங்கே சென்றாள்.

“நீ ஸூப்பர் மார்க்கெட்டுக்குப் போகும் வழக்கமுண்டா?” என்று அவள் சௌதாமினியைக் கேட்டாள்.

“தேவையில்லாத சாமான்களை வாங்கவேண்டாமென்று இவர் சொல்லுகிறார். ஸூப்பர் மார்க்கெட்டு ஏற்பட்ட பிறகு லாபமென்னும் எண்ணத்தில் நாம் தேவையில்லாத சாமான்களை அதிகம் வாங்குகிறோமாம்.” சௌதாமினி அழகாகச் சிரித்தாள்.

“எனக்கு அக்கறையில்லை. கடைக்குப் போய் சாமான் சஜ்ஜா வாங்குவதென்றால் ரொம்ப சோம்பலாக இருக்கிறது. நான் போவதில்லை” என்றாள், அங்கே வந்த மேனகா பெஹன்.

“செலவிடுவதுதான் புத்தியுள்ள சமாசாரம். நமக்குச் சந்தோஷம்

தரக்கூடிய பொருள்களை வாங்கி மகிழ்வோம்!" என்றாள் நர்மதா.

"உன்னால் அது முடியும்; எங்களைப்போலுள்ள உத்யோகஸ்தர்கள் மனைவிகள், வரவை எண்ணித்தானே செலவிடலாம்," என்றாள் மீரா.

"யாரானால் என்ன. சக்திக்குத் தகுந்தபடி செய்தால் போகிறது. அனுபவம் என்னமோ நம்முடையது. அதை ஒருவராலும் தொட முடியாது" என்றாள் சௌதாமினி.

அப்போது டாக்டர் கிருபாசாரி அங்கே வந்து சேர்ந்தான். பெண்கள் கூட்டம் கலைந்தது. டாக்டர் சௌதாமினியுடன் ஒரு பக்கமாக நின்றுகொண்டு பேசினான்.

"உடம்பு தேவலையா?" என்று கேட்டான்.

சௌதாமினி தலையை அசைத்தாள். "நீங்கள் ஏன் அப்புறம் பில் அனுப்பவில்லை? ஆபரேஷன் நடந்து பல மாதங்கள் ஆகிவிட்டனவே?"

"பில் எதற்கு? உனக்குத் தோன்றினதைக் கொடேன்."

"அதெப்படி முடியும்? எத்தனை என்பதை எவ்விதம் கணிப்பது?"

"பத்து ரூபாய் அனுப்பு அல்லது இரண்டாயிரமும் போதும்."

"இதென்ன வேடிக்கையா?"

"இல்லை. நிஜம். இரண்டு தொகையும் எனக்கொன்று. சொந்தமாகத் தொழில் நடத்துவதில் இந்த மாதிரி அசௌகரியங்கள் வாய்க்கின்றன."

"எந்தமாதிரி?"

"நான் ஒரு சர்க்கார் டாக்டராக இருந்தால் இந்தத் தொல்லை உண்டா?"

சௌதாமினி அவனைக் கூர்ந்து கவனித்தாள். அவன் சாராயம் நிறையக் குடிப்பான். இரவு நேரங்களில் பந்தயம் வைத்துச் சீட்டாடுவான். சூதாட்டமென்றால் மிகையாகாது. ஆனால் அவனிடம் சிகிச்சைக்குப் போகிறவர்களிடம் அவன் ஒரு விந்தை மனிதனாக நடந்துகொள்வான். தோன்றினால் ஆயிரம் அல்லது இரண்டாயிரமென்று கேட்பான். பையிலிருந்து நோட்டுக் கட்டை எடுத்தால்தான் ஆபரேஷன் செய்வேன் என்று சொல்லுவதுமுண்டு; சிற்சில சமயங்களில் சிரித்து சிரித்துப் பேசி, கையில் வைத்து மூடினாற்கூட வாங்க மாட்டான்.

அந்தச் சமயத்தில் திரும்பவும் கூட்டத்தில் பரபரப்பு உண்டாயிற்று. குரு கிருஷ்ண அவதார் ஸிங் வரப்போவதாகப் பேச்சுக் கிளம்பிற்று.

"அப்பப்பா - சந்திரப்பிரஸ்தத்தில்தான் எத்தனை விந்தை மனிதர்கள் என்று சௌதாமினி கிருபாசாரியைப் பார்த்தாள். அப்போது டாக்டர் துருபத் அங்கே வந்து சேர்ந்துகொண்டான். இதோ ஒரு சர்க்கார் டாக்டர் பீஸ் இல்லாமல் உனக்கு வைத்தியம் பார்ப்பார்," என்று சொல்லிக் கிருபாசாரி நகர்ந்தான்.

துருபத் சௌதாமினியைக் கூர்ந்து கவனித்தான். இரணசிகிச்சைக்கு அவள் கிருபாசாரியிடம் போவது வழக்கம். ஆனால் அவள் குடும்பத்திற்கு வேண்டிய சாதாரண வைத்தியம் யாவையும் துருபத்தே செய்து வந்தான். அவளுக்கு அவனிடம் ரொம்ப மதிப்பு.

"என்ன உடம்பு" என்று டாக்டர் கேட்டான்...

"அதேதான். பசியில்லை, இரவில் சாப்பிடுவதை நிறுத்திவிட்டேன்."

"அப்போது வயிற்றில் பூச்சியோ என்னமோ, நாளைக்கு ஆஸ்பத்திரிக்கு வா. பரிசோதனை செய்கிறேன். தலையில் வீக்கம் எப்படி இருக்கிறது!"

"உருண்டையாக, ஒரு கழற்சிக் காயாக இருந்துகொண்டே இருக்கிறது."

"ஒற்றடம் போட்டுக்கொண்டே வா." துருபத் அவளை அனுதாபத்துடன் பார்த்தான். குளிப்பறையில் சறுக்கி விழுந்துவிட்டதாக அவள் சொல்லியிருந்தாள். ஆனால் அவனுக்குத் தெரியும் அதெப்படி நடந்தது என்று; அவன் அறிவான் என்பதை அவளும் உணர்வாள்.

"இவருக்குத்தான் என்ன அனுதாபம், எத்தனை விவேகம்! இப்படிப் புத்தி நுட்பமும் பரிதாபமும் சேர்ந்து காட்டும் ஒரு வைத்தியன், உயர்தர மனிதன் என்பதில் என்ன சந்தேகம்?"

"டாக்டர், கமலாவுடைய கணவருக்கு ஒரு சௌகரியம்..."

அவ்வளவுதான் டாக்டர் துருபத் உருத்தெரியாமல் மாறிவிட்டான். "இந்தச் சின்னக் கிளைகளுக்கெல்லாம் வேலை உயர்வதிலேயே கண்ணோட்டம். சிகிச்சையைப் பற்றிக் கவலையே கிடையாது."

"இல்லை. கமலா சிரமப்படுகிறாள். அடுத்த கிரேடுக்குத் தூக்கிப் போட்டால்..."

"இதுவே அதிகம். நான் அவன் வயதாக இருக்கும்போது என்ன பாடுபட்டேன் தெரியுமா? இப்போது மாத்திரம் என்ன? என் உயிர்த் தோழன் டாக்டர் ராகவன் என்னை அப்புறப்படுத்திவிட்டு எனக்கு மேல் போகப் பார்க்கிறான். இருக்கட்டும் இந்தப் போட்டியில் யாருக்கு ஜெயமென்று பார்த்துவிடுவோம்."

"டாக்டர் ராகவனா உங்களுடன் போட்டி போடுகிறார்? அவர் உங்கள் திறமையை வெகுவாக மெச்சுவதை நானே பலமுறை கேட்டிருக்கிறேனே! அதுவுமில்லாமல் வேலை விஷயத்தில் உங்களுக்கு மிகவும் உதவி புரிந்திருக்கிறார் என்றல்லவா நினைத்தேன்."

சௌதாமினி துருபத்தை பிரமிப்புடன் பார்த்தாள். இத்தனை கரிசனையுடனும் நொய்மையுடனும் வைத்தியம் செய்யும் இவரா இப்படி ரௌத்திரமாகப் பேசுகிறார்? கமலா

கணவரை ஆட்சேபிக்கும் இவரா இப்படிப் படிப்படியாக உயர ஆசைப்படுகிறார்? நம்பக்கூடியதாக இல்லையே!

“உலகம் அப்படி நினைக்கிறது. ஆனால் நாள் மேலே போகப் போக, வருடங்கள் ஆக ஆக - அவன் மனதின் அடியாழத்தில் குறுகுறுப்பு அதிகரித்து வந்திருக்கிறது” என்று இப்போது வெட்ட வெளிச்சமாகத் தெரிகிறது.

எப்படியென்று சொல்லட்டுமா? “அடுத்த மாதம் சந்திரப்பிரஸ்தத்திலுள்ள அரசாங்கப் பெரிய டாக்டர் ரிடயர் ஆகிறார். அந்த இடத்தில் என்னைப் போடவேண்டுமென்று ஆரோக்கிய நிலைய மந்திரி சிபாரிசு செய்திருக்கிறார். அதைக் கவிழ்க்க அவன் செய்யும் சூழ்ச்சிகளைப் பற்றிச் சொன்னால் நீ மயக்கம் போட்டு விழுந்துவிடுவாய்,”

“யார் ராகவனா சூழ்ச்சி செய்கிறார்?”

“பார்த்தாயா? உன் குரலில் எவ்வளவு அவநம்பிக்கை தொனிக்கிறது. இப்படித்தான் அவன் தந்திரமாகவும் நயமாகவும் பேசி எல்லோரையும் மயக்கியிருக்கிறான்.”

அந்தச் சமயத்தில் மீரா அங்கே வந்து, அவர்கள் பேச்சைக் கலைத்து விட்டாள். “குரு கிருஷ்ண அவதாரைப் போலுள்ளவர்கள் இந்த மாதிரியான இடத்திற்கெல்லாம் வருவார்களா?” என்றாள்.

“ஏன் கூடாது? அவர்களுக்கு எல்லா இடமும் ஒன்று,” அப்படிச் சொல்லிவிட்டு டாக்டர் துருபத் சிடுசிடுப்புடன் தன் முதுகைத் திருப்பிக் காட்டிக்கொண்டே நகர்ந்து போனான்.

“என்ன சங்கதி?” மீரா கவலையுடன் கேட்டாள்.

“ஏதோ வேலையைப் பற்றிக் கவலை.”

“சந்திரப்பிரஸ்தத்தில் யாருக்குத்தான் அது இல்லை,” என்றாள் அப்போது அங்கே வந்த மேனகா பெஹன்.

சௌதாமினி மீராவிடம் சொன்னாள்: "இந்த குரு கிருஷ்ண அவதார் ஒரு இடத்தில் நிற்பதுபோல மற்ற இடத்தில் நிற்பதில்லை. ஒருவருக்கு உபதேசம் செய்வது போல மற்றொருவருக்குச் செய்வதில்லை. ஆகாரம், பூஜை, நேமம் எல்லாமே வினோதமானது. சுருங்கச் சொன்னால் இவர் ஒரு விந்தைச் சாமியார். அண்ணன் நாட்டிலோ வண்ணன் நாட்டிலோ இவரைப்போல ஓர் அபூர்வ மனிதரைப் பார்க்க முடியாது."

"தேவி பீஜாட்சரம் உபதேசம் செய்வார். தினம் ஆயிரம் முறை..."

இதைக் கேட்டுக்கொண்டே அங்கே வந்த நர்மதா, மீராவைத் தடுத்துப் பேசினாள். "தேவி உபாசனையைப் பற்றிப் பேசக் கூடாது."

மற்றொரு இடத்தில் நகுல் சேட், பீம்ஸிங்கிடம் சொல்லிக் கொண்டிருந்தான். "இந்த குரு, பீஜாட்சர மந்திரம் ஜபித்து, அனுமானுஷ்ய சக்தியை வளர்க்கிறானாம். எத்தனை தூரம் நிஜமோ."

பீம்ஸிங் சிரித்தான். "ஏதோ குண்டலினி சக்தியாம். அதை உச்சரித்துப் பிராணாயாமம் செய்தால், யோகத்தினால் எழும்பி ஸ்ரீ சக்கரத்திற்குள் புகுந்துவிடலாமாம். அப்படிச் செய்ய வல்லவன் எதையும் ஜயிக்கப் பலம் படைத்தவனாவானாம்."

"அப்படியானால் நீ அதைப் பழகப் போகிறாயா?"

பீம்ஸிங் மறுபடியும் சிரித்தான்.

அந்தச் சமயத்தில் ஆ... ஆ... வென்று சிரிப்பொலி கேட்டது. பெண்கள் சூழ மகேந்திரவர்மன் கொலு நடத்திக்கொண்டிருப்பதைக் கண்டு, கோடீஸ்வரனும் நகுல் சேட்டும் அங்கு போனார்கள்.

"விசேஷச் செய்தி ஏதேனுமுண்டா?" சேட்டைக் கண்டதும் மந்திரி விசாரித்தான்.

"நீங்கள்தாம் தினசரிப் பத்திரிகைகளில் எல்லாவற்றையும் படிக்கிறீர்களே. தினசரியில் சொல்லுவதை வைத்துக்கொண்டு, நிஜமாகவே என்ன நடக்கிறது என்று ஆராய்கிறவன்தான் குடியாட்சி வோட்டுப் போட நிஜமாகவே உரியவன்" என்றான் நகுல்.

"ஜனங்கள் உண்மை தெரிந்துகொள்ள வேண்டுமென்றே அரசு பத்திரிகைகளுக்குச் சுதந்திரமாக எழுத அனுமதி தந்திருக்கிறது. பயமோ அடிமை பாவமோ இல்லாமல், அவை எதை வேண்டுமோ தாராளமாகப் பிரசுரிக்கலாம். இது குடியாட்சியின் பெருமை" என்றான் மந்திரி மகேந்திரவர்மன்.

"குடியரசு நிஜமாகவே பெருமைப்பட வேண்டுமானால், ராஜ்ய நிர்வாகத்தையே சீர்குலைக்கும் இந்த அரசியல் குழப்பம் ஒழியவேண்டும். காரமும் துவேஷமும் போட்டியும் மறைந்து, நமக்குள் ஒத்துழைப்பு இருந்தால்தான் அது விலகும். அப்போதுதான் நம்முள் பயமும் அடிமைத்தனத்தின் பாவனம் நிஜமாகவே போகும்," இப்படிப் பேசிவிட்டு நகுல் சேட் போய் விட்டான்.

மகேந்திரவர்மனும் பீம்ஸிங்கும் சிறிது நேரம் பேசவில்லை. பிறகு மந்திரி கேட்டான். "ஸனகாதிகள் யோசனை என்ன?"

"எப்போதும்போல்தான். சந்திராதிகளைத் தொலைக்க வேண்டுமென்பதுதான்."

"இந்த விசாரணையில்..."

"நீ அகப்பட்டுக்கொள்ளாமல் பார்த்துக்கொள்ளுகிறேன். ஸனகாதிகள் நேரே பிரதமர் மேல் குறி வைத்திருக்கிறார்கள். உன்னை அதிகம் கவனிக்க மாட்டார்கள்."

"பிரதம மந்திரியை இது விஷயத்தில் இழுக்க முடியாது."

"இருக்கலாம். ஆனால் வேறு எத்தனையோ வழிகள் இருக்கின்றன. மந்திரி சபையில் பங்கெடுத்துக்கொள்ளும் உனக்கு அவனை மாட்டிவிடக் கூடிய எத்தனையோ விஷயங்கள் தெரியவரலாம்."

பீம்ஸிங் மகேந்திரவர்மனை அர்த்தபுஷ்டியுடன் பார்த்தான்.

“அப்படி ஏதாவது எங்கள் கைவசம் வந்தால் நீ தப்புவது சுலபம்.”

“பார்க்கிறேன்.”

“நம் சமுதாயம் சீருடன் வாழ வேண்டுமானால், மாமிசம் சாப்பிடக் கூடாது; குடியை வெறுக்க வேண்டும். நாற்பது வயதிற்கு மேல் ஆகாரக் கட்டுப்பாடு செய்தால் இந்திரியங்களின் வலிமை குறைந்துவிடும்.” விதுரன் பிரதம மந்திரியிடம் சொல்லிக்கொண்டே போனான். “சந்திர வம்சத்தைச் சேர்ந்த நாம் ஏன் அந்த உயர்ந்த நிலையை அடையக் கூடாது?”

தர்மராஜுவுக்குக் குருவின் நினைவு வந்ததும், “பாண்டவர்கள் தலைவன் சூது ஆடினான். மற்றும் அவனுக்கு இளையவர்கள் பல மனைவிமார்களைக் கொண்டவர்கள். ஸ்ரீ கிருஷ்ணன் ஆயிரக்கணக்கான பெண்களுடன் விளையாடினான்” என்று அவர் ஒருதரம் சொல்லியிருக்கிறார். அப்படியிருக்க...

அவன் விதுரனிடம் சொன்னான்: “பாமரன் எளிய ஆசைகள் கொண்டவன். அவைகளைத் துறவென்று நாம் வலுக்கட்டாயப்படுத்தினால், அவனை ஸனகாதிகளிடம் காட்டிக் கொடுப்பது போலாகும். அவர்கள் அதைச் சாக்காகச் சுட்டிக்காட்டி ஜனங்களை நாம் அடிமைப்படுத்துவதாகக் கட்டுக் கதைகள் கோத்து, வோட்டுகளைத் தம் பக்கம் இழுக்கப் பார்ப்பார்கள். தலைவர்களுக்கும் ஜனங்களுக்கும் இடையே உள்ள அகழியைத் தூர்க்க நமக்கும் புதிய லட்சியங்கள் தேவை.”

விதுரன் உதட்டைப் பிதுக்கியபடி, “பழைய மறைகளே போதுமானவை,” என்றான்.

“அப்போது நம் தேசம் முன்னுக்குப் போவது?”

“இரண்டையும் சேர்த்துச் செய்தால் போகிறது.”

தர்மராஜு சாந்தமாகப் பதில் சொன்னான். “அதெப்படி

முடியும்? தொழிற்சாலைகள், புதிய புதிய யந்திரங்கள் என்று ஏற்பட்டால் லௌகிக சமுதாயம்தான் பெருகும். பாமரன் உல்லாஸப் போக்கையும் விஷயானுபவத்தையும் நாடுவானே தவிர, நேமம் நிஷ்டை, ஜபதபம், சந்தியாவந்தனமென்று உட்கார மாட்டான். அதனால் முன்னேற்றம் முற்றினால் அதற்குத் தகுந்தபடி மற்ற நாடுகளைப்போல, இங்கேயும் சமத்துவமும் விவேகமும் அதிகப்படும். அப்போது பண்டை முறைகளின் அதிகாரம் குறையும். இரண்டு வித வாழ்வும் இருக்கட்டுமே என்று இருதலைக்கொள்ளியாக இருக்க முடியாது," தர்மராஜு பேசுவதை விதுரன் முகத்தைச் சுருக்கிய வண்ணம் கேட்டுக்கொண்டிருந்தான். ஆனால் பதில் பேசவில்லை.

"குரு கிருஷ்ண அவதார் ஸிங் வரவில்லையா?" என்று லதாதேவி, நகுல் சேட்டை விசாரித்தாள்.

"இல்லை. யாரோ அப்படியொரு வதந்தியைக் கிளப்பி விட்டார்கள். அவர் இவ்விதமான கூட்டங்களுக்கு வரமாட்டார்."

"எதற்காக எல்லோரும் இப்படி அவரைப் போய்ப் பார்க்கிறார்கள் - சொல்ல முடியுமா?"

"ஓ - சொல்லுகிறேன். நம் முன்னோர் முறைகளை ஒதுக்கிவிட்டு நவீன வாழ்க்கை நடத்துபவர்களுக்கு மனதிற்குள் ஒருவிதக் குறுகுறுப்பு. ஆனால் தம் விஷயானுபவங்களை விடவும் இஷ்டமில்லை. அவரிடம் போனால், அவர் ஏதாவது பரிகாரம் சொல்லுவார்; அதைச் செய்துவிட்டு அந்தக் குறுகுறுப்பை அமுக்கலாமென்று பார்க்கிறார்கள்."

லதா சிரித்தாள். "உங்கள் விடை அழகாகத்தானிருக்கிறது. இருந்தாலும் பரிகாரங்கள் எந்த ஸ்வாமி வேண்டுமானாலும் சொல்லுவார். இவரிடம் இப்படி எல்லோரும் போக வேறு ஏதோ காரணம் இருக்க வேண்டும்."

"ஆமாம். இருக்கிறது. ஆனால் அது பிறருக்குப் புரியாவண்ணம் அவர் அதைப் போர்த்தி மூடிவைத்திருக்கிறார். அவர் செய்யும் தேவி உபாசனையைப் போல அதுவும் ஒரு ரகசியம்."

"உங்களுக்கு மாத்திரம் தெரியும் அல்லவா?" லதா கலகலவென்று நகைத்தாள்.

"அவர் ஒரு தீர்க்கதரிசி. ஸ்திரமான ஆழ்ந்த கருத்துள்ள நோக்கங்களும் இயக்கங்களுமில்லாமல் நம் சமூகம் தள்ளாடுகிறதை அறிந்து இருக்கிறார்."

"உங்களிடம் சொன்னாரா?"

"இல்லை. ஆனால் அவர் பேச்சிலிருந்து நான் ஊகித்தேன்."

"வழிகாட்ட ஸ்வாமிகளிடம் போனால் கூடத் தேவலை. அதை விட்டு கம்யூனிஸ்டுக் கட்சியை அல்லவா சேருகிறார்கள் நம் ஜனங்கள்."

"சொந்த ஊரை விட்டுப் பட்டணத்திற்கு வந்து தொழிற்சாலையில் வேலை செய்யும் கிராமத்தானை ஒருவரும் லட்சியம் செய்வதில்லை. அதனால் அவன் பொதுவுடைமைக்காரர்கள் வலையில் சிக்கிவிடுகிறான். கிராமத்தை விட்டு, பந்து மக்கள் இல்லாமல் தனித்து அவதிப்படும் அவர்களுக்குச் சாயங்காலப் பொழுதுபோக்கு, கட்சிக் கூட்டத்திற்குப் போவதுதான். அங்கே முறையாகக் கொதிப்பான சூடேற்றும் பேச்சு; உற்சாகமூட்டும் சாராயம், சிகரெட்டு, சினிமா, மெல்லிய ஆடைகள் அணிந்து ஆடும் மாதுகள்..."

பீம்ஸிங்கும் குந்திபோஜனும் கதவருகில் பேசிக்கொண்டார்கள். குந்திபோஜன், வாட்ட சாட்டமாக இருப்பான். ஐரோப்பியனைப் போல் ரோஜா நிறம். அதற்குத் தகுந்த உயர்தர உடைகள், அவன் சொன்னான்:

"அடுத்த மாதம் பன்பன்பூரில் நடக்கப் போகும் இடைத் தேர்தலில் விதுரனுடைய தோழன் சன்சார் நிற்கப்போகிறானாம். அவனைத் தொலைக்க நீதான் வழிசெய்யவேண்டும். பன்பன்பூருக்கு நீ ராஜாவாயிற்றே."

பீம்ஸிங் இடி இடியென்று சிரித்தான். "நான் சும்மா விடுவேன்

என்று எண்ணினாயா? எல்லா ஏற்பாடும் ஆகிவிட்டது. ஐந்து லட்சம் செலவிட்டாலும் சரி இந்த விதுரன் ஆளை ஜயிக்கவிடுவதில்லை."

"அப்படிச் சொல்லு. இந்த ராஜ ரிஷியின் கொட்டம் குலைய வேண்டும்."

"கட்டாயம். பன்பன்பூரில் வந்து சன்சார் ஜெயிக்க முடியுமா?"

இதைக் கேட்டுக்கொண்டே வந்த நகுல் சேட் அவர்களைப் பார்க்காதது போல வேறுபுறமாகத் திரும்பினான்.

அப்போது அவன் பாரத்துவாஜ்மேல் இடித்துக்கொண்டான். அந்த ஜனசபை அங்கத்தினன் தன் சகபாடியான அங்கீரஸனுடன் தாழ்ந்த குரலில் ஏதோ பேசிக்கொண்டிருந்தான். மறுபடியும் நகுல் சேட் ஒதுங்கினான்.

"பார்த்தாயா? கழுதைக்குக் காரட்டுக் கொடுத்து இருப்பது போல குடி இவர்களை எல்லாம் இங்கே இழுத்திருக்கிறது. மேலும் விருந்துக்கு அழைப்பு வந்துவிட்டதைப்பற்றி ஒவ்வொருவனுக்கும் பெருமை வேறு தாங்கவில்லை. மதம் தலைக்கேறிப்போய்விட்டது. இதையெல்லாம் அடியோடு ஒழிக்க வேண்டும். நான் நாளைக்கே ஜனசபையில் ஒரு புரட்சி உண்டு பண்ணுகிறேன். ஹோட்டல் போன்ற பொது இடங்களில் மந்திரிகள் ஏன் பார்ட்டிகள் கொடுக்க வேண்டும்? பொக்கிஷத்திற்கு வீண் அடாபிடிச் செலவு. இனிமேல் இந்த வழக்கத்தை நிறுத்த வேண்டும். அப்புறம் தொழிலதிபர்கள் பொது இடங்களில் விருந்து கொடுத்தால் சர்க்கார் உத்தியோகஸ்தர்களோ, மந்திரிகளோ அங்கே போகக் கூடாது. இதைப்பற்றி நாளைக்கே சபையில் வாதித்து, உடனே சர்க்காரை ஒரு ஆர்டர் போடும்படி செய்துவிடுகிறேன், பார்."

பாரத்துவாஜ் தேகம் காய்ந்து ஒட்டியிருந்தது. அவன் கண்கள் அங்கு கூடியிருந்த நபர்களை அசூயையுடன் வெறித்துப் பார்த்தன.

அவன் பின்னோடு இருந்த அங்கீரஸனுக்குப் பெருச்சாளியைப் போலக் குந்துமணிக் கண்கள். அவன் அவைகளை உருட்டி உருட்டி விழித்தான். "சிந்திராதிகளென்றும், சந்திரவம்சத்தைச் சேர்ந்தவர்கள் என்றும் பெருமையடித்துக்கொண்டு இவர்கள் தம்மை ஏதோ தெய்வப் பிறவிகளாக நினைத்துத் திமிர்கொண்டு அலைகிறார்கள். நானும்தான் அந்தக் கட்சியைச் சேர்ந்தவன் என்பதை மறந்துவிட்டார்கள் போலும்! என் தம்பிக்கு என்ன குறைவு? அடுத்தாற்போல அவனுக்கு ஏதாவது உறவாக இருந்திருந்தால் மகேந்திரவர்மன் இத்தனை அசிரத்தையாக இருந்திருப்பானா?" என்றான் அங்கீரஸ்.

"அதைவிட விதுரனுடைய தம்பியாக இருப்பது மேல். நினைத்தது நடக்கும்."

"அந்த ருத்திராட்சரப் பூனையைப் பற்றித்தான் கேட்க வேண்டியதில்லையே! சந்நியாசியைப்போல வாழ்வதாகப் பாசாங்கு செய்கிறான்! இவன் தம்பி நடத்தும் ராஜபோகத்தைப் பற்றி ஒருவருக்கும் தெரியாதென்று எண்ணினானா?"

பாரத்துவாஜ் சொன்னான்: "நீ அவன் பிரசங்கம் செய்வதைக் கேட்டிருக்கிறாயோ. குரல் கூட பூனையைப் போலிருக்கும். அண்ணன் நாட்டைப் பின்பற்றி நாமும் நவீன யந்திரசாலைகளை உருவாக்கினால் அவர்களுடைய நவீன வாழ்க்கை முறைகள் நம்மையும் தொத்திக்கொள்ளுமென்பதை உணராமல், கீச்சுத் தொண்டையில் நம் பண்டைப் பண்பைப்பற்றிப் பேசுவான். இந்த முரண்பாடான போதனைதான் நம் தேசத்தார்களைக் குமைத்துவிடுகிறது."

"ரொம்ப சரி. ஆனால் கிருஷ்ண அவதார் ஸிங் இந்த ஒவ்வாமைக் குணம் பண்டைக் காலத்திலிருந்தே நம்மோடு ஒன்றுபட்டு, நம் நாட்டாரின் மாறாத இயல்பாய்விட்டது என்கிறார். அதாவது ஒருமையுடன் வேற்றுமை, பெருமையுடன் தாழ்மை பாவம், தைரியத்துடன் அந்தரங்க திகில் - இப்படியாக நேர் எதிரிடையான பான்மைகள் நமக்குள் இருக்கிறதாக அவர் சொல்லுகிறார். என்னைக் கேட்டால் நம் தேசத்தாரை

இக்கதிக்குக் கொண்டு வந்தது இந்த மந்திரிகளே. அவர்கள்தாம் நம் பொருளாதார நிலைமையை இவ்வளவு கேவலமாக்கி விட்டார்கள். சும்மா நோட்டுக்களை அடித்துத் தள்ளுவதுதான் மிச்சம். உணவுப் பொருளையும் சேமிக்கத் தவறிவிட்டார்கள். நாட்டில் பசி, பிணி, சத்தியமெல்லாம் அவர்களுடைய அஜாக்கிரதையால் ஏற்பட்டவை. அவர்கள்தான் ஏழை - பணக்காரன், முன்னேற்றமும் - இல்லாமையும் என்று இவ்வித முரண்பாடுகளைத் தொடங்கி வைத்திருக்கிறார்கள்."

"ராஜ்ய பாரத்தைக் குட்டிச்சுவராக்கிவிட்டார்கள் என்பதில் என்ன சந்தேகம்?"

"அவர்களுடைய ஊதாரித்தனத்தை மாத்திரம் எடுத்துச் சொன்னால் போதாது. அயோக்கியத்தனத்தையும் பட்டவர்த்தனமாக எடுத்துக் காட்டி, சந்தி சிரிக்கவைத்து, அடித்துத் துரத்தி..."

"பார்த்துக்கொண்டே இரு. அவர்களுக்கு ஒரு வழி வைத்திருக்கிறேன். எல்லாம் சமயத்தில் பாம்புப் புற்றிலிருந்து கிளம்புவதுபோல் கிளம்பும்."

சகாதேவ சர்மா மேஜை மேலிருந்த டீக் கோப்பையை எடுத்து வாயண்டை கொண்டு போனான். அவன் கவனமெல்லாம் எதிரே திறந்து கிடந்த பைலில் ஆழ்ந்திருந்தது.

"பைல் ரொம்ப சுவாரஸ்யமோ!" என்று பிரபா கேட்டாள்.

"ஆமாம். உன் தொடர்கதைகள் போல்தான்; பொறுமையுடன் வாசித்தால் பல ரசமான விஷயங்கள் வெளியாகும்" என்றான் சகாதேவ சர்மா, மனைவியை நிமிர்ந்து பார்த்தபடி. பகல் ஒளி மங்கி நிலாவொளி வீசும் நிறம். நிலவு கொப்பளிக்கும் கண்களால் அவள் அவனை நோக்கினாள்.

அவன் உருண்டையான தன் தேகம் குலுங்க நகைத்தான். பிரதம மந்திரியின் காரியதரிசிக்கு செக்ரெட்டேரியட்டில் 'கிளாக்ஸோ பேபி' என்று பெயர். புட்டிப்பால் குடித்து வளரும் பச்சிளங் குழந்தையைப் போல புஸு புஸுவென்று

இருப்பான். முகத்திலும் கள்ளங்கபடமற்ற ஒரு குழந்தையின் தோற்றம். வாயைத் திறந்தால் மாத்திரம் கடகடவென்று பச்சை சம்ஸ்கிருதத்தில் பேசுவான்.

அவளும் அப்படித்தான்; கிழக்குப் பாஞ்சாலத்திலுள்ள ஒரு ஜமீந்தார் பெண். சகாதேவ சர்மா வெளிநாட்டில் வேலை பார்த்து வந்தபோது அண்ணன் நாட்டு நாகரிகத்தில் பழகியவள். இருந்தாலும் பேச ஆரம்பித்தால் பாஞ்சாலப் பிரதேசத்துப் பண்பு மேலோங்கி நிற்கும். எழுதினாலும் அப்படித்தான். நிறையக் கத்தை கத்தையாக எழுதியும் தள்ளுவாள். சந்திரப்பிரஸ்த ஞாயிறு பத்திரிகைகளிலெல்லாம் அவளுடைய தொடர் கதைகளைக் காணலாம். 'கணவன் நோட்டுக் கத்தைகளைப் போட உதவுகிறான்; மனைவி பத்திரிகைக் கத்தைகளைப் பெருக்குகிறாள்' என்று மந்திரியாலயங்களில் சொல்லிச் சிரிப்பார்கள்.

"இப்போது என்ன விஷயத்தைக் குறித்து இப்படிச் சிரிக்கிறீர்கள்?" என்று அவள் கேட்டாள்.

"ஒன்றுமில்லை. சந்திரப்பிரஸ்தத்தில் எலி, பாச்சை, கரப்புப் பூச்சி இவைகளின் தொந்தரவு பொறுக்க முடியவில்லையாம் - அவைகளைத் தொலைக்க விஷ மருந்தொன்று அண்ணன் நாட்டிலிருந்து தருவிக்க வேண்டுமாம் இதைப்பற்றிப் பல அபிப்பிராயங்கள். ஆரோக்கிய நிலையம், பைலை பிரதம மந்திரிக்கு அனுப்பி வைத்திருக்கிறது. குறிப்புகள் ரொம்ப சுவாரஸ்யமாய் இருக்கின்றன."

"பாச்சை, கரப்பான் இவைகளை அழிப்பது சரி - ஆனால் எலி வேறு சங்கதி. அது கணேசர் வாகனம்." என்றாள் பிரபா.

அவள் வீட்டில் சமைப்பதற்கு அண்ணன் நாட்டு யந்திரங்களைத் தான் உபயோகிப்பாள். ஆனால் மாமிசம் முதலானது, சாப்பிடமாட்டாள். அண்ணன் நாடு சென்றிருந்தபோது கூட அங்கே அப்பளாம் , கருவடாம் முதலானது இட்டுக்கொண்டு சோமநாட்டு ரீதிப்படி வாழ்க்கையை நடத்தியவள். கணேசர்மேல்

அவளுக்குப் பக்தி அதிகம். அண்ணன் நாட்டில் செய்த உருப்படிகள் நிரம்பிய அவள் வீட்டில் ஒரு பெரிய பூஜை அலமாரியில் கணேசர் வீற்றிருப்பார்.

"அதிருக்கட்டும், நீங்கள் ஏன் சிரித்தீர்கள் என்று சொல்லவில்லையே!"

"இவைகளைக் கொல்ல பீ.பீ.டி. என்று ஒரு மருந்து இருக்கிறதாம். அதைப்போல இந்தக் குடியாட்சியின் சமுத்திர ஜலத்தில் மிதக்கும் ஐந்து ஜீவன்களையும் தொலைக்க..."

"என்ன, நம் அரசியல்வாதிகளையா இப்படி வர்ணிக்கிறீர்கள்?"

"பின் என்ன? பிரதமரிடம் இந்த வேடிக்கையைச் சொல்லி இன்று சிரிக்க வேண்டும்."

பிரபா அவனைப் பாராட்டும் முறையில் பார்த்தாள். என்ன தைரியம் அவனுக்கு! பிரதமருடன் சிரித்துப் பேசுவானா? இதர செக்ரெட்டேரியட் சகோதர ஆபீசர்களும் அப்படித்தான் நினைத்தார்கள். சாதாரணமாக அவர்களுடன் பழகும்போது அவன் கா-கா - வென்று கத்தி ஆர்ப்பாட்டம் செய்துதான் பேசுவான். தன் அனுபவங்களைப்பற்றிப் பிதற்றிக்கொள்வான். அவனைப்பற்றி அவன் கொண்டுள்ள அபிப்பிராயம் ரொம்ப உயர்வானது என்று எல்லோரும் கண்டுகொள்வார்கள். இவன் பிரதமருடன் எப்படி இங்கிதமாகப் பழக முடியும். தற்பெருமை யடித்துக் கொள்ளாமல் மறைவிலிருந்தபடி தக்க சமயத்தில் அவன் கண்டுகொள்ளாமல் அவனுக்கு எப்படி உதவ முடியும் என்று சொல்லுவார்கள்.

அன்று அவனுடன் பிரதமர் அறைக்குள் போயிருந்தால் அவர்கள் அதைக் கண்டு கொண்டிருப்பார்கள். அவனுடைய பாவத்தில் ஒரு விநயம். ஆனால் அது அடிமையைப் போல முழந்தாளிட்டு வணங்கும் ரகமில்லை. அந்தப் பணிவிலும் ஒரு சுயமரியாதையுடன் நடந்துகொள்ளும் நிலை. "சார், ஒரு பிரச்னை... இந்த எலிகளை ஒழிப்பதற்கு மருந்திருக்கிறதே... நம் அரசியலைச் செல்லரிக்கும் கறையானை..."

தர்மராஜு அவன் குறும்பைக் கண்டு நகைத்தான். சகாதேவ சர்மா சொன்னான்: "இல்லை... மூஷிக வாகனம், கொஞ்சம் யோசித்து நடக்க வேண்டும்."

"இதிலெல்லாம் எனக்கு நம்பிக்கை கிடையாது; பீடைகளை ஒழிக்கவேண்டும்."

"இத்தனை யுகங்களாக அவைகளைப் பெருக்கிக்கொண்டு வரவில்லையா?"

தர்மராஜு யோசித்தான். "நீ சொல்வது எனக்குப் புரிந்தது. ஆனால் சில இம்சைகளைத் தொலைக்க முடியாமல் பல காரணங்கள் குறுக்கே நிற்கின்றன. அதற்குத் தெய்வசகாயம் வேண்டுமோவென்றுகூடச் சில சில சமயங்களில் சந்தேகம் தோன்றிவிடுகிறது."

"உங்களுக்கா?" அவன் ஆச்சரியத்துடன் கேட்டான். பிரதமர் தர்மராஜு நாஸ்திகன் என்று சொல்ல முடியாது. இருந்தாலும் அவன் வாயிலிருந்து அப்படியொரு வார்த்தையைச் சகாதேவ சர்மா எதிர்பார்க்கவில்லை. "உங்களுக்கா?" என்று மறுபடியும் கேட்டான்.

"ஆமாம். திக்கற்ற தன்மையில் தெய்வம்தானே துணை?" தர்மராஜு முகத்தில் ஒரு குறும்புச் சிரிப்பு.

"சார்" அவன் மிக்க பணிவுடன் பேசினான்: "பாஞ்சாலத்தைச் சார்ந்த ஒரு சிற்றூரில் ஒரு சோதிடர். ரொம்ப ரொம்பக் கெட்டிக்காரர். சோதிடம் சொன்னால் ரிஷிவாக்கு மாதிரிதான். பிரம்ம தண்டத்தைத் தலையில் வைத்தாற்போலச் சொல்லுவான். நீங்கள்..."

பிரதம மந்திரி சிரித்தான். "சகாதேவா - நீ அண்ணன் நாட்டு நாகரிகத்தில் பழகின பிறகு கூட இந்தமாதிரியான நம்பிக்கைகளை வளர்க்கிறாயா?"

"இல்லை... சார்... எனக்காக..."

தர்மராஜு பதில் பேசாமல் வேறு ஒரு பேப்பரை எடுத்தான். சகாதேவனும் இங்கிதம் தெரிந்து சும்மா இருந்துவிட்டான்.

ஆனால் அவனுக்கு வருத்தம்தான். இத்தனை உயர்ந்த மனிதனுக்குத் தெய்வ நம்பிக்கை இல்லை. அதிருந்தால் கட்டாயமாக வருங்காலம் பிரமன் விதித்தது என்று நம்பி அதைத் தெரிந்துகொள்ள ஆவலுண்டாகும்.

லதாதேவியையாவது கேட்போமென்றால் அவள் அதற்குமேல் சிரிப்பாள். இவர்கள் எதை ஆதாரமாக வைத்துக்கொண்டு வாழ்க்கையை நடத்துகிறார்கள்? அன்று சாயங்காலம் பிரபா அவனைத் தூண்டினாள்! "லதாதேவியைக் கேட்டுப் பிறந்த தேதி, சமயம் இவைகளைக் குறித்துக்கொண்டு வாருங்கள். அப்பாவுக்கு எழுதுகிறேன்." வாளிப்பான தேகக் கட்டிற்குத் தகுந்தாற்போல அவள் பேச்சிலும் ஒரு மெருகு இருந்தது. விறு விறுப்பாகத்தான் வார்த்தை சொல்லுவாள். அப்படியே தான் எழுதவும் செய்வாள்.

அவன் லதாவுடன் பேசவே கூசுவான். போதாதற்கு அன்று அங்கே போனபோது வாயிற் கதவண்டை ஹரீஷைச் சந்தித்தான். ஹரீஷ் மந்திரியுடன் வேலை செய்யும் மற்றுமொரு ஆபீசர். இருவரும் ஒருவரையொருவர் சந்தேகம் நிறைந்த கண்களுடன் பார்த்து முழம் போட்டு அளந்து கொண்டார்கள்.

"இல்லை..." சகாதேவ சர்மா லதா முன் வாயடைத்து நின்றான். அட.... டா செக்ரெட்டேரியட் நடைகளில் கெட்டியாகச் சிரித்துப் பேசும் சகாதேவ சர்மாவா இது? நம்பமுடியவில்லையே. ஏன் எதற்காக? "இல்லை."

லதாதான் அவனுடைய குழப்பத்தைத் தெளிய வைக்க அவசரப்பட்டாள். "அவர் சொன்னார்; ஜாதகம் வேண்டு மாமே! அது கிடையாது. பிறந்த சமயத்தை வேணுமானால் குறித்துக் கொள்ளுங்கள்." லதா தேவியின் முகத்தைப் பார்த்து அவன் இன்னும் அதிகமாகச் சங்கோசப்பட்டான். அதில் ஒரு புன்னகை மிதந்தது! என்ன காரணத்தினாலோ அந்த ஹாஸ்யம் அவனைக் கஷ்டப்படுத்தியது. மறுபடியும் நினைத்துக் கொண்டான்.

ஒருவித ஆதாரமும் இல்லாமல் இவர்கள் எப்படி வாழ்கிறார்கள்? தெய்வம் உண்டு என்ற நம்பிக்கையிருந்தால் அதைத் தொழுது, வேண்டியதை யாசிக்கத் தோன்றாதா? நல்லதை எதிர்பார்த்துக் கெட்டதைத் தவிர்க்க வழிசெய்ய முயற்சிக்க மாட்டார்களா? அப்படிச் செய்வோரைப் பார்த்துச் சிரித்து, அது மூட நம்பிக்கை என்று ஏளனம் செய்வானேன்? இல்லை; அப்படியில்லை. அவளுடைய சிரிப்பு வேறு வகையானது. அது நிதானம் பொருந்திய அவளுடைய பெருந்தன்மையை விளக்கிற்று. பிரபா வேண்டுமானால் அதை நம்பாமலிருக்கலாம். ஆனால் அவனுக்கென்னமோ நிச்சயம்; அவளுடைய திடமான இந்த தன் நம்பிக்கைதான் அவனைக் குமையச் செய்கிறது.

சில நாட்களில் பாஞ்சாலத்திலிருந்து பதில் வந்தது; தர்மராஜுவுக்கு அப்போதுதான் சனி தசை ஆரம்பமாம். இதை அறிந்ததும் சர்மா தம்பதிகளுக்கு ரொம்பக் கவலை உண்டாகிவிட்டது. பிரதம மந்திரியிடம் சொல்லாமல் தானாகவே புஞ்சை என்னும் ஊரிலிருந்த பிரசித்திபெற்ற சனி கோவிலில் வாரா வாரம் அர்ச்சனை செய்ய ஏற்பாடு செய்தான் சகாதேவன். அதிலிருந்து, என்ன நடக்குமோவென்று பயம் அவன் மனதில் குடிகொண்டது. அடிக்கடி லதாவிடம் அதைப்பற்றிப் பேசலாமோவென்று கூட யோசித்தான். ஆனால் அவளிடம் அவன் கொண்டுள்ள அந்தக் கூச்சம் அவனைத் தடுத்தது.

★★★

நகுல் சேட் திருதராஷ்டிர மாளிகையை அடைந்தபோது அதற்கு வெளியே நாலாபுறமும் பரந்திருந்த புல்தரைகளில் ஜனக்கூட்டம் திரள் திரளாகக் குவிந்திருந்தது. எங்கு பார்த்தாலும் கறுப்புத் தலைகள் அலைபுரண்டன. இந்தப் பொது மண்டபத்தில் ஆயிரக்கணக்கான ஜனங்கள் உட்கார இடமிருந்தது. அதனுடைய தோரண வாயிலின் அமைப்பே விசித்திரமானது.

நகுல் சேட்டுடன் வந்தவன், “சோம காந்தியில்” கலை விமர்சனம் எழுதுகிறவன்; அவன் சொன்னான்: “மந்திரி

அசோகனின் மனைவி ஒரு சிற்பி; அவள்தான் இந்த பாணியை உருவாக்கினாள். அண்ணன் நாட்டுக் கலை உத்திகளைப் பின்பற்றியதில் சோம நாட்டார் தம் பண்டைக் கலைமுறைகளை மறந்துவிட்டார்கள். இப்போது நாட்டின் பூர்வோத்திரங்களுக்குச் சம்பந்தமில்லாத வெறும் கோண சாத்திரங்களை ஒட்டி அமைந்துள்ள இதுமாதிரியான கலையை என்ன சொல்லுவதென்றே ஒருவருக்கும் புரியவில்லை. வேறு ஒன்றும் தோன்றாமல் சில கலைவிமர்சகர்கள் அதற்கு 'விசாந்தாபாணி' என்று பெயர் வைத்திருக்கிறார்கள். அதுபோலவே பிரதம மந்திரி காரியதரிசியின் மனைவி பிரபா எழுதும் தொடர் கதைகளுக்கு "சோம நடை" என்று பெயர் கொடுத்திருக்கிறார்கள். கலைவிமர்சனம் செய்யும் நாங்கள் நவீன அறிஞர்கள். ஆதலால் நவீனக் கலைமுறைகளை ஆதரிக்கிறோம். "இந்த நவீன முறை கூட அண்ணன் நாட்டுக் கலையைப் பின்பற்றியது என்று சொல்லிக்கொள்ளுகிறார்களே" என்றான் நகுல் சேட்.

"அந்த நாட்டுக் கலை பாணியே புரிபடாமலிருக்கிறது. கலைக்காட்சிகளில் அவர்கள் சிற்சில சமயங்களில் ஒன்றுமே வரையாத வெறும் படங்களைக் காட்டுகிறார்களே. அம்மாதிரியான பாணி எத்தகைத்தானது என்று உணர முடியாமல் தவிக்கவேண்டியிருக்கிறது."

"எனக்குப் புரிந்துவிட்டது. அவர்கள்தாம் நம்மைத் தொடர்ந்து வருகிறார்கள். நம் உபநிடத்தில் 'நேதி நேதி' என்ற வேதாந்த தத்துவத்தைக் குறிப்பிட்டிருக்கிறோம் அல்லவா; அதைத்தான் அவர்கள் இப்படி 'ஒன்றுமில்லை ஒன்றுமில்லை' என்று வெறும் படங்களாகக் காட்டுகிறார்கள்." நகுல் சேட் தான் ரொம்பக் கெட்டிக் காரத்தனமாய்ப் பேசிவிட்டதாக நினைத்து இடி இடியென்று சிரித்தான்.

அதற்குள் கூட்டம் அவனைப் பிடித்துத் தள்ளிற்று. சந்தடியில் விமர்சகன் எங்கோ போய்விட்டான். நகுல் சேட் அகப்பட்டுக் கொண்டான். உள்ளே போகவிடாமல் ஜனத்திரள் அவனை முன்னும் பின்னுமாகத் தள்ளிற்று. அவன் கையில் உள்ளே போக

பாஸ் இருந்தது. ஆனால் வாயிற்கதவை அடைந்தால்தானே அதைக் காட்டிச் சபைக்குள் செல்லலாம். சிறிது நேரம் சிரமப்பட்டுப் பார்த்த பிறகு அவன் ஒரு ஒலிபெருக்கி அண்டை சாவதானமாக உட்கார்ந்துகொண்டு, தன் நோட்டுப் புஸ்தகத்தைப் பையிலிருந்து எடுத்தான்.

அப்போது ஒலிபெருக்கியிலிருந்து ஓவென்று சத்தம் வந்தது. ஓகோ குழுவினர் வந்துவிட்டாற்போலிருக்கிறது. நீதிபதி பீஷ்மன், சஞ்சலராமன், மனவக்கிரன் எல்லோருமே மேடைமீது ஏறியிருப்பார்கள். நகுல் சேட் பீஷ்மனுடைய வழுக்கைத் தலையை எண்ணிப்பார்த்துக் கொண்டான். வயது அதிகமாகிவிட்டதால் அந்தத் தலையில் ஒரு ஆட்டமிருப்பதை அவன் கவனித்ததுண்டு. சஞ்சலராமன் கண்களோ சஞ்சலமிகுதி கொண்டவை. இப்போது அவைகள் கட்டாயம் சஞ்சலத்துடன் அங்குமிங்கும் சுற்றிய வண்ணமிருக்கும். ஆனால் மனவக்கிரனு டையவை கட்டாயமாக உற்சாகத்துடன் பிரகாசித்துக் கொண்டிருக்கும். இந்த மாதிரி வேட்டையாடுவதில் அவனுக்குக் குஷி அதகிம். நகுல் சேட் மனவக்கிரனுடைய துரு ஏறி இரும்பான தலைமயிரையும், குழி விழுந்த கண்களையும் நினைத்துப் பார்த்துக்கொண்டான். அவனுடைய மெலிந்த உதடுகள் சேர்ந்து முகத்தில் ஒரு கோடு கிழித்தாற்போல இறுகிக்கொண்டிருக்கும்.

விசாரணை தொடங்கிற்று. இதற்குள் ஜனங்கள் ஒலிபெருக்கிப் பக்கம் சாயஸ், நகுல் சேட் நிலை தடுமாறிக் கூட்டத்துடன் சிறிது தூரம் இழுத்துச் செல்லப்பட்டான். இப்படி அங்குமிங்குமாக அல்லாடியதால் அவனால் விஷயங்களைக் கோவையாகக் கேட்க முடியவில்லை.

அவனைச் சுற்றியிருந்த ஜனங்கள் வேறு கூப்பாடு போட்டார்கள். நடுநடுவேதான் ஒலிபெருக்கி முகாந்திரம் அவனுக்கு நிகழ்ச்சிகள் கேட்டன.

மந்திரி மகேந்திரவர்மன், புரோசனன், சக்திதாஸ் எல்லோரும் சாட்சி சொன்னது நடுநடுவே கேட்டது. ஆனால் நாழி ஆக

ஆக, கூட்டத்தின் கூச்சல் அதிகப்பட்டது. உள்ளே இருந்த ஜனங்களும் உறுமினார்கள். நீதிபதி பீஷ்மனால் ஜனவெள்ளத்தின் அலையோசையை அடக்க முடியவில்லை. அவன் அடிக்கடி மணியை அடித்தான். அப்படிச் செய்யும்போதெல்லாம் ஓசை கொஞ்சம் அமுங்கும். பிறகு மறுபடியும் ஜனங்கள் உணர்ச்சி பொருமிக்கொண்டு வெளிக்கிளம்பும். இடையில் ஒலிபெருக்கியில் விசாரணை விஷயங்கள் விட்டு விட்டுக் கேட்கும். நகுல் சேட்டைச் சுற்றியிருந்தவர்கள் பலவிதமாகப் பேசினார்கள்.

"சக்திதாஸ் நிஜமாகவே தான் செய்வது சரியென்று நம்பியா செய்தான்?"

"அப்படித்தான் தோன்றுகிறது; அவன் குரலில் நாணயம் ஒலிக்கிறது."

"எப்படி இருந்தாலும் அவன் புரோசனனைக் கேட்டிருக்கலாம்."

"எப்படிக் கேட்பான்? சந்தேகம் வந்தால்தானே?"

"ஒருவிதம் பார்த்தால் அவன் அப்படிக் கேட்டான் என்று கூடச் சொல்லலாம்."

"எப்படி?"

"95யை பி கிரேட் விலையாக வைத்துப் பேசினபோது புரோசனன் அதற்கு ஆட்சேபிக்கவில்லையே; அப்போது அவனும் அந்த விலையை ஒப்புக்கொண்டதாகத்தானே அர்த்தம்?"

"ஆனால் விசாரணையில் பேசும்போது அவன் தனக்கு ஒன்றும் தெரியாத மாதிரி அல்லவா பாவனை செய்கிறான்!"

"அப்படித்தான் செய்வான்! அவன் ஏன் அந்தப் பொறுப்பை ஏற்றுக்கொள்ளுகிறான்?"

"புரோசனன் எதையோ ஒளிக்கிறான்!"

“மந்திரி மகேந்திரவர்மன் ரொம்ப யோக்கியனோ?”

“சக்திதாஸ் ஒரு மக்கு; பைலை மந்திரியிடம் அனுப்பியிருக்க வேண்டும்!”

“இல்லாவிட்டால் செக்ரெட்டரியைக் கேட்டிருக்க வேண்டும்!”

“ஆமாம்! இது ஒரு சின்ன பைல் விஷயம். இதைப் பற்றி ஜனசபையில் கேள்வி விழுந்தவுடன் மந்திரி எதற்கு அப்படிப் பயப்பட வேண்டும்?”

“பயம்!”

“என்ன பயம்? மடியில் கனமிருந்தால்தானே வழியில் பயம்?”

“ஏ கிரேட் விலைக்கும் பி கிரேட் விலைக்கும் உள்ள வித்தியாசத்தைக் கணிக்க சக்திதாஸ் ஒரு தாதுப் பொருள் விஞ்ஞானியை யோசனை கேட்டானாம். அந்த விஞ்ஞானி சாட்சி சொல்ல வந்தவுடன் ஜனங்கள் கூப்பாடு அதிகமாகி விட்டது. மத்தியானம் மூன்று மணிவரையில் நீதிபதி பீஷ்மன் விசாரணையை அமைதியுடன் நடத்தப் பாடுபட்டான். அதற்குப் பிறகு உள்ளே இருந்த ஜனங்களின் அட்டகாசத்தை அவனால் அடக்க முடியவில்லை. சபை அலங்கோலமாகக் கலைந்தது விசாரணையை ஒத்திப்போட்டு மறுபடியும் என்று கூடுவது என்று பீஷ்மன் செய்த அறிக்கையைக்கூட ஒருவரும் கேட்கவில்லை ; அப்படி ஒரு அமளி.

திருதராஷ்டிர மாளிகையிலிருந்து வெளிவந்து காரில் ஏறிக்கொண்ட மகேந்திரவர்மனுக்கு அப்போதுதான் அந்த விசாரணையைத் துவக்கியதே தவறு என்று தோன்றிற்று. ஜனநெருக்கத்தில் அவனுடைய கார் முன்னும் பின்னும் போக முடியாமல் தவித்தது. அந்தச் சமயம் கூட்டத்தில் சிலர் அவளை அடையாளம் கண்டுகொண்டு ஆ.... ஆ.... என்று கூப்பாடு போட ஆரம்பித்துவிட்டார்கள். இது விஷயம் பொது ஜனங்களை இத்தனை தூரம் கவருமென்று அவன் நினைக்கவில்லை. இதற்குக் காரணம் என்னவாக இருக்கக்கூடும்?

பொதுவாக ஒருவன் மேல் குற்றம் சாற்றி விசாரணை செய்யும் போது ஜனங்களுக்கு மொத்தமாக குதூகலம் ஏற்படுகிறது; சூடு உண்டாகிறது. ஏதோ சர்க்கஸோ மிருகக்காட்சியோ காண்பது போல ஆரவாரிக்கிறார்கள்!

மாளிகையைத் தாக்கும் எண்ணத்துடன் ஆள் வெள்ளம் முன்னே பாய்ந்தது. ஜனங்கள் பீறிட்டுக் கூச்சல் போட்டார்கள். கும்பலின் கவனமெல்லாம் அழுத்திச் சாத்தியிருந்த மாளிகையின் கதவை உடைப்பதிலிருந்தது. அப்போது ஒருவன் சக்திதாஸ் ஒரு காரில் போவதைக் கவனித்துவிட்டான்.

“அதோ சக்திதாஸ் - சக்திதாஸ்” என்று கூக்குரல்கள் கேட்டன.

சோவென்ற ஓர் இரைச்சலுடன் ஜனவெள்ளம் காரைச் சூழ்ந்தது. அப்போது பந்தோபஸ்துக்காக மாளிகையைச் சுற்றிக்கொண்டிருந்த போலீஸ்காரர்களில் இருவர் வந்து ஜனங்களுக்கு நல்ல வார்த்தை சொல்லிக் கூட்டத்தை அப்புறப்படுத்தப் பார்த்தார்கள்; உடனே அங்கே சூடு உண்டாயிற்று. ஜனங்கள் காச்சுமூச்சென்று சத்தம் போட்டார்கள். பல கைகள் ஜவான்களுடைய அங்கிகளைப் பிய்த்தன. வேடிக்கை வினையாயிற்று. போலீஸ் சேவகர்கள் நிர்வாணமாய் ஓடத் தலைப்பட்டனர். இதையெல்லாம் காருக்குள்ளிருந்து கவனித்த சக்திதாஸ் திகிலடைந்து மெதுவாக வெளியே வந்து, கும்பலோடு கும்பலாகச் சேர்ந்து ஓடப்பார்த்தான். ஆனால் யாரோ ஒருவன் அவன் இப்படித் தப்பித்துக்கொள்ளுவதைக் கண்டுகொண்டு, பிடிக்க வந்தான். சக்திதாஸ் கால்கள் துணியாகத் துவண்டன. வெறுங்கால், வீதியின் மேல் மட்டத்தின் சூடு உள்ளங்காலை மென்றது. பின்னோடு வந்தவன், “ஆ..... ஆ..... எதற்கு ஓடுகிறாய்? உன்னைக் குஷிப்படுத்த அல்லவா நாங்கள் வருகிறோம்” என்று கத்தினான். அப்போதுதான் கூட்டம் தன் கட்சி என்பது சக்திதாஸ் மூளைக்கு எட்டியது.

அதற்குள் பல கைகள் அவனை உயரே தூக்கின. “வீரன் - தீரன் - சாட்சாத் சக்தியின் தாசன்” என்று எல்லோரும் கத்தினார்கள். அந்த ஜன சமுத்திரத்தின் அலை உச்சியில்

அவன் சிம்மாசனம் வகித்துப் பவனி வந்தான்,

"நாம் ஸநாதனதர்ம கட்சியைச் சேர்ந்தவர்கள் அல்லவா? தெய்வமே அருள் காட்டி இந்தச் சக்தி வீரனை நமக்கு அனுப்பித்திருக்கிறது" என்று சிலர் சத்தம் போட்டார்கள்.

ஓகோ! இந்தக் கூட்டம் ஸநாதன தர்மக் கட்சியைச் சேர்ந்ததா? போகட்டும்! ஏதோ தெய்வ நம்பிக்கை உள்ளவர்களிடம் வந்து சேர்ந்தானே!

ஆனால் அந்தச் சமயம் மற்றுமொரு கும்பல் அங்கே வந்து சேர்ந்தது. "ஆ... பிடி அவனை! முதலாளிகளுக்கு உதவும் துரோகி" - என்று சொல்லி. அது சக்திதாஸை அடித்துப் பிய்க்கக் கைகளை ஏந்தித் தாவிற்று.

இதற்குள் லாரி லாரியாக போலீஸ் சேவகர்கள் வந்து இறங்கினார்கள். நல்ல உருண்டை "லாதி" யென்னும் கம்புகளைக் கொண்டு அவர்கள் பட்சபாதமின்றி விளாசினார்கள். ஜனங்கள் அலறிக்கொண்டு ஓடி ஒளிந்தார்கள். ஆணியேறிய அழுத்தமான போலீஸ் ஜோடுகள் எல்லோரையும் சமமாக மிதித்துச் சட்னி செய்தன.

செத்தேன் பிழைத்தேன் என்று சக்திதாஸ் ஓடத் தலைப்பட்டான். அங்கி இல்லாமல், செருப்பில்லாமல், நொண்டி நொண்டி அவன் வீடுபோய்ச் சேரும்போது இரவு பத்து மணி.

★★★

வன பர்வம்

குபுகுபுவென்று விஷ ஜுரம் சந்திரப் பிரஸ்தத்தில் தலைக்கேறியது. சக்திதாஸ் எளியவன். அவனை வேண்டுமென்றே பலிக்கு இரையாக்குகிறார்கள் என்று செக்ரெட்டேரியட்டில் வேலை செய்யும் செக்ஷன் ஆபீசர் முதலிய சின்ன உத்தியோகஸ்தர்கள் கட்சி கட்டி, ஒன்றுசேர்ந்து மனு போட்டார்கள். தொழிலாளர் சங்கமும் கம்யூனிஸ்ட்டு சங்கமும் இச்சம்பவத்தைப் பயன் படுத்திக்கொண்டு அரசியல் கிளர்ச்சியைத் துவக்கின. சந்திராதிகள் ஆட்சியை இன்னும் ஊடுருவிப் பார்த்தால் எத்தனையோ ஊழல்கள் வெளிவருமென்று கூச்சலிட்டன. ஆனால், சோம நாட்டவர்களுக்கு ஆத்மாபிமானம் கூடுதல்; தம்மைத் தாமே மகான்கள் என்று பாவனை செய்துகொள்வது அதிகம். நான், எனது, நாம் என்னும் அகந்தை அபரிமிதமாய் இருந்தது. அதனால் தமக்குள்ளேயே சில்லறைச் சண்டைகளை வளர்க்கலானார்கள். சந்திராதிகளைத் துரத்தும் அளவிற்கு அவர்களுக்குள் ஒற்றுமையில்லை. சொந்தத் துவேஷங்களைப் பயன்படுத்திக்கொள்ள இதுதான் தருணமென்று அவனவன் மாற்றான் மேல் பழிசுமத்திக்கொண்டு வந்தான். சக்தி ஈனர்களைப் போல பிறரைக் குற்றம் சொல்லிப் பூசலிட்டார்கள். அந்தப் பாவத்தின் பெருஞ்சுமை சோம நாட்டாரின் ஆண்மையை நசுக்கி, அறிவை மழுக்கி வந்தது. வசிய வித்தை

யைப் போல அது சென்றதை வரப்போவதுடன் சேர்த்துக் கலக்கிப் பின்னிழுத்துச் சென்றது. சென்றகாலப் புழுதி புதிதாகத் துளிர்விடும் அவர்களுடைய முன்னேற்றப் பணிகளை மூடுபனிபோல மறைத்தது.

நாளுக்கு நாள் நிலைமை கேவலப்பட்டுக்கொண்டு வரவே ஸனகாதிகள், சந்திராதிகள், கம்யூனிஸ்ட்டுகள் என்று எல்லோருமாகச் சேர்ந்து வீதியிலேயே தம் சர்ச்சைகளைத் தீர்த்துக்கொள்ள ஆரம்பித்தார்கள். அதிகாரம் பொதுவுடைமைக்குப் போனால் சோஷலிஸம் அழிந்து ஏகாதிபத்தியம் தழையுமென்று பிரதம மந்திரி நாடெங்கும் ஒலிபரப்பி ஜனங்களை எச்சரிக்கை செய்தான். ஆனாலும் தினம் சிலர் அடியுண்டார்கள். சோம நாட்டு நேதாவின் வார்த்தைகளை மறந்து ஜனங்கள் மூர்க்கத்தனத்தில் கட்டுண்டார்கள். தினம் ஏதாவது ஒரு சாக்கை வைத்துக்கொண்டு அடிதடி உண்டாயிற்று. சிலரைக் கழுதை மேல் ஏற்றி ஊர்வலம் விட்டார்கள். சிலரைக் கிணற்றில் பிடித்துத் தள்ளினார்கள். ஒருவன் முகத்தில் கரி பூசப்பட்டது. மற்றொருவனுக்கு மூக்கறுந்தது. அதுவும் பணமும் அந்தஸ்தும் கொண்டவர்கள் வெளியே தலைகாட்டக் கூசினார்கள். கிளப்புக்கோ, வியாபார சம்பந்தமாக வர்த்தக சாலைக்கோ போகவேண்டுமானால், மாறுவேடம் பூண்டு போனார்கள்.

அதிகாரிகளால் கலகத்தை அடக்க முடியவில்லை . காரணம் அரசாங்கமே தள்ளாடிற்று. மந்திரிகளும் அதிகார துரைத்தனமும் தீர்மானமாக ஒருவிதத் தீர்ப்புச் சொல்ல முடியாமல் திண்டாடினார்கள். “பிடியுங்களடா, விடுங்கள் உதை” என்று உத்தரவு கொடுத்தால் ஜனங்கள் உறுமிக்கொண்டு, “என்னிலும் கேடுகெட்டு என்னைத் துரத்தியடிக்கிறார்கள்” என்று புகார் செய்து, மேலும் கலகத்தை எழுப்பினார்கள். “சரி விட்டு விடுங்கடா” என்று ஆர்டர் கொடுத்தால், “எனக்குப் பயந்து என்னை விடுவித்தான்” என்று கூத்தாடினார்கள். சர்க்கார் ஒரு வழியும் போக முடியாமல் குடியாட்சி என்னும் மக்கள் வாய்க்கு பயந்து கைகட்டி நின்றது. பதவி மோகமானது

அரசியல்வாதிகளை வோட்டுக்காக அலையச் சொல்லிற்று. அப்படியானால் அந்த வோட்டுப்போடும் பிடாரிகளை வணங்க வேண்டியதுதானே. நாளடைவில் எந்தப் பிடாரியை வணங்குவது, எதை முழந்தாளிட்டுப் பணிவது, யார் மனம் கோணாமல் நடப்பதென்றே புரியாமல் மந்திரிகளும் ராஜதந்திரிகளும் தத்தளித்தார்கள்.

சக்திதாஸை முன்னாலேயே அழைத்து விசாரித்திருக்க வேண்டும். விஷயத்தை இவ்வளவு தூரம் வளரவிட்டது தவறு. பிரதம மந்திரி கூறியது சரி. மகேந்திரவர்மனுக்கு அப்போதுதான் சங்கதி விளங்கிற்று. இந்த சக்திதாஸ் இப்போது ஒரு மாபெரும் விஷவித்தாக ஆகிவிட்டான். பீஷ்மன் கமிட்டி இன்னும் தன் தீர்மானத்தை வெளியிடவில்லை. ஆனால் பொதுஜன அபிப்பிராயம் தலைதூக்கி ஆட ஆரம்பித்து விட்டமையால், சக்திதாஸுக்கு நிச்சயமாகத் தைரியம் பிறந்திருக்கும். கமிட்டியின் தீர்மானம் எப்படி விழுந்தாலும் அவன் இனிமேல் பயப்பட மாட்டான். வியாபார மந்திரியைத் தொலைக்க வேண்டுமென்று கறுவத் தொடங்கினாலும் தொடங்கிவிடுவான். அப்படியானால் அவன் அந்த ஆபீஸில் உட்கார்ந்தபடியே மகேந்திரவர்மனை வேவு பார்ப்பான் என்பது நிச்சயம். இவனை எப்படியாவது அப்புறப்படுத்த வேண்டும். எப்படி? எங்கேயாவது மாற்றிவிடலாமா? சாக்கு என்ன சொல்வது? மகேந்திரவர்மன் குழலைக் கடித்தான். அந்தச் சமயத்தில்தான் சகுனிதாஸ் அங்கே பிரசன்னமானான்.

“நிலைமை ரொம்ப மோசமாகிவிட்டதே” என்றான் ஜனசபையோன்.

“உம்... மோசமென்றால் போதாது” என்றான் மகேந்திரவர்மன்.

“நம் நாட்டார்க்குள் ஒத்துழைப்பு இல்லை.”

“ஆ... ஆ... அதற்குச் சந்திராதிகளான நாங்கள் எப்போதும் தயார்.”

“ஸனகாதிகள் மட்டுமோ? கேட்டுப் பார்த்தால் தெரியும்.

இரு கட்சிகளும் சேர்ந்துகொண்டு அழகான ஒரு மந்திரிசபை இயற்றலாம்."

"அவ்வளவு சுலபமாகச் சொல்ல முடியுமா? ஆ... ஆ..."

"ஏன் முடியாது? சுயோதனனைப் பொறுத்தவரையில் அவன் எவ்வித ஒப்பந்தத்திற்கும் தயார்."

"சந்திராதிகளுக்குச் சில பிரமாணங்களுண்டு என்று தெரிந்தும் நீ இப்படிப் பேசுகிறாயா!"

"இ... இ... இ! கொள்கைகளை முன்னிட்டு நீயாவது நானாவது எப்போதாவது ஏதாவது செய்திருக்கிறோமா? அப்படியிருக்க இப்போது எதற்கு அவைகளைத் திடீரென்று நினைத்துக்கொள்ள வேண்டும்?"

"தர்மராஜு நீ சொல்லும் இணக்கத்திற்கு உடன்படமாட்டான். ஸனகாதிகளும் சந்திராதிகளும் எப்படிச் சேர முடியும்?"

"தற்காலிகமாக இணங்கக்கூடாதா?" "ஆ... ஆ... சொல்லுவது சுலபம்! ஆனால்..."

"இதோ பார் உங்கள் பிரதம மந்திரியே வேறு ஆகிவிட்டாலோ?"

இருவரும் ஒருவரையொருவர் வெகுநேரம் பார்த்துக்கொண்டனர். பிறகு மகேந்திரவர்மன் குழலை வாயில் வைத்தபடியே ஆ... ஆ... என்று சிரித்தான். "அப்படி நம்மிரு கட்சிகளும் ஒன்று சேர்ந்தால் கூட நான்... அது நானாகவிருப்பது... என்ன நிச்சயம்?"

"சுயோதனன் உனக்குக் கைதட்டிக் கொடுப்பான்."

"ஆ... ஆ... உன் வார்த்தையை நம்ப முடியுமா?"

"ஆனால் ஒரு நிபந்தனை!"

அது என்னவோ என்பதுபோல் மந்திரி ஜனசபை அங்கத்தினனைப் பார்த்தான்.

சகுனிதாஸ் சொன்னான்: “அடுத்த மாதம் ஜனசபையில் ஸனகாதிகள் ஒரு அமளி செய்து சந்திராதிகளின் மந்திரி சபையைக் கலக்கப்போகிறார்கள். அப்போது நீ கொஞ்சம் விலக்காக இருப்பாயா? நீ அப்படி இருந்தாயானால் உன்னைச் சேர்ந்த முப்பது பேர்களும் ஒதுங்கி நிற்பார்கள். இந்த ஒரு சின்ன நிபந்தனைதான். உன்னால் பேசாமல் இருக்க முடியுமா?”

மகேந்திரவர்மன் குழலைக் கடித்துக்கொண்டே திரும்பியும் அந்தக் கபடச்சிரிப்புச் சிரித்தான்.

அந்தச் சமயம் பார்த்து சகுனிதாஸ் அவனை ஞாபக மூட்டினான். “அன்று பாண்டவ அரண்மனையில் சொன்னது நினைவிருக்கிறதா?” என்றான்.

மகேந்திரவர்மன் சிரிப்பதை நிறுத்திக்கொண்டான். “உனக்கு அதைப்பற்றி என்ன தெரியும்?”

சகுனிதாஸ் பதில் பேசாமல், டைப் அடித்த ஒரு கடுதாசியைத் தன் அங்கிப் பைக்குள்ளிருந்து எடுத்தான். அதில் சில குறிப்புகள் இருந்தன. ஆனால் அதைப் பார்த்தவர்களுக்கு அதைக்கொண்டு ஒன்றும் விளங்காது. சில இலக்கங்கள் - சில தொழிற்சாலைப் பெயர்கள் - ரூபாய் மதிப்பீடுகள் கொண்ட சில விலைவாசிகள் - இவ்வளவே அதில் கண்டிருந்தன. மகேந்திரவர்மன் அதை வாசித்துப் பார்த்துவிட்டு, சும்மா இருந்தான். பீம்ஸிங்கிற்காகத் தயாரித்த அந்த நோட்டு அவனிடம் எப்படி வந்தது என்று கேட்கவில்லை. ஆனால் அவன் முகபாவத்திலிருந்து, ‘நீ சொல்கிறபடி செய்யாமல் வேறு வழி இல்லை’ என்று அவன் பதில் சொன்னமாதிரி சகுனிதாஸ் புரிந்துகொண்டு, போக எழுந்திருந்தான்.

“உன் பதவி உயர்வதற்குச் சில நாட்களே பாக்கி” என்று சொல்லிவிட்டுக் கதவைத் திறந்துகொண்டு போனான்.

சற்றைக்கெல்லாம் கர்ணா அங்கு வந்து சேர்ந்தான். மகேந்திரவர்மன் எப்போதுமுள்ள தன்னுடைய உற்சாக நிலைமையை மறுபடி அடைந்துவிட்டதாகத் தெரிந்தது. ஆ...

ஊ என்று சிரித்து அட்டகாசம் செய்தபடி பலவித அரசாங்க நிர்வாகத்தில் ஈடுபட்டான். அப்போது சக்திதாஸ் பேச்சு வந்தது.

"ஆமாம்... ஆ... இந்த அண்டர் செக்ரெட்டரி அசட்டுப் பிசட்டென்று எதையாவது செய்துவைக்கும் பேர்வழியை இன்னுமா நம் ஆலயத்தில் வைத்திருக்க வேண்டும்?"

"ஆமாம். நானே சொல்லலாமென்று பார்த்தேன். அவனை மாற்றிவிட்டாலென்ன?"

"ஹா..." மந்திரிக்கு உணர்ச்சிவசத்தால் பேச முடியவில்லை முடியவில்லை.

"விராடத்தில் நம் வியாபார ஆலயத்தில் ஒரு இடம் காலி... புரோசனனைக் கேட்கிறேன். மந்திரிக்குச் சம்மதமா?" இந்தக் கேள்வி வீண் என்பது கர்ணாவுக்குத் தெரியும். இருந்தாலும், வேண்டுமென்றே கேட்டான். சக்திதாஸ் பெயர் இப்போது நாடெங்கும் முழங்குகிறது. நாளைக்கு ஏன் மாற்றினீர்கள் என்று ஜனசபையில் கேள்வி விழுந்தால்? அதற்கு அவன் ஏன் உத்திரவாதியாக இருக்க வேண்டும்? இருக்கிற கவலை போதாதா? எங்கே சக்திதாஸைப் போலத் தன் மேலும் பழி சுமத்தி விடுவார்களோ என்று அவன் அல்லும் பகலும் நடுங்கிச் சாவது போதாதா?

"புரோசனனை உடனே போனில் கூப்பிட்டுக் கேள்."

கர்ணா போனைத் திருகினான். பிறகு புரோசனனிடம் விஷயத்தைச் சொன்னான். அப்புறம், "என்ன - என்ன அப்படியா? நிஜமாகவா? அப்படியானால் நீ உடனே மந்திரி அறைக்கு வா. இது விஷயத்தைப் பேசியாக வேண்டு"மென்று சொல்லி, போனைக் கீழே வைத்தான். பிறகு மந்திரி பக்கம் திரும்பி, "முக்கியமான ஒரு விஷயத்தை அதிகாரிகளிடம் தெரிவிக்கத் தவறிவிட்டானாம், சக்திதாஸ். புரோசனன் சொல்லுகிறான். நேரே இங்கே வா; மந்திரிக்கு முன்னிலையில் பேசிக்கொள்ளலாம் என்றேன்," என்றான்.

புரோசனன் வந்ததும் சங்கதியைச் சொன்னான். சக்திதாஸ் தகப்பனார் இரண்டு வருடங்களுக்கு முன் இறந்து போனாராம். அவர் அவனுக்கென்று விட்டுப் போன சொத்தை எடுத்து, சக்திதாஸ் சந்திரப்பிரஸ்தத்தில் இரண்டு வீடுகள் வாங்கியிருக்கிறானாம். இதைச் சர்க்காருக்கு அறிக்கை செய்யாமல் இருந்தது பெரும் பிழை. அரசாங்கத் திட்டப்படி உத்தியோகஸ்தர்கள் சொந்தமாக வீடோ, நிலமோ வாங்கினால் அது விஷயத்தை உடனே சர்க்காருக்குத் தெரிவிக்க வேண்டும். மகேந்திரவர்மன், புரோசனனைப் பார்த்தான். புரோசனன், கர்ணாவை நோக்கினான். கர்ணா கூரையை அளந்தான். இப்படியே சில நிமிடங்கள் சென்றன.

கடைசியில் புரோசனன்தான் பேசினான்: "எனக்கு அப்போதே பிடித்துச் சந்தேகந்தான். தெற்குக் காலனிகளில் அவனுக்கு வீடுண்டு என்று கேள்விப்பட்டேன். அதுதான் விசாரிக்கச் செய்தேன்.

மற்ற இருவர்களும் பேசவில்லை. பேசாமலேயே தெரியும், சக்திதாஸை அப்புறப்படுத்துவதில் மூவரும் குறியாக இருந்தார்கள் என்று.

கர்ணா சொன்னான்: "உடனே அவனுக்கு எழுதி இவ்விதமாக ராஜாங்கத்தார்களிடமிருந்து உண்மையை ஒளித்ததற்குக் காரணமென்னவென்று கேள்," அவன் புரோசனனுக்கு உத்தரவு கொடுத்தான்.

"விராடத்தில் ஏழாவது வேலை காலியாக இருக்கிறதா?" என்று மந்திரி கேட்டான்.

"ஆமாம். ராகவாச்சாரி லீவில் போகிறான்," என்று ஜாயிண்டு செக்ரெட்டரி சொன்னான்.

"அப்படியானால் ரொம்ப, சௌகரியமாகப் போய்விட்டது. சக்திதாஸ் அதே கிரேடைச் சேர்ந்தவன். அவனை விராடத்திற்கு மாற்றிவிடு," என்று மந்திரி ஆர்டர் போட்டான்.

கர்ணா எச்சரித்தான். "முதலில் அவனை, சொத்தைப் பற்றிக் கேட்டு, விளக்கம் செய்யச் சொல்லு. அப்புறமாக மாற்றல் ஆர்டர் போடு," புரோசனன் புரிந்துகொண்டு தலையை ஆட்டினான்.

மூவர் மனதிலும் ஒருவித அமைதி உண்டாயிற்று. நமைச்சல் ஓய்ந்தது. இனிமேல் சக்திதாஸைப் பிடித்த சனி அவர்களைத் துரத்தி வராதல்லவா?"

பீஷ்மன் கமிட்டி தீர்ப்பு தெரியும் வரையில் ஓய்வு எடுத்துக்கொண்டு வீட்டில் தங்கிவிட்டான், சக்திதாஸ். நாள் பூராவும் அவன் ஜபம் செய்வான்; புராணங்கள் வாசிப்பான். சாயங்காலமானால், குன்றுத் தோட்டத்திற்குப் போவான். அங்கே போய் குரு கிருஷ்ண அவதார் ஸிங்கைப் பார்ப்பதில் அவனுக்கு ஒரு விசேஷ சாந்தி ஏற்பட்டது. அவர் அவனுக்கு அன்பின் கோவிலாகத் தென்பட்டார். அன்பு கனியும் கனிவே குரு அவதார். அவர் கண்களில் பொங்கி வழிந்த அந்த இன்னமுதைக் கண்டதுமே அவனுடைய துன்பம் எல்லாம் போய்விட்டதுபோல் அவனுக்குத் தோன்றும். இந்தத் தெய்விக அன்பு அவனை ஈர்த்துக் குருவுடன் பிணைத்தது .

அவரும் சொன்னார்: "உன்மேல் பிறர் அன்பு வைக்க வேண்டுமென்று காத்திருந்தால் துன்பம் தோன்றும். நீயே அன்பு செய்ய ஆரம்பித்துவிட்டாயானால் துன்பமேது? துன்பமும் இன்பமும் கலந்தது உலகம். நாம்தான் அறிவைக் கொண்டு துன்பத்தைத் தள்ளி இன்பத்தை ஏற்கக் கற்கவேண்டும். உதாரணமாக, தீயை எடுத்துக்கொள்; அதில் குளிர் காய்ந்தால் இன்பம் - தொட்டால்? காற்று - மூச்சுவாங்கினால் இன்பம் - அமுங்கினால்? அப்பா துன்பங்களை வெட்டி எறி. அன்பு கொள். அன்பே சக்தி - தேவி - அருள்."

சக்திதாஸுக்கு உள்ளம் சிலிர்த்தது; அவன் மணிக்கணக்காக, குருவின் அன்பு வெள்ளத்தில் முழுகிக் கிடந்தான். அவரால் இப்படிக் கருணையைக் கொட்டிக் கொட்டி எப்படிக் கொடுக்க முடிகிறது? தூமகேது அநேக லட்சம் யோசனை தூரமான தனது

வாலை இழுத்துச் செல்லுவது சக்தியினால். இந்த எல்லையற்ற உலகத்தைச் சக்தி வியாபிக்கிறது. ஞானியான குரு கிருஷ்ண அவதார் இந்தச் சக்தியை முறைப்படி தெரிந்துகொண்டதால் அந்த உருவம் பெற்றுவிட்டார். அவரே அந்தச் சக்தி.

அன்று இரவு அவன் வீட்டை அடைந்ததும், காந்தா அவனிடம் ஒரு கடிதத்தைக் கொடுத்தாள். அதில் சந்திரப்பிரஸ்த சர்க்காரின் முத்திரை போட்டிருந்தது. பிரித்து வாசித்தான். தன் சொத்தின் விவரங்களைப்பற்றிச் சர்க்காருக்கு ஏன் அறிவிக்கவில்லையென்று கடுமையான கேள்விகள். "ஏன் சொல்லவில்லை? என்ன காரணம்? இவைகளுக்கு உடனே விளக்கம் எழுது." கீழே புரோசனன் கையெழுத்து.

தூக்கத்திலிருந்து விழித்துக்கொள்வது போல அவன் குருவின் அன்பணைப்பிலிருந்து திடுக்கிட்டு எழுந்தான். திரும்பவும் அவனைப் பிடித்து ஆட்ட ஆரம்பித்துவிட்டார்களா? ஓம் சக்தியென்ற ஓங்காரத்தின் உச்சரிப்பு மறைந்து, அவன் மனதில் புரோசனனைப் பற்றிய வசைச் சொற்கள் ஊர்ந்தன. எதற்காக இப்போது இந்தச் சில்லறைக் குற்றத்தை எடுத்துச் சுட்டிக் காட்டவேண்டும். அவன் வேண்டுமென்று இந்த உண்மையை ஒளித்தானா? ஏதோ சொல்ல வேண்டும், சொல்ல வேண்டுமென்று தள்ளிப்போட்டுக்கொண்டே வந்து... யார்தான் நாளைக்கு ஆகட்டுமென்று சொந்த விஷயங்களைக் கவனிக்காமல் தள்ளிப் போடுவதில்லை? சந்திரப்பிரஸ்த செக்ரெட்டேரியட் உத்தியோகஸ்தர்கள் யாவரும் அப்படித்தானே! இது புரோசனனுக்குத் தெரியாதா? அவன் மனைவி மாத்திரம் "வீட்டு விஷயங்களைக் கவனிப்பதில்லை" என்று புகார் செய்யாமலா இருக்கிறாள்? சக்திதாஸுக்குக் கசப்பு மிகுந்தது. வாய் - உதடு - உள்நாக்கு வரையில் கசந்தது. அவனுடைய அன்பொழுகும் விழிகளில் பார்வை மங்கின.

அப்போது காந்தா அவன் முன் வந்து நின்றாள். அவள் நிற்கும் மாதிரி, முகத்தின் குறி, கண்களின் ஜாடை, யாவுமே அதிருப்தியைக் காட்டின. இப்போது இவளுக்கென்ன கேடு? எனக்கு வந்திருக்கும் கஷ்டங்களைவிட.... அவன் அவளை

என்ன என்பதுபோல் பார்த்தான். அவள் பதில் சொல்லாமல் சிலைபோல் நின்றாள்.

"வத்ஸலா எங்கே?"

அந்தக் கேள்வியைக் கேட்டவுடன் அவள் கண்களிலிருந்து ஜலம் மளமளவென்று கொட்டிற்று. சக்திதாஸுக்குச் சுருக்கென்றது. அவனுக்கு வந்ததெல்லாம் போதாதென்று இன்னும்... "வாயைத் திறந்து என்ன விஷயமென்று சொல்லித் தொலையேன்."

"வத்ஸலா அருணை விவாகம் செய்துகொள்ளப்போகிறாளாம்!"

"அருணையா? அவன் யார்? மீசை தாடி வளர்த்துக்கொண்டு உத்தருடன் திரிவானே, அந்தக் காவாலியா? கம்யூனிஸ்ட்டு ஆயிற்றே!"

காந்தா தலையை அசைத்தாள். "அதுவும் அல்லாமல் அந்த அருண் நம் நாட்டைவிட்டு அண்ணன் நாட்டிற்குக் குடிபோகிறானாம். காரணம், நம் நாட்டில் அவனைப் போன்ற விஞ்ஞானிகளுக்குத் தேவையான பொருளுதவியும் வசதியும் கொடுத்துப் பெருமைப்படுத்துவதில்லையாம்; அங்கே அதற்கு நேர்மாறாகப் பல சௌகரியங்களும் பராமரிப்பும் கிடைக்குமாம். அடுத்த மாதமே கல்யாணம் செய்துகொண்டு இருவரும் அங்கே போக வேண்டுமாம் - இத்தனை தூரம் நாம் முறையாக வாழ்க்கையை நடத்தி வந்ததின் லாபம் இது, பெண், பிள்ளை இருவரும் சொல்லாமல்... கொள்ளாமல்... இன்னும் என்னவெல்லாமோ? யார் கண்டார்கள்?"

காந்தாவுக்குத் தொண்டை கட்டிவிட்டது. சக்திதாஸ் பதிலே சொல்லவில்லை. அவனுக்கு வாழ்க்கையே பாழாய், சூன்யமாகத் தோன்றிற்று. ஆபீஸில் அப்படி, வீட்டில் இப்படி! தம்பதிகள் ஒருவரையொருவர் பார்த்துக் கொண்டு திக்கற்ற தன்மையுடன் உட்கார்ந்து போய்விட்டார்கள். இன்னும் என்னென்ன வரவிருக்கிறதோ என்று அவன் திகிலடைந்து குன்றிப்போய்விட்டான்.

★★★

சகுனிதாஸ் விதுரனைப் பார்க்கப் போனபோது, அவன் தன் மத்தியான ஜபத்தை முடித்துக்கொண்டு சாப்பிட உட்கார்ந்திருந்தான். அவன் எதிரில் ஒரு தட்டில் ஆறு முந்திரிப்பருப்புகள், இரண்டு பேரீச்சம்பழங்கள், சில திராட்சைப் பழங்கள், ஒரு ஆரஞ்சு, ஒரு கோப்பைப் பால் - இவ்வளவும் இருந்தன. அவன் இவைகளை நாசூக்காக ருசி பார்த்துக் கொண்டிருந்தான். “ஜனசபை சகுனிதாஸைத் தயவு செய்து கொஞ்சம் உட்காரச்சொல். சாப்பிட்டுவிட்டு இதோ வந்துவிடுகிறேன்” என்று காரியதரிசியிடம் சொல்லி அனுப்பினான்.

அப்போது வீட்டின் உட்புறத்திலிருந்து விதுரனுடைய தம்பியும் பீம்ஸிங்கும் வந்து, அவன் எதிரே உட்கார்ந்தார்கள்.

“நான் இரண்டு கோடிக்கு அதை வாங்கத் தயாராக இருக்கிறேன். ஆனால் சோமதத்தன் அது போதாதென்கிறான்” என்றான் பீம்ஸிங். மந்திரி பேசாமல் சாப்பிட்டுக் கொண்டிருந்தான். பிறகு அவனே தொடர்ந்து சொன்னான்: “அவனுடைய ஆலயத்தில் இதுவரையில் இரும்புத்தட்டுகள் பண்ணிக்கொண்டிருக்கிறார்கள். நான் அதை வாங்கிய பிறகு அலுமினியம் கம்பிகள் செய்யப் போகிறேன். “தட்டு”களுக்கு இப்போது கிராக்கியில்லை. இப்படி மாற்றினால் நஷ்டம்தானே!

நன்றாக இருக்கிறது! என்னமோ நீ ஆசைப்பட்டாயே என்று நான் நஷ்ட விலைக்கு இதை விற்கிறேன் தெரியுமா?” என்றான் மந்திரியின் தம்பி. விதுரன் பருப்புகளைச் சுவைத்தபடி சம்பாஷணையைக் கேட்டுக்கொண்டிருந்தானே தவிர, அதில் கலந்துகொள்ளவில்லை.

“என்னிடம் எதற்காக ஒளிக்கிறாய்? உனக்கு இப்போது பல திக்குகளிலிருந்து நஷ்ட ஈட்டுத் தொகைகள் கட்டவேண்டிய அவசரச் சீட்டுக்கள் வந்திருக்கின்றன; செலவுக்குப் பணம் தேவை.”

“அப்படியே வைத்துக்கொள்ளேன்! இந்தத் தொழிற்சாலை ஐந்து கோடி பெறும். அவசரமாகையால் இரண்டுக்குக் கொடுக்கத்

தயாரென்று வைத்துக்கொள்ளேன்?"

"நான்தான் சொல்லிவிட்டேனே; இதற்குமேல் வாக்கெடுக்க எனக்கு அதிகாரம் கிடையாது, கம்பெனி டைரக்டர்களைக் கேட்கவேண்டும். அப்படிக் கேட்டால் அவர்கள் தொகையை ஒன்றரைக் கோடியாகக் குறைத்துவிட்டாலும் விடுவார்கள். பேசாமல் நான் சொன்னபடி இரண்டு கோடியை வாங்கிக்கொள்."

அந்தச் சமயத்தில் விதுரன் ஏதோ தலையை ஆட்டினமாதிரி தோன்றிற்று.

விதுரனுடைய தம்பி என்ன அர்த்தம் செய்தானோ - அவன் பீம்ஸிங்கிடம் சொன்னான்: "சரி ஏதோ பழைய சினேகிதத்தை நினைத்து இந்தக் குறைந்த விலைக்கு விட்டுக்கொடுக்கிறேன் என்பது ஞாபகமிருக்கட்டும்!"

அவர்கள் சென்ற பிறகு விதுரன் கையை அலம்பிக்கொண்டு சகுனிதாஸை வரவேற்கச் சித்தமானான்.

ஜனசபையோன் உள்ளே வந்தவுடன், விதுரன் பிரமாதமாக முகமன் கூறினான்: "வா சகுனிதாஸ். மன்னித்து விடு. உன்னைக் காக்கவைத்துவிட்டேன். சாப்பிட்டுக்கொண்டிருந்தேன்."

"அதனாலென்ன? எனக்குத் தெரியாதா உன்னுடைய நியமங்களைப்பற்றி! உன்னைப்போலவே மற்ற சந்திராதிகள் இருந்துவிட்டால் அப்புறம் குமைச்சலேது?"

ஏதேது - தூபம் பிரமாதமாக இருக்கிறதேவென்று விதுரன் அவனை உற்றுப் பார்த்தான்.

சகுனிதாஸ் மேலும் சொன்னான்: "அதுதான் நானும் சுயோதனனிடம் சொல்லிக்கொண்டிருந்தேன். நீயும் அவனும் ஒன்றுசேர்ந்தால் ராஜ்ய பாரத்தை விசேஷமாக நடத்தலாமென்று?"

விதுரன் சற்று நிமிர்ந்து உட்கார்ந்துகொண்டான். "என் கட்சிக்கு

நான் துரோகம் நினைப்பதாக எண்ணமில்லை."

"துரோகமா? அப்படி யார் சொன்னது? இரு கட்சிகள் சேர்ந்து ஒத்துழைப்பதில் துரோகமென்ன? வாஸ்தவம். அப்படி நேர்ந்தால், ஒன்று இரண்டு பேர்களை மாற்றும்படியாக இருக்கும். நல்லதுதானே! சந்திராதிகளில் சிலர் குடி, சிகரெட் என்ற வழக்கங்கள் வைத்துக்கொண்டிருப்பது உனக்குப் பிடிக்காத விஷயம். அவர்கள் இல்லாவிட்டால் மந்திரிசபை ஒழுக்கமுடன் இருக்குமே - இல்லையா?"

"நேதா நாளில் நானும் தர்மராஜுவும் சேர்ந்து அவருக்குப் பணிபுரிந்தோம்!"

"அதனாலென்ன?"

"நீ சொல்வதின் தாத்பரியம் எனக்குப் புரிந்தது. அதற்கு நான் ஒப்பமாட்டேன்."

"அப்படியானால் சோம தத்தனுக்குத்தான் கஷ்டம்."

"ஏன்?"

"அவனும் பீம்ஸிங்குமாகச் சில பிசினெசுகளில் இறங்கியிருக்கிறார்களே. சந்திராதிகளுக்கு முதலாளிக் கூட்டத்தைக் கண்டால் ஆகாது. அவர்கள் ஸோஷலிஸ்டுகள் அல்லவா - தம் மந்திரி சபையிலுள்ளவர்களே ஸனகாதிகளுக்கு உதவுகிறான் என்றால்?"

"என் தம்பி வியாபாரம் நடத்தினால் எனக்கென்ன? பீம்ஸிங் அவன் தோழனானால் எனக்கென்ன?"

"ரொம்ப சரி. நீ சொல்லுவதை நான் ஒப்புக்கொள்கிறேன். சந்திராதிகள் என்ன சொல்லுவார்களோ? இது விஷயம் தெரிந்தால் கம்யூனிஸ்டுத் தலைவன் சால்யன் தூமகேதுவைப் போல் கிளம்புவான் என்று நினைக்கிறேன். என்ன சொல்கிறாய்?"

விதுரன் அவனை முறைத்துப் பார்த்தான். "உனக்கு வேண்டியது

என்ன? சொல்லித் தொலை!" என்றான்.

"அடுத்த மாதம் இப்போதைய மந்திரி சபையைக் கலைக்க ஸனகாதிகள் ஜனசபையில் ஒரு ஆர்ப்பாட்டம் செய்யப்போகிறார்கள். அப்போது நீ கட்சி காட்டாமல் சும்மாயிருந்தால் போதும். நீ அப்படிச் செய்தாயானால் உன்னைச் சேர்ந்த முப்பது பேரும் ஒதுங்குவார்கள்."

"தர்மராஜுவை வஞ்சிக்கும் விஷயத்தில் என்னை இழுக்க வேண்டாம்?"

"வேண்டாம் - நீ சும்மா ஒதுங்கினால் போதும். மற்றதை அவர்கள் பார்த்துக்கொள்ளுவார்கள்."

"என்னால் அவனைப் பிடித்துவந்து ஸனகாதிகளுக்குப் பலியிட முடியாது?"

"அது வேண்டாம். ஆனால் இதுபோலவே பிரதம மந்திரிப் பதவியை யாராவது நிவேதனம் செய்தால் அதை மறந்துவிடாதே." சகுனிதாஸ் சிரித்துக்கொண்டே எழுந்து போனான்.

பிரதம மந்திரி தர்மராஜு ஆபீசு, ஒரு தொழிலதிபனின் உயர்தர பிசினெசு அறையைப்போலத் தோற்றமளித்தது. நகுல் சேட் சொல்வதுபோல, அவன் தான் ஒரு போகியென்று பறைசாற்றிக்கொள்ளவில்லை. ஆனால் மற்ற சோம நாட்டவர்களைப்போல முறையான வாழ்க்கைக்கு விரோதமாக நடப்பதில் அவனுக்கு மனக் குறுகுறுப்பு கிடையாது. அதனால் அவன் அறையில் பட்டுப் படுதாக்கள். வெல்வெட்டுத் திண்டுகள். தொங்கும் கிளாஸு கிளை விளக்குகள் - என்று அலங்கார தினுசுகள் பல இருந்தன. அவனுடைய அர்த்த சந்திரபாணி மேஜை அந்த அறையை முக்கால்வாசி நிரப்பிற்று. ஒரு பக்கத்தில் கிளாஸுகளும் சாராய வகைகளும் நிரம்பின கண்ணாடி பீரோவும் இருந்தது. அண்ணன் நாட்டு அதிபர்கள் வந்தால், அவைகளை வழங்கி அவர்களை உபசரிப்பது அவன் வழக்கம்.

அன்று சகாதேவ சர்மா சீக்கிரமாகவே வந்து விட்டான். ஜனசபை கூடும் சமயம் நெருங்கிவிட்டது. பிரதம மந்திரி பதில் சொல்லவேண்டிய கேள்விகள் பல வந்திருந்தன. அடிக்கடி அவரை ஆலோசனை கேட்டவாறு அவன் வேலையில் மூழ்கியிருந்தான். இந்தக் கேள்வி கொஞ்சம் அதிகப்பிரசங்கித்தனமாக இருக்கிறதே? இதற்கு எப்படி விடை கூறுகிறது? ஆனால் தர்மராஜுவைக் கேட்கக்கூட அவனுக்குக் கூச்சமாக இருந்தது. பேசாமல் பிரதமர் முன் அந்த பேப்பரை வைத்துவிட்டு, அங்கேயே நின்றான். தர்மராஜுவுக்கு விஷயம் விளங்கிவிட்டது.

"ஏன் கூச்சப்படுகிறாய்? அரசியல் உலகில் இதெல்லாம் இயற்கை. ஒருவரையொருவர் குற்றம் சாட்டுவது சகஜம்" என்று சிரித்தான். ஆனால் சகாதேவ சர்மாவுக்குக் கோபத்தினால் முகம் சிவந்தது. கண் கலங்கிற்று. பிரதம மந்திரி இதையொன்றையும் கவனிக்காதது போல இருந்துவிட்டான்.

சகாதேவனுக்கு எதையும் மிகையாகச் செய்வது வழக்கம். தன்னைப்பற்றி நடைகளில் பிதற்றிக் கொண்டாலும் சரி, அல்லது பிரதம மந்திரியைக் கண்காணிக்கும் வேலையில் ஈடுபட்டிருந்தாலும் சரி, அவனுக்கு உணர்ச்சி கூடுதல். "அநியாயமாக ஸனகாதிகள் அவரைத் திட்டுகிறார்கள்" என்று பிரபாவிடம் அங்கலாய்த்துக்கொள்ளுவான். பிரபாவும் ஒப்புக்கொள்ளுவாள்; அவளும் அதுபோல்தான். மறுநாள் தினசரியில் கொத்துக் கொத்தாய், வரிசை வரிசையாய், பிரதம மந்திரி துதியை எழுதிவிடுவாள். கற்பனை புனைவதிலும் பிரபா கெட்டிக்காரி . நிறையக் கதைகள் எழுதுவாள். அவை நன்றாகவும் இருக்கும். மிருதுவானது, கெட்டியானது, நுரைபோல் மறையும் பொருள் கொண்டது.

சாசுவதமான உண்மைகள் எல்லாவற்றையும் கலந்து எழுதித் தள்ளுவாள். இப்படிச் சேர்த்துக் குழைத்தால் கூட எழுத்தில் நகைச்சுவை பாவம் நிரம்பிக் கிடக்கும். கருத்தென்ன என்று புரியாவிட்டாலும் உணர்ச்சி பொங்கும். சகாதேவ தம்பதிகளின்

உணர்ச்சி ஊற்றை நினைத்து அப்போது தர்மராஜு சிரித்துக்கொண்டான். மறுநிமிடம் அவர்கள் அவனிடமும் லதாவிடமும் காட்டும் உண்மை விசுவாசத்தை எண்ணிப் பார்த்தான். அவனுடைய நற்பெயரையும் கியாதியையும் காப்பாற்ற சகாதேவன் படும் பாட்டை எண்ணி மனம் நெகிழ்ந்தான்.

சுயோதனனுக்குப் பேட்டி கொடுத்துக் கொண்டிருந்தான் தர்மராஜு. ஸனகாதிகள் தலைவனுக்குக் கண்பார்வை குறைவோ? நல்ல கனமான மூக்குக் கண்ணாடி போட்டிருந்தான். பார்த்தால் சோகை பிடித்தவனைப் போலிருந்தான். அவன் தாடி கூடக் கூழை அடைந்தாற்போல் தொங்கிற்று.

பிரதம மந்திரி சொன்னான்... “நாட்டின் நிலைமை யைப் பார்த்தாயா? இப்பேர்ப்பட்ட சமயத்தில் நாம் அபிப்பிராய பேதங்களை மறந்து ஒத்துழைக்க வேண்டும்! என்ன சொல்லுகிறாய்?”

“அதற்கு நான் எப்போதும் தயார். என்ன வேண்டுமானாலும் சொல்லுங்கள்.”

பிரதம மந்திரி ஒரு பெருமூச்சுவிட்டான். “சிக்கல் அதிகமாக இருக்கிறது. நீ கொஞ்சம் விட்டுக் கொடுத்தால்...” என்று சொல்லிவிட்டு, தயங்கினான்.

“முதலாளி வர்க்கம் எங்களை நம்பியிருக்கிறது,” என்றான் சுயோதனன் சாவதானமாக.

“இப்போது மாத்திரம் அவர்களுக்கு என்ன குறைவு? தொழிற்சாலைகள் நடத்தவில்லையா? லாபங்கள் கிடைக்கவில்லையா?”

“அதெப்படிச் சொல்ல முடியும்? சுயேச்சையாக முன்னேற்றம் வேண்டுமென்று முறையிடும் உங்கள் சந்திராதிகளுடைய ஸோஷலிஸம் அவர்களைக் கைகட்டி வாய்கட்டி, அடக்கி அல்லவா வைத்திருக்கிறது? சர்க்கார் தயவு இன்றி முன்பின்

போக முடியவில்லையே! ஒரு யந்திரசாலையோ தொழிற் சாலையோ துவக்கவேண்டுமானால், ஆயிரம் முறைகள் சர்க்கார் சிப்பந்திகளுக்குக் கும்பிடு போட வேண்டியிருக்கிறதே. உனக்குத் தெரியவில்லை. ஆனால் இந்தக் காரணத்தினால்தான் நம் தேசத்தில் யந்திர சாத்திரமும் கைத்தொழிலும் முன்னேற வில்லை. இத்தனை இடையூறுகளைத் தகர்த்துக்கொண்டு முன்னேற நினைப்பவனுக்கு ரொம்பத் துணிச்சல் வேண்டும். இதனால் ஒரே ஒரு விஷயம் அபிவிருத்தியாகியிருக்கிறது; அதுதான் கைக்கூலி. சர்க்காருடைய தடை உத்தரவுகளைத் தாண்டிப் போய்க் காரியம் நிறைவேறவேண்டுமானால், சிப்பந்திகளுக்கும் சில்லறை வேலையாட்களுக்கும் கைக்கூலி கொடுத்தாக வேண்டியிருக்கிறது .

பிரதம மந்திரி சிறிது நேரம் ஒன்றுமே சொல்லவில்லை . பிறகு, “உனக்கு எதையும் நன்றாக ஆராய்ந்து பார்க்கும் சக்தி இருக்கிறது. நீ எங்களுடன் இருந்தால் ரொம்ப நன்றாக இருக்கும். ஆனால் நீதான் உன் கட்சியின் கொள்கைகளை விட்டுக்கொடுக்க மாட்டாயே...” என்று சொல்லி, அவனைத் தயக்கத்துடன் பார்த்தான்.

“ஆமாம் நீங்கள் நினைப்பது சரி; நான் என் கட்சியின் நோக்கங்களை மறக்க எண்ணவில்லை.”

“என்ன செய்யலாம் நீ உப பிரதம மந்திரியாகக் கூட இருக்கத் தகுந்தவன். சரி போகட்டும். இருந்தாலும் கூடிய மட்டும் நாட்டில் குழப்பத்தைக் குறைக்க எங்களுடன் ஒத்துழைக்கப் பாரு.”

“அது என் கடமை. என்னால் முடிந்ததைச் செய்கிறேன்.”

“அப்படியானால் ஜனசபையில் அநுசிதமான சில பேச்சுகளையும், அவைகளை ஒட்டி நேரும் சம்பவங்களையும் நாம் தகர்க்க வேண்டும்.”

“கட்டாயமாக.”

"அவன் சென்றதும், சகாதேவன் வந்தான். சுயோதனனுக்கு உதட்டிற்கு மேல் பேச்சு. அவன்தானே இந்த சக்திதாஸ் குழப்பத்தைக் கிளப்பிவிட்டான்?"

"சகுனிதாஸ்" என்று தர்மராஜு சுருக்கமாகச் சொல்லிவிட்டு, தன்முன் இருந்த பேப்பரில் கவனம் செலுத்தினான்.

"எது உண்மை என்று யார் கண்டது!"

"அதுதான் கஷ்டம். சத்தியமென்பது நித்தியம். ஆனாலும் அடிக்கடி செத்துப் பிழைக்கிறது. அதை வார்த்தைகளால் கடைந்து, நிகழ்ந்ததை ஆராய்ந்து பார்க்கப் புறப்படுவதால்தான் ஜனசபையில் குழப்பமுண்டாகிறது. நிஜமென்னவென்றால் வாழ்க்கை உண்மை - ஆனால் அந்த வாழ்வு நிலையற்றது. ஒன்றையும் சாசுவதமென்று எடுத்துக்கொண்டு வாதிக்க முடியாது."

சகாதேவனுக்கு இந்த வேதாந்த தத்துவம் பிடிக்கவில்லை. "சகுனிதாஸ் கெட்ட எண்ணம் கொண்டவன்," என்றான்.

"அவ்வித மனிதர்களிடம் காரம் காட்டித் திரும்பப் பழிக்குப் பழி வாங்க எண்ணுவது வீண்: அர்த்தமற்றது, பிரயோஜனமற்றது."

சகாதேவன் சொன்னான்: "புத்தியுடன் யோசித்து, சமூகத்தின் நன்மையை எண்ணி, வாதம் செய்பவன் வேறு - இந்தச் சகுனி மாதிரி சும்மா எதிர்த்துப் பேசுவதே தீரமான செயல் என்று நினைப்பது வேறு."

மந்திரி பதில் பேசாமல் எதேதோ பேப்பர்களில் கையெழுத்துப் போட்டான். சகாதேவனும் கவனிக்கவில்லை. ஆனால் அந்த பி. பி. டி. பைலும் அவைகளுடன் கையொப்பம் செய்து போய்விட்டது.

ஆரோக்கிய மந்திரி விதுரன் பிரதமமந்திரியை ஆலோசனை கேட்டிருந்தான். தர்மராஜு கட்டாயமாகக் கரப்பு, கறையான், எலி, பாச்சை இவைகளை ஒழிக்க பி.பி.டி. உபயோகப்படுத்த

வேண்டுமென்று ஆர்டர் போட்டுவிட்டான். இந்த உத்தரவைக் கண்டவுடன் யமகிங்கரர்களைப் போல, படைபடையாகக் கையில் பலவித ஆயுதங்களுடன் முனிசிபல் கார்ப்பரேஷன் வீரர்கள் கிளம்பிவிட்டார்கள். சகாதேவன் அந்த பேப்பரில் மந்திரி கையெழுத்துப் போட்டு அனுப்பிவிட்டதை உணருமுன், ஆரோக்கிய நிலைய ஏற்பாட்டின்படி கார்ப்பரேஷன் சிப்பந்திகள் விஷ ஜலத்தைப் பாய்ச்சி, பாச்சை, கரப்பு, எலி முதலியவற்றைக் கொன்றார்கள். சகாதேவன் எதிர்பார்த்தது போல எலிகளை அடித்ததுதான் விபரீதமாக முடிந்தது.

காந்தா எப்போதுமே செயலற்ற ஒரு மந்த உணர்வோடுதான் தென்படுவாள். தேகம் முதுமை அடையாவிட்டாலும் அவள் மனம் வெகு நாட்களாகத் தளர்ச்சி கொண்டுவிட்டது. காரணம் சமூக முறைபாடுகளுக்குப் பணிந்து, புத்தியே ஒருவகையான பண்புக்குப் பழகிவிட்டது; இதை அவள் அறிவாள். அவளுடைய ஆத்ம பலமே மழுங்கினாற்போலத் தோன்றலாயிற்று. முக்கால் வாசிப் பேர்களுக்கு இந்தப் பலம் குறைவாகத்தானிருக்கும். அப்படியிருக்க, சமூகக் கட்டுப்பாடுகளினால் அழுத்தப்பட்ட காந்தா எந்த மூலை? அவள் மனமொடிந்து, உற்சாகமிழந்துதான் எப்போதும் இருப்பாள். போதாக்குறைக்கு எந்தச் சம்பிரதாய முறைகளுக்காக அவள் இத்தனை வருஷங்களாகத் தன்னைக் கட்டுப்பாடு செய்து கொண்டு வந்தாளோ - அவைகளையே அவள் குழந்தைகள் நொறுக்கிப் பாழ் செய்துவிட்டனர். இனிமேல் என்னவிருக்கிறது? காந்தா மனம் விம்மிற்று. எதற்காக அவள் முறையான வாழ்க்கையை நடத்த இத்தனை தூரம் பாடுபட்டாள்? வாழ்வின் ரசம் போய் அவளுக்குச் சக்கையே மிஞ்சினாற்போல ஆகிவிட்டது.

கணவனும் மனைவியும் தத்தளித்துக்கொண்டிருக்கும் போதுதான் சக்திதாஸை விராடத்திற்கு மாற்றிவிட்டதாக ஆர்டர் வந்தது. அந்த உத்தரவுத் தாளைப் பார்த்தவுடன், இதுவரையில் நடந்ததையெல்லாம் விதியென்றும், பூர்வ ஜன்மக் கர்மமென்றும் பொறுமையுடன் சகித்துவந்த சக்திதாஸ், திடீரென்று உன்மத்தங் கொண்டு ஆவேசத்துடன் கத்தினான். “சர்க்கார் என்பது

ஜீவனற்றது; உயிரற்றது; அதனால் அதனுடைய செய்கைகளுக்கு உணர்ச்சி கிடையாது என்று சொல்லுவார்கள். இருந் தாலும், பலபேர்கள் சேர்ந்துதானே அதை நடத்துகிறார்கள். புரோசனனுக்கு என்னை இப்படிக் கஷ்டப்படுத்த எப்படி மனம் வந்தது? செக்ரெட்டரிதான் இதற்கு எப்படி இடங் கொடுத்தான்? தங்களை அழகாகப் பாதுகாத்துக் கொண்டு மந்திரியின் கோபத்திற்கு என்னை இரையாக்கிவிட்டார்கள். சரி, இருக்கட்டும். விட்டேனா பார். இந்தச் சர்க்காரை, இந்த ராஜாங்கத்தைத் தீர்த்துக்கட்டிவிட்டுத்தான் மறுகாரியம். அரசியல்வாதிகளுக்கு உதவுகிறேனோ என்றுதானே மந்திரிக்கு என் மேல் சந்தேகம்? அப்படியே செய்துவிடுகிறேன். நாளைக்கே ஸநாதன தர்மக் கட்சியைச் சேர்ந்துவிடுகிறேன். யார் கண்டது? ஒரு நாள் நானே ஒரு ஜனசபை அங்கத்தினன் ஆகக்கூடும்."

"அந்த நிமிடம் முன் ஒரு சமயம் ஸநாதன தர்மக் கட்சிக் கூட்டம் ஒன்று தன்னை ஆதரித்தது அவனுக்கு நினைவு வந்தது. அவனுடைய உறுதி பலப்பட்டது. ஆமாம் அப்படியே செய்துவிட்டால் என்ன? நாளைக்கே புரோசனனிடம் ஒரு ராஜீனாமாச் சீட்டை நீட்டிவிட்டு...

காந்தா எத்தனையோ சமாதானம் செய்து பார்த்தாள். "உனக்கேன் கவலை. பென்ஷன் வரும். நீ பாட்டுக்குச் சாப்பிட்டுக்கொண்டிரு. பெண்ணும் பிள்ளையும் தான் ஓடிப்போய்விட்டார்கள்," என்று அவன் அவள் வாயை அடக்கினான், காந்தா பதில் சொல்ல முடியாமல் சங்கடப்பட்டாள்.

சக்திதாஸ் வாழ்வு வேறுவிதமாக மாறிற்று. செக்ரெட்டேரியட் புழு, பாம்பாக உருக்கொண்டது. அவன் ஸநாதன தர்மக் கட்சியைச் சேர்ந்து கூட்டத்தோடு போகவும், சூட்டுடன் பேசவும் பழகிக்கொண்டான். அப்படிச் பேச, அந்தரங்கத்தில் புகைந்த அவனுடைய எரிச்சல் நல்ல தூண்டுகோலாக இருந்தது.

உத்தர்குமார் வீட்டிற்கு வருவதையே நிறுத்திக்கொண்டான். நான் கம்யூனிஸ்ட்டுகள் சார்பு; ஸநாதன முறைபாடுகளை வெறுப்பவன்; அப்பா அவர்கள் கட்சியிலேயே சேர்ந்து விட்டார்.

நாங்கள் இருவரும் சந்தித்துக்கொள்ளாமல் இருப்பதே உசிதம். சந்தித்தால் எனக்கு வரும் ஆத்திரத்தில் என்ன செய்வேனோ சொல்ல முடியாது," என்று அவன் தாயிடம் சொன்னான்.

சக்திதாஸ் அதைப்போலவே மகனைப் பழித்தான். அவனுடைய விநயமுள்ள அடக்கம் முற்றிலும் மாறி, மூர்க்கத்தனமாய்விட்டது. உத்தர்குமாரை வாயில் வந்தபடி திட்டினான். இதனால் காந்தாவும் அவர்கள் பார்த்துக்கொள்ளாமல் இருப்பதே மேல் என்று நினைத்து, சக்திதாஸுக்குத் தெரியாமல் இரவில் உத்தரைத் தெருக் கோடிக்குப் போய்ச் சந்தித்து வந்தாள்.

"உனக்குப் புரியவில்லையா? இது ஒரு பெரிய புரளி. அரசியல் உலகில் ஒரு சிக்கல். எப்படியோ உங்கப்பா பெயர் இதில் அகப்பட்டுக்கொண்டுவிட்டது. அவருக்கு ஒன்றுமே தெரியாது. பாவம்," என்று காந்தா கணவனுக்காகப் பரிந்து பேசினாள்.

உத்தர்குமார் அவள் வார்த்தைகளை மதிக்கவில்லை. "ஸநாதன தர்மக் கட்சியில் சேர்ந்து கத்த மாத்திரம் தெரிகிறதே!" என்று சூட்டுடன் பதில் சொன்னான். "சரி வத்ஸலா எப்படி இருக்கிறாள், சொல்லு."

"ஆமாம் தங்கை கிங்கை என்று கொஞ்சினாய் அல்லவா? நீ ஒரு க்ஷத்திரியப் பெண்ணைப் பண்ணிக் கொண்டிருக்கிறாய். அவள் ஒரு காயஸ்தனுக்கு வாழ்க்கைப்படப் போகிறாள்."

"ரொம்ப நல்லது. ஜாதி வித்தியாசம் பார்க்கக் கூடாது என்று நம் நேதா சொல்லவில்லையா?"

"அதுவும் போதாதென்று அவனுடன் ஊரைவிட்டே கிளம்பிக் கொண்டிருக்கிறாள்."

உத்தர்குமார் தன் தாயை அனுதாபத்துடன் பார்த்தான். ஆனால் எங்கே தன் மனம் இளகிவிடுமோ என்ற பயத்தினாலோ என்னமோ, அவளை வருத்தப்படுத்தும் மாதிரியில் பேசினான்:

"இப்போது வேண்டுமானால் உன் தெய்வங்களுக்குக் கும்பிடு போட்டுப் பாரு. முறைப்படி ஹோமங்கள் நடத்திப் பாரு .

ஸகஸ்ர நாமங்களை ஜபி அல்லது பீஜ மந்திரத்தைச் சொல்லிப் பாரு," என்று ஏசினான்.

"தெய்வம் என்ன செய்யும்? என் தலைவிதி!"

"அப்படிச் சொல்லு. விதியென்று மார்பில் அடித்துக் கொள்; தலையில் கையை வை. நம் ஜனங்களுக்கே இதுதானே வழக்கம். விதியென்று தீர்மானம் செய்து விட்டால், நடப்பதைத் தவிர்க்க ஒருவித முயற்சியும் செய்ய வேண்டாமே!" உத்தர்குமார் நறநறவென்று பற்களைக் கடித்துக்கொண்டே இருளில் மறைந்தான்.

அன்று கணேச சதுர்த்தி, மூஷிக வாகனமேறி விநாயகர் பவனி வரவேண்டிய நாள். தற்செயலாக, சந்திரப்பிரஸ்தத்தின் 'சந்தனு' பாதையில் ஒரு மகத்தான பெருச்சாளி செத்துக் கிடந்தது. மகரிஷி நிர்ணய சாகருடைய சீடன் அவ்வழியே போனான். எலியைப் பார்த்துவிட்டான். உடனே கூ...... கூ...... வென்று கூவத் தொடங்கினான். கூட்டம் கூடியது. விநாயக சதுர்த்தியன்று கணேசருடைய வாகனமான மூஷிகத்தை யார் கொன்றது என்ற கேள்வி கிளம்பிற்று. அநியாயம். இவ்வித அக்கிரமங்களைச் செய்யவென்று சிப்பந்திகளை நியமித்த இந்த அரசாங்கத்தைக் கவிழ்க்க வேண்டுமென்று குரல்கள் கிளம்பின. மகரிஷி நிர்ணய சாகர் ஒரு ஜனசபை அங்கத்தினர். ஸநாதன தர்மக் கட்சியைச் சேர்ந்தவர். ஸனகாதிகளுடன் ஒத்துழைப்பவர்.

"நம் வேதசாத்திர முறைகளும் பண்பாடுகளும் இத்துடன் அழிந்துபோய்விடும். நமது வேதம், நமது ஜனக்கட்டு, நமது பாஷைகள், நமது முறைகள், நமது கோபுரங்கள் - இவை அனைத்தும் ஆர்ய சம்பத்துக்கள் - அதாவது சோம தேசத்தின் நாகரிகம். இந்தச் சம்பத்தைப் பாதுகாக்கும் வரையில் இந்த மனித வர்க்கத்திற்கு உயிருண்டு. அந்தச் செல்வத்தில் துருப்பிடிக்க இடங்கொடுத்தால் நம் தேசத்தையே செல் அரித்துவிடும். உலகம் உள்ளவரை இதைக் காத்து ஒளியும் சிறப்புமுறச் செய்யும் கடமையைத் தேவர்கள் நம் சோமநாட்டிற்கு ஏற்படுத்தியிருக்கிறார்கள்," என்று மகரிஷி சொன்னார்.

மறுநாள் இப்பிரசங்கத்தைத் தினசரியில் வாசித்த சக்திதாஸ் காந்தாவிடம் சொன்னான்: “பார்த்தாயா - சங்கதி எவ்வளவு தூரம் போய்விட்டது என்று. இனிமேல் ஒருவரும் சந்தியாவந்தனம் செய்யக்கூடாது என்று கூடச் சர்க்கார் ஒரு ஆர்டரை அமலுக்குக் கொண்டு வந்துவிடக் கூடும்” அவன் ஆதங்கத்துடன் பேசினான்.

இவனா செக்ரெட்டேரியட் இருட்டறையில் பைல் களைப் புரட்டிக்கொண்டு உட்கார்ந்திருந்தான் - என்று ஆச்சரியப்படும்படி சக்திதாஸிடமிருந்து பேச்சு பிரவாகம் எடுத்தது. ஸநாதன தர்மக் கட்சிக்கு அவன் ஒரு நல்ல ஆதாரமாகிவிடுவான் என்று தெரிந்தது. அவன் சொன்னதை ஒன்றும் காந்தா சுவாரஸ்யமாகக் கேட்கவில்லை. இத்தனை நாட்களாக முறையான வாழ்க்கை நடத்தினது போதாதென்று, இப்போது இதுவுங்கூடவா என்று கேட்பது போல் சும்மா இருந்துவிட்டாள். மந்தமான அவளுடைய இந்த அடக்கம் அவனை வெறியுறச் செய்தது. ஆத்திரம் தீர இரவில் அவளை அணைத்து நொறுக்கினான். ஆனால் அதற்கும் அவள் மந்த உணர்வுடன் உடன்பட்டாள்.

★★★

விராட பர்வம்

எலி செத்த விஷயத்தை ஒருவரும் அதிகமாகப் பொருட்படுத்த வில்லை. மந்திரி ரங்கராவ் சோமநாட்டில் ஜனத்தொகை குறைய திட்டங்கள் போட்டுக்கொண்டிருந்தான். ஒரு ஆபரேஷனுக்கு ஐம்பது ரூபாய் பரிசு என்று கடைத் தெருதோறும் பேரம் பேசிக்கொண்டிருந்தான். மந்திரி மகேந்திரவர்மன் நாட்டின் கைத்தொழில் ரகங்களை வெளியே விற்பனை செய்ய வெளிநாட்டு நபர்களைக் கூப்பிட்டு உபசாரங்கள் செய்து கொண்டிருந்தான். சோம நாட்டின் பண்பாடுகளை அவர்களுக்கு எடுத்துக்காட்ட சங்கீத நாட்டியக் கச்சேரிகளை ஏற்பாடு செய்தான். மந்திரி அசோகன், "பயிர் செழிக்கும்" மகாநாட்டிற்குத் தலைமை வகிக்க வேண்டியிருந்ததால், அவனுக்கு மூச்சுவிட நேரமில்லை.

இவர்கள் ஏதோ மூஷிக வாகனமென்று காதில் விழுந்துங்கூட, கவனியாமல் இருந்துவிட்டார்கள். ஜன சபையில் கூட, 'தாய்மொழி' சர்ச்சை மும்முரமாக நடந்துகொண்டிருந்ததால், ஒருவரும் இவ்விஷயத்தைக் கவனிக்கவில்லை. தாய்மொழி - வால்மீகம் - நவீன சம்ஸ்கிருதமென்று எத்தனையோ பேர்கள் வாதாடினார்கள். ஆனால், லட்சியங்களை இன்னதென்று தெளிவுறாத பலர் ஒன்றுசேர்ந்திருந்த ஜனசபையில்,

ஒருவன் மேல் ஒருவன் பழிசுமத்திப் பயனற்ற வீழ்ச்சிகளை உண்டாக்குவதில் நேரம் சென்றது. இதற்கு நடுவில் மகரிஷி நிர்ணய சாகர் ஜனசபைக்கு வெளியேயுள்ள புல் தரையில் நின்றுகொண்டு தீக்குழம்பாக வார்த்தைகளைக் கொட்டினார்.

கார்த்திகை மாதக் கடைசி. சந்திரப்பிரஸ்தத்தில் பனிக்காலம் ஆரம்பமாகிவிட்டது. செவ்வந்திப் பூக்கள் எங்கும் பூத்துச் சொரிந்திருந்தன. சின்னச் சின்ன சூரியக் குஞ்சுகளைப் போல அவை முகம் விரித்து இளம் வெய்யிலில் தீப்பொறிகள் சிதறின. ஜனசபைக்கு வெளியே புல்தரைகள் வழவழப்பான பச்சை வெல்வெட்டுப் போல் மிளிர்ந்தன. காலை சுமார் பதினொரு மணியிருக்கும், உள்ளே சபையில் எப்போதும் போல வாக்குவாதம். எந்த மந்திரி பர்மிட் கொடுத்தான்? எவன் அனாவசியமாக வெளியூர்ப் பிரயாணம் போனான்? சந்திரபாகா அணையில் உடைப்பெடுத்தது எதனால்? - அதைப் பற்றிய விசாரணையை ஒத்திப்போட்டதற்குக் காரணமென்ன?

இவ்விதமான பொடி போட்ட கேள்விகளுக்குத் தகுந்தாற் போல சர்க்கார் குழப்பமான பதில்கள் கொடுக்கவே, சபையோர் மேலும் மேலும் அதைத் தாக்கினார்கள். டிபுடி மந்திரி ஹரிஹரசிவா அழுதே விட்டான். நாட்டை ஆண்டு வருபவர்கள் நேர்மையற்றுத்தானிருப்பார்கள் என்பது பாமர ஜனங்களின் எண்ணம். ஆரம்பத்திலிருந்தே இந்த எண்ணமானது அவர்கள் மனதில் ஊறிவந்திருக்கிறது. இந்த நம்பிக்கைக்கு உரம் போட்டு வளர்த்து வந்தார்கள் ஜனசபையோர்கள். கதைகளைப் பரப்ப, தினசரிப் பத்திரிகைகள் உதவின. நாளடைவில் பொதுமக்களுக்காகவோ, சர்க்காருக்காகவோ எவன் உழைத்தாலும் அவன் நாணயமாக இருக்க மாட்டான் என்ற நம்பிக்கை ஜனங்கள் மனதில் வேரூன்றி விட்டது. அதுவே எங்கும் வியாபிக்கும் உண்மைத் தோற்றம் கொடுத்தது.

பிரச்சினைகள் ஓய்ந்ததும் அண்ணன் நாடு சோம நாட்டிற்குச் செய்துவரும் உதவிகளைப் பற்றிப் பேச்சுக் கிளம்பிற்று. அக்காள் நாட்டைப் போல அண்ணன் நாடு இங்கிதமாக நடந்து

கொள்ளவில்லை. அக்காள் நாடு அண்ணன் நாட்டைப் போல ஏராளமாகக் கொடுப்பதில்லை. ஆனால் செய்வதைப் பற்றிச் சொல்லிக் காண்பிப்பதில்லை. ஒரு தமக்கையைப் போலச் சலுகை காட்டுகிறது! அண்ணன் நாடோ கணக்கில்லாமல் கொடுக்கிறது. இருந்தாலும் அதன் அகந்தை! இதை நினைத்து ஜனசபையோர்கள் சீறினார்கள்.

விதுரன் எழுந்தான். "நீங்கள் குறைவாக வழங்கும் அக்காள் நாட்டைப் புகழ்வதுதான் அண்ணன் நாட்டார்களுக்கு ஆகவில்லை."

பொதுவுடைமைக் கட்சித் தலைவன் சால்யன் சொன்னான்: "கடன் வாங்குவதை ஒருவித ஒத்துழைப்புடன் செய்யலாமே. ஒரு பிசினெசு நடத்துவதுபோலப் பங்காளிகளாக நடத்தலாமே."

மகேந்திரவர்மன் சொன்னான்: "அண்ணன் நாடு நமக்கு மிகவும் உதவுகிறது. அவர்களைப் பகைத்துக்கொண்டு நம் சினேக பாவத்திற்குக் கெடுதல் விளைவித்தால் உலகில் இதுவரையில் நமக்குள்ள கௌரவம் குறையும்."

சால்யன் - "எப்போதும் பிச்சை கேட்டு ஜீவனம் செய்யும் அவமானம் மாத்திரம் நம் மானத்தைக் குலைக்காதோ!"

பிரதம மந்திரி - "இப்போது ஒருவிதமாக நாம் முன்னேறிக்கொண்டு வருகிறோம். முரண்டு செய்தால் நம் தேசத்துப் பொருளாதார நிலைமை, தொழில் நுணுக்கம், தொழிற்சாலைகள் விரிவு - ஏன் கலைகள் பரவுதல்... யாவும் அழியும்."

சால்யன் - "அக்காள் நாட்டை அதிகம் பாராட்டிக் கொண்டாட வேண்டும்."

பிரதம மந்திரி - "இரு தேசங்களும் நமக்கு உதவுகின்றன. அதனால் இருவருக்கும் இடையே ஒரு சமபாவத்துடன் செல்வது நமக்கு நல்லது. உலகத்தில் ஒற்றுமை பற்பல விதமாகத் துவண்டு போகிறது. உலகம் ஒன்றாகி, மனித ஜாதிக்கே அறிவு, முன்னேற்றம், பகையின்மை இவைகளை ஊட்டப் பண்டைச்

சோமநாடு பிரயத்தனப்பட வேண்டும். அப்படியானால் மனிதனின் ஆத்மா முன் நம் ஆரியநாடு இட்ட கட்டளைப்படி 'சிரத்தை' என்னும் இந்த உண்மை பக்தியைக் கொள்ளும்."

விதுரன் - "பிரதமர் சொன்னதை நான் ஆமோதிக்கிறேன். நம்மைப் போன்ற தேசங்கள் முன்னேறினால் உலகம் பயன்படும். அதனால் அண்ணன் நாடு நமக்கு உதவ பாக்கியமே செய்திருக்கிறது. இதனால் உலகமே நன்மை பெறும். மனித ஜாதிக்கே நல்லதுண்டாகும்."

அப்போது உர் உரென்று ஏதோ தூரத்தில் அலையோசைப்படுவது போலச் சத்தம் சபையின் மண்டபத்தை எட்டியது. "என்ன... என்ன?"வென்று சபையோர் ஒருவரையொருவர் கேட்டுக்கொண்டனர். சிலர் வெளியே சென்று வட்ட வெராந்தாவில் நின்றபடி எதிரே தெரிந்த 'வியாஸர் வழி' யென்ற மகத்தான வீதியைக் கூர்ந்து பார்த்தார்கள். ஒன்றும் தெரியவில்லை. ஆனால் சோ..... சோவென்று சத்தம் மாத்திரம் கேட்டது. அப்போது ஒரு உயர்தர போலீஸ் இலாகா ஆபீசர் சரசரவென்று சபையில் நுழைந்து மந்திரி ஜுதேந்திரியனை அணுகி, ஏதோ ரகசியமாகச் சொன்னான்.

அவன் சொன்னது - 'மகரிஷி நிர்ணய சாகர் ஜனசபைக்கு எதிரேயுள்ள மைதானத்தில் மூஷிகரக்ஷகத்திற்காக ஒரு பிரசங்கம் செய்யப் போகிறார். அதைக் கேட்கப் பெரியதொரு சந்நியாசிப் படை ஹஸ்தினாபுரத்திலிருந்து சபையை நோக்கி வந்துகொண்டிருக்கிறது. கூட்டம் பிரமாதமாக இருக்கிறதினால் மந்திரி உடனே ஏதாவது உத்தரவு போடாவிட்டால், விஷயம் எக்கச்சக்கமாக ஆகிவிடக் கூடும்.

மந்திரி அவசரமாக எழுந்து போய்த் தனக்காகக் காத்திருந்த பல ஆபீசர்களையும் உயர்தர போலீஸ் அதிகாரிகளையும் சந்தித்தான். ஏற்கெனவே செய்துள்ள பந்தோபஸ்துகளைப் பெருக்கினான். அதிகாரிகள், ஆங்காங்கே ராணுவச் சிப்பாய்களையும் போலீஸ் சேவகர்களையும் கூட்டினார்கள்.

ஆனால் விநாயகர் மூஷிகத்தில் வீற்றிருப்பதாகக் கொண்ட பிரம்மாண்டமான படங்கள் சூழ, 'கணேச சேனா' என்ற அவ்வீரர்கள் வியாஸர் வழிக்குள் எப்படியோ புகுந்துவிட்டார்கள்.

முதலில் ஜனங்கள் சாலையோரமாக ஒதுங்கி வேடிக்கையாகத்தான் பார்த்துக்கொண்டிருந்தார்கள். பிறகு கூட்டம் அதிகமாக ஆக, நெருக்கம் புழுங்கப் புழுங்கச் சிற்சில சந்தேகங்கள் பரவின. சுறுசுறுப்பாக வியாபாரமும் பாங்கு வர்த்தமானங்களும் நடக்கும் அந்தத் தெருவிலுள்ள எல்லா ஆலயங்களும் தடதடவென்று மூடின. வேலைகளை நிறுத்திக்கொண்டு சந்நியாசிகளைப் பார்க்க ஜனங்கள் கூரை, மொட்டைமாடியென்று இடைவெளி தெரியாமல் அடைத்துக்கொண்டு நின்றார்கள்.

காவிவஸ்திரம் தரித்த சந்நியாசிகள் வரிசை வரிசையாகப் போனார்கள். தலையில் ஜடை, கழுத்தில் ருத்திராட்சம், கையில் கமண்டலம், கட்கத்தை அடைக்கும் திரிசூலம். காலில் குறடுகள் பட்பட் என்று தாளங்கள் போட, அவர்கள் ஜபித்துக்கொண்டே போனார்கள் - ஆயிரக்கணக்கில் போனார்கள். அப்புறம்தான் திகம்பர சுவாமிகள் வந்தார்கள். இவர்களும் ஜடை அணிந்து ருத்திராட்சம் தரித்திருந்தார்கள். ஆனால் இடையில் காவி வஸ்திரமில்லை.

இமயமலையில் திகம்பர சுவாமிகள் உண்டென்று சந்திரப்பிரஸ்தாதிகள் கேள்வியுற்றிருந்தார்கள். ஆனால் அவர்களைப் பிரத்தியட்சமாகப் பார்த்ததும் அவர்களுக்கு குஷி கிளம்பிவிட்டது. எங்கே - எங்கே பார்ப்போமென்று முன்னும் பின்னுமாகக் கூட்டத்தை இழுத்துவிட்டார்கள்.

பார்ப்பதற்கு விசேஷமாக ஒன்றுமில்லை. பீமசேனனை யொத்த நல்ல ஆஜானுபாகுவான மனிதர்கள் - தலையில் மாத்திரமல்லாமல் எங்கும் ரோமம். வீசி வீசி நடக்கும்போது அவர்களுடைய மகத்தான ஜனனேந்திரியங்கள் தொங்கத் தொங்க ஆடின. சந்திரப்பிரஸ்தத்து ஜனங்கள் அவைகளைக் கண்கொட்டாமல் பார்த்தார்கள். இதென்ன புதுமையா? எல்லோருக்கும் இருப்பதுதானேயென்று தோன்றினால் கூட,

கண்கள் அவயங்களைக் கவ்விக் கொண்டு விடுபட மறுத்தன.

சோவென்ற இரைச்சலுடன் பின்னணியிலிருந்த ஜனங்கள் திகம்பர சுவாமிகளைப் பார்க்கவேண்டுமென்ற ஆவலில் கூட்டத்தைப் பிளந்துகொண்டு முன்னே தாவினார்கள். சந்தடி அதிகப்படவே பலர் நசுக்குண்டார்கள். அந்தச் சமயத்தில், “சீ வெட்கங் கெட்டவர்கள்” என்று சொல்லி ஒருவன் ஒரு சிறு கல்லை எடுத்து ஒரு திகம்பர ஸ்வாமிமேல் விட்டெறிந்தான். அவ்வளவுதான்; பூகம்பமே நிகழ்ந்துவிட்டது. எரிமலை கொதித்து எழுவதைப் போலக் கிளம்பிவிட்டார்கள், அந்த சுவாமிகள். திரிசூலங்கள் வேறு இருந்தனவா - கேட்கவே வேண்டாம். உடனே எங்கும் குத்து கொலையென்று ஆரம்பமாய் விட்டது. போலீஸார் வேறு நடுவே புகுந்து கொண்டு அடித்தார்கள். “வியாஸர் வழி” என்ற அந்தப் பரந்த வீதியில் எள்ளு போட்டால் கீழே விழாது. அப்படியொரு நெருக்கம். அக்கம்பக்கத்தில் கல்மழை; எல்லோரும் அச்சத்தை ஒழித்தார்கள் - சமூக நல்லொழுக்கத்தைத் துறந்தார்கள். மிருகங்களைப்போல் ஒருவர்மேல் ஒருவர் தாவினார்கள். கல்லூரி மாணவர்களுக்குக் குஷி கிளம்பிவிட்டது. யார் இன்னா ரென்று பொருட்படுத்தாமல் கூடச் சேர்ந்து அடித்தார்கள்.

அப்போது யாரோ ஒருவனுக்கு ரொம்ப நல்ல யோசனை தோன்றிற்று அருகிலுள்ள நியாயஸ்தல மண்டபத்திற்குத் தீயை வைத்தால் என்ன?

சொல்லி வாய் மூடுமுன் ஒரு மாணவன் தீப்பந்தத்துடன் ஓடிவந்தான். திருதிருவென்று வியாசர் வழியில் தீக்கொள்ளிகள் பறந்தன. புகைக்கூடுகள் ஆகாயத்தில் எழும்பிப் பரவின. இதைக் கண்டதும் ராணுவத்தலைவன் “விடு குண்டை;” என்று உத்தரவிட்டான். டும்... டும். சந்திரப்பிரஸ்தத்து வீதிகளில் ஜனங்கள் பீதியுடன் அலறிக்கொண்டு அங்குமிங்கும் ஓடி ஒளிந்தார்கள்.

இத்தனைக்கும் நடுவில் சந்நியாசிப்படை ஜனசபையை நோக்கிச் சென்றுகொண்டிருந்தது. ‘ஜனசபை’ ‘ஜனசபை’ என்று கூச்சல்

கிளம்பிற்று. யாரோ ஒருவன் ஜனசபை அங்கத்தினர்கள் குடியிருக்கும் பல மெத்தைகள் கொண்ட கட்டடத்திற்குத் தீ வைத்தான். திகம்பர ஸ்வாமிகள் தம் தபஸின் பொலிவினால் ரத்தத் தீக்குழம்பிற்கு நடுவில் அக்னிப்பிழம்பாக ஜ்வலித்தனர். திம்திமென்று பூமி அதிர ஜனசபையின் பெரிய இரும்புக் கதவுகளை அணுகினார்கள். இதற்குள் அதிகாரிகள் அவைகளை அழுத்திச் சாத்திவிட்டார்கள்.

“திறவுங்கள் - திறப்பீர்களா - மாட்டீர்களா? நாங்களே ஜனசபையில் புகுந்து பிராது செய்கிறோ” மென்று கர்ஜித்தார்கள். கும்பல் உறுமிற்று! ராணுவம் குண்டு வீசிற்று; ஜனபிண்டங்கள் சிதறி விழுந்தன; ரத்தம் ஆறாகப் பெருக்கெடுத்து ஓடிற்று; திகம்பர சுவாமிகள் விடவில்லை; குதிகுதியென்று குதித்தார்கள். தம் ஜனனேந்திரியங்கள் குலுங்கக் கூத்தாடி இரும்புக் கதவுகளின் கம்பிகளைப் பிடித்துக்கொண்டு தொங்கினார்கள். பின்னணியிலிருந்த ஜனவெள்ளம் முன்னே பாய ஜனசபை இரும்புக்கதவுகள் தள்ளாடின.

ஜனசபை வட்ட வெராந்தாவிலிருந்து இதையெல்லாம் கவனித்த பிரதம மந்திரிக்கு அவமானம் தாங்கவில்லை. அதுவும் அன்று அண்ணன் நாட்டைப்பற்றி வாதம் நடக்கப்போவதாக அறிந்து ஏராளமான வெளிநாட்டு நபர்கள் அங்கே கூடியிருந்தார்கள். அவர்கள் எதிரில் இத்தகைய கோலமா? நாளைய அவசரத் தபாலில் தம் தம் தேசங்களுக்கு அவர்கள் செய்தி அனுப்பாமல் இருப்பார்களா? அண்ணன் நாட்டிற்கல்லவா முதலில் செய்தி போகும்?

இதற்குள் வெளியே மைதானத்தில் பிரசங்கம் செய்ய ஆயத்தமாகயிருந்த மகரிஷி நிர்ணயசாகரரைக் கைது செய்து போலீஸார் தம் வண்டியில் தூக்கிப் போட்டுக் கொண்டு போனார்கள். இந்த அதிசய சம்பவத்தையும் வெளிநாட்டார் பார்த்துக்கொண்டிருந்தார்கள். “சோம நாட்டு அரசாங்கங்கள் பண்பேறிய ஹிந்து மதத்தைக் காக்கும் மகரிஷியைக் கைது செய்து, தர்மநெறிகளை உபதேசிக்கும் சந்நியாசிகளை

அவமதித்தது" என்று மற்றுமொரு செய்தி அவர்கள் தம்தம் தேசங்களுக்கு நிச்சயமாக அனுப்பி இருப்பார்கள்.

சந்தி சாய்ந்தது; மூடுபனி செக்ரெட்டேரியட் வில் மண்டபத்தைச் சூழ்ந்தது. நல்ல குளிர்காற்று ஜில்லென்று வீசியது. குழப்பமும் ஓய்ந்தது. 'வியாசஸர் வீதி' குருக்ஷேத்திர மைதானம் போல் ரத்தப் பிரளயமாகக் காட்சி அளித்தது. எங்கும் முண்டங்கள் சிதறுண்டு கிடந்தன. உடைந்த கோல்கள், திரிசூலங்கள் - உருளும் கமண்டலங்கள் - என்று ரத்தம் தோய்ந்த தார் ரோட்டில் இறைந்திருந்தன. கிழிந்த ஆடைகள் காற்றில் பறக்க, வெளிறின முகங்களுடன் கல்லூரி மாணவர்கள் ஓடி ஒளிந்தனர். விழுந்த மரஞ்செடி கொடிகளும் எரிந்து சாம்பலாகக் குவிந்த கார் பஸ்ஸுகளும் வீதியை அடைத்தன. வியாசர் வழியைச் சுத்தம் செய்ய அதிகாரிகளுக்கு நாலு நாட்கள் பிடித்தன. என்னவானாலும் அன்றைய சம்பவங்களுக்குப் பிறகு மூஷிக ரக்ஷகத்திற்காக 'கணேச்சேனா' என்னும் கூட்டம் பிரபலமாயிற்று.

சக்திதாஸ் ஆய்ந்து தோய்ந்து வீட்டிற்கு வரும்போது மணி பத்து. அன்று அவன் காந்தாவிடம் பேசவில்லை. அவன் உடம்பில் அத்தனை அலுப்பு. ரத்தம் தலைக்கேற நாள் பூராவும் ஸநாதனக் கட்சித் தலைவர்களுடன் எத்தனை கூப்பாடு போட்டிருக்கிறான்; எப்படிச் சாடி ஓடி அட்டகாசம் செய்திருக்கிறான்.

★★★

அடுத்த நாள் பத்து மைல்களுக்கு அப்பாலுள்ள அபிமன்யு பல்கலைக்கழகத்தில் இரண்டு மாணவர்கள் திகம்பர சுவாமி வேஷம் போட்டுக்கொண்டு மற்றவர்களுக்கு நடித்துக் காட்டினார்கள். அபிமன்யு கல்விக் கழகம் பெயர் போனது. அக்காள் நாட்டிலிருந்தும் அண்ணன் நாட்டிலிருந்தும் பற்பல கலைஞர்கள் அங்கே பண்பேறிய ஹிந்துமத சாத்திரங்களைப் பயின்றார்கள் - வேதம் படித்தார்கள். ஸநாதன தர்மம் கற்றார்கள். பண்டை ஆரண்ய வாசமுறைகளை இங்கே பெரிதும் கொண்டாடினார்கள். மாணவர்கள் முண்டனம்

செய்துகொள்ள வேண்டும்; உபநயனம் நடத்த வேண்டும்; குரு தட்சிணை கூடக் கொடுக்க வேண்டுமென்று பற்பல நிபந்தனைகள் விதித்திருந்தார்கள். அண்ணன் நாட்டவர்கள் கூடப் பூணூல் போட்டு வேதம் ஓதினார்கள். கல்விக் கழகத்தின் ஓரமாகச் சந்திரபாகா நதி ஓடியதால், அதன் கரையில் ஆரண்ய ஆசிரமங்கள் ஏற்படுத்த வாகாய் இருந்தது. அபிமன்யு கழகப் படிப்பைக்கூட 'அபிமன்யு வியூக'மென்று மாணவர்கள் சலுகையுடன் சொல்லிவந்தார்கள். சோம நாட்டுக் கலைகளில் கரைகண்டவர்கள். அபிமன்யு சர்வகலாசாலைப் பண்டிதர்கள்.

திகம்பரசுவாமி வேதத்தைப்பற்றிக் கேள்விப்பட்டதும், பிரதம பணிதர் என்று பட்டம் பெற்ற அபிமன்யு கழகத் தலைவரான விக்கிரமாதித்தியன் போலீஸாரிடம் முறையிட்டான். உடனே அங்கே இருந்த இரண்டு மூன்று சேவகர்கள் வந்து அவ்விரண்டு மாணவர்களையும் பிடித்துச் சென்று தலைவன் வீட்டிற்குள் அடைத்தார்கள். மற்றும் ஒரு செட்டு போலீஸார்கள் சந்திரப்பிரஸ்தத்திலிருந்து லாரியில் வருவதாகச் செய்தி வந்தது.

இதைக் கேட்டதும் உத்தர்குமார் அவர்களுக்காகப் பரிந்து பேசினான். புண்ணியதீர்த்தமான சந்திரபாகா கரையில் உள்ள அபிமன்யு கழகத்திற்குள் புக போலீஸார்களுக்கு அனுமதி கிடையாது. கழகத்திற்குள் கலையரசனே ராஜ்யம் ஆளுகிறான். மற்ற இதர அதிகாரிகளுக்கு அங்கே என்ன வேலை? மாணவர்கள், அவன் சொன்னதை ஹோவென்ற கரகோஷத்துடன் ஏற்றுக்கொண்டு, உத்தரைக் கொண்டாடினார்கள். பிறகு உத்தர்குமார் மாணவர் படை சூழ விக்கிரமாதித்தியனை அவன் வீட்டிலேயே மறியல் செய்தான். சாட்சாத் உத்தர் குமாரனைப்போல் அவன் மாணவர் முன்னணியில் நின்றுகொண்டு பிடித்துச் சென்ற இருவரையும் விடுவிக்காவிட்டால் தீயை வைத்துக் கழக உத்தியோகஸ்தர் வீடுகள் எல்லாவற்றையும் பொசுக்கிவிடுவதாக உறுதிகூறினான். பார்த்தான் விக்கிரமாதித்தியன். நாலாபுறமும் மாணவர் திரள், உறுமல், கூச்சல், போலீஸார் வந்து சேருவதற்குள் இவர்கள் தீயை வைத்துவிட்டால்? எங்கே காணோம் - அவனைக்

காக்கப்போகும் அச் சிப்பந்திகள்? விக்கிரமாதித்தியனுக்கு ஒரு யோசனை. அதற்குள் மாணவர்கள் கத்தினார்கள். "ஊம்... ஊம் சீக்கிரம் பதில் வரட்டும் - ரஸகுல்லா - எங்கே - எங்கே அந்த ரஸகுல்லா?" என்று கூக்குரல்கள் கேட்டன. தலைவன் முகம் சிவந்தது. கழகத்தில் அவனை ரஸகுல்லாவென்று மாணவர்கள் அழைக்கும் விஷயம் அவனுக்குத் தெரியும். இருந்தாலும் இப்போதுதான் அவனை நேரில் அப்படிக் கூப்பிட அவர்கள் தைரியங் கொண்டார்கள்.

மாணவர்களுக்குள் சிரிப்பொலி பரவிற்று. "ரஸகுல்லா! அவன் சுபாவம் கொழு கொழுவென்று ரஸகுல்லாவைப் போன்றது. கொஞ்சம் பிழிந்தால் சாறொழுகும் - ஆமாம். கொஞ்சம் நன்றாகப் பிழிந்தெடு உத்தர்" என்றது ஒரு குரல். ரஸகுல்லாவுக்கு அவமானம் தாங்கவில்லை. சட்டென்று அந்தக் கூட்டத்தையும் ஹாஸ்யச் சிரிப்பையும் அடக்க ஒரு வழிதான். அவன் அவர்கள் நிபந்தனைக்கு உடன்பட்டு மாணவர்களை விடுவித்தான். ஓ... வென்ற வெற்றிக் குரலுடன் கூட்டம் திகம்பர மாணவர்களை இட்டுக்கொண்டு, ஹாஸ்டலைப் பார்த்துப் போய்விட்டது.

நாடெங்கும் உத்தர்குமாரின் அரிய தீரச் செயலை மெச்சினார்கள். பற்பல கல்விக் கழகங்களில் போர் மூண்டன. எங்கே பார்த்தாலும் மாணவர்களுக்கு வெற்றி, ஆசிரியர்களுக்குத் தோல்வி! எத்தனையோ நாட்களாக இந்த வாத்தியார் கொடுமை பொறுக்க மாட்டாமல் திண்டாடுகிறோம். கடுமையான பாடங்கள், நியமனங்கள், அப்புறம் கூசாமல் குறைந்த மார்க் போடுவது. மாணவர்களின் சோம்பலைத் தூற்றுவது. அப்பப்பா - இந்த வாத்தியார்கள் கொடுமையை என்னவென்று சொல்வது! போடுங்களடா அப்படித்தான். விழுந்தது வாத்தியாருக்கு உதை. நாட்கள் ஆக ஆக இவ்வித அமளிகளைப் பொறுக்க மாட்டாமல் வாத்தியார்கள் ஒன்று சேர்ந்து வேலை நிறுத்தம் தொடங்கினார்கள். கலைக்கழகத் தினர்கள் பாடு திண்டாட்டமாகப் போய்விட்டது. மாணவர்கள் கூடினால் வாத்தியார்களைக் காணாது. வாத்தியார்கள் வந்தால் பிள்ளைகள் ஓடிவிடுவார்கள்.

மொத்தமாகப் படிப்புத் திட்டங்கள் சிதைந்தன. பிள்ளைகளுக்குக் குஷி கிளம்பிற்று. கல்லூரிகள்தாம் அடைத்துவிட்டனவே. அவர்கள் தாடி வளர்த்தார்கள்; மீசை வைத்துக்கொண்டார்கள். அழுக்குச் சராய்கள் அணிந்து கொண்டு ரோட்டோடு பாடிக்கொண்டு போனார்கள். சிலர் கிட்டார் வாசித்தார்கள். சிலர் மாண்டோலின் வாசித்தார்கள். சிலர் சூளமடித்து வேடிக்கைப் பாட்டுக்கள் பரிமாறினார்கள். கொண்டையலங்காரப் பெண்மணிகளும் சேர்ந்துகொண்டார்கள். சந்திரப்பிரஸ்தத்தின் 'பாப் சங்கீதம்' பிரமாதமாக முழங்கலுற்றது. தெருக்கோடிகளில் கூட்டம் கூட யுவயுவதிகள் ஆடல் பாடல் நடத்தினார்கள். இடம் கொடுத்த பிறகு தலைதூக்கி ஆடுவதை யார் தடுக்க முடியும்?

இதுபோலவே தொழிலாளிகளுக்கும் முதலாளிகளுக்கும் இடையே கண்ணாமூச்சி விளையாட்டுகள் நடந்தன. அதற்கு நடுவில் ஏகப்பட்ட சரக்குகள் பாழாயின. முதலாளிகள் முதல் போடுவதில் குறைவில்லை. வெளிநாட்டிலிருந்து நவீன கருவிகளைத் தருவித்துப் புதிய புதிய திட்டங்கள் போடுவதும் நிற்கவில்லை. ஆனால் நஷ்டங்கள் ஏகப்பட்டது உண்டாயின. இதற்குள் தொழிலாளிகளுக்கும் மாணவர்களுக்கும் ஒரு நல்ல யோசனை தோன்றிற்று. ஏன் நாமெல்லோருமாகச் சேர்ந்து மறியல் செய்யக்கூடாது? கணேசசேனாவுக்கும் அதே சமயத்தில் இந்த ஆலோசனை உதித்தது. உடனே ரயில்வே பாலங்கள் சிதைந்தன. யந்திரங்கள் அழிந்தன. பள்ளிகள் ஒழிந்தன. போஸ்டு ஆபீஸ் போன்ற பொது ஸ்தாபனங்கள் தாக்கப்பட்டன. நாடெங்கும் குழப்பம் வலுத்தது.

ஜனசபையில் கூச்சல் அதிகமாயிற்று. கூரம்பைப் போன்ற வாக்கியங்கள் சுடச்சுட வந்தன. ஒருவனையொருவன் மடக்க அவர்கள் பிறன் மேல் பழிசுமத்திக் குறி பார்த்து அம்பு போட்டபடி பொழுதைக் கழித்தார்கள். சந்திரப்பிரஸ்த ஜனசபையே இப்படியென்றால் மற்ற இடங்களில் கேட்க வேண்டுமா? சப்தவதி, போகவதி, கௌசிக, கிருஷ்ணவேணி, சந்திரவாஸா என்ற நதிகள் பாய்ந்து செழிப்புறும் தேசத்து மற்ற

பிரதேசங்களில் எல்லாம் ஒரே குழப்பம். அங்கே சட்டசபைகள் அடிக்கடி அப்பளாம் நொறுங்குவது போல விண்டுவிண்டு வீழ்ந்தன. மந்திரிசபைகள் ஆதாரமற்றுத் தள்ளாடித் தலைகுப்புறக் கவிழ்ந்தன. மந்திரிகளும் சட்டசபைகளும் மாறிக்கொண்டே போயின. தினம் பொழுது விடிந்தால் உத்தரவுகள் வாங்க எவனிடம் போவது, யார் மந்திரியென்று தெரியாமல் உத்தியோகஸ்தர்கள் தவித்தார்கள். அதனால் அரசாங்க நிர்வாகம் நடக்கவில்லை.

சிப்பந்திகள் தம் இஷ்டம்போல வரிகளைப் புரட்டிப் பையில் போட்டுக்கொண்டார்கள். ராஜ்யத்தில் அநீதியும் அக்கிரமும் தலைவிரித்தாடின. எங்கும் ஒரே புரட்சி. இந்தக் குழப்பத்திற்கு நடுவில் சக்திதாஸ், சகுனிதாஸ் போன்றவர்கள் மாத்திரமே உற்சாகமாகக் காணப்பட்டார்கள். ஜனசபையில் எழுந்து நின்றுகொண்டு பிறரைத் திட்டுவதில் சகுனிதாஸுக்கு ஒரு திருப்தி ஏற்பட்டது.

சக்திதாஸோ மகரிஷி நிர்ணய சாகருக்கு வலக்கையாக ஆகிவிட்டான். ஸநாதன தர்மத்தைப் பற்றிப் பேசி ஜனங்கள் மனதில் சூட்டைக் கிளப்ப, அவன் அவருக்கு வெகுவாக உதவினான். தக்க சந்தர்ப்பம் வாய்த்தால் சக்திதாஸுக்கு ஜனசபையில் ஒரு இடம் பிடித்துக்கொடுக்க வேண்டுமென்று மகரிஷி அடிக்கடி சொல்லிக்கொண்டு வந்தார். அந்தச் சபைக்கேற்றபடி அவன் பேச்சில் அத்தனை கொதிப்பு இருந்தது. சக்திதாஸ் உடம்பு ஊதிவிட்டது. அவன், தான் அப்போதே ஒரு ஜனசபை அங்கத்தினனாக ஆகிவிட்டதாக நினைத்துக்கொண்டான்.

மகேந்திரவர்மன் மனம் அவனுடைய செவ்வாய் தசையை நினைத்திருந்தது. அடிக்கடி ஆ... ஆ.... என்று சிரித்தபடி குருவைப் போய்ப் பார்த்து வந்தான். அப்போது குரு சொன்ன விஷயம் அவனுடைய உற்சாகத்தை அதிகரிக்கச் செய்தது. தர்மராஜுவுக்கு சனி தசையென்று தெரிந்ததும் அவனுடைய குதூகலத்திற்கு அளவே சொல்லமுடியாது. மேனகா பெஹனும்

பெருமிதத்தினால் இன்னும் அதிகமாக ஊதிவிட்டாள்.

வியாபார மந்திரி இந்த மனப்பான்மையில் இருந்த போதுதான் விதுரன் அவனைப் பார்க்க வந்தான்.

"என்ன பெரிய யோசனையில் இருக்கிறாய்?" என்றான் விதுரன்.

"ஒன்றுமில்லை. இந்த தர்மராஜுவுடைய அரசு முறைகள் பெரிய தொந்தரவாக வந்து வாய்த்து விட்டன. முதலாளிகளையும் சந்தோஷப்படுத்த வேண்டும்; தொழிலாளிகளையும் திருப்தி செய்யவேண்டும். இந்தக் கொள்கைக்குப் பெயர் ஸோஷலிஸம்! இப்படித் தத்திங் கணத்தோம் ஆடுவதில் என் வியாபார மந்திரயாலயம் சீரழிந்துவிட்டது. 'நாட்டின் நிதி கொழுக்கவேண்டும். நம் சரக்குகளை ஏராளமாக வெளிநாட்டிற்கு அனுப்பிவை' என்று அவனே என்னை ஊக்கினான். சரக்குகள் என்னமோ எடுபட்டுக் கிடக்கின்றன. ஆனால் தற்போதைய நம் பொருளாதார முறைப்படி முதலாளிகளுக்கு லாபம் இல்லாமல் இவைகளை எப்படி விற்க முடியும்? வந்தால் வந்து விட்டுப் போகட்டுமே என்றால், இந்த ஸோஷலிஸம் குறுக்கு நிற்கிறது. இனிமேல் முதலாளிகளுக்கு ஏகப்பட்ட லாபம்!"

"எப்படி?"

"ஸனகாதி சுயோதனன் மந்திரிசபையில் சேர்ந்து உபபிரதம மந்திரி ஆகப்போகிறான்."

"என்ன? யார் சொன்னது? ஆ... ஆ... இது என்ன வேடிக்கை - விதுரா?"

"வேடிக்கையில்லை. நிஜம். சகுனிதாஸே சொன்னான். தர்மராஜு சுயோதனனைத் தன்னுடன் சேரும்படி அழைத்தானாம்."

"அப்போது ராவோடு ராவாக, பிரதம மந்திரி தன் கூட்டறவு நம்பிக்கைகளுக்குச் சீட்டு விட்டுவிட்டானா? அப்படியொரு ஸோஷலிஸ்ட்டு ஆயிற்றே அவன். அதுவுமில்லாமல் ரொம்ப உறுதியுள்ளவன் - தன் கட்சிக்கு விரோதம் செய்யமாட்டான் என்றெல்லாம் சந்திராதிகள் அவனை அப்படிக் கொண்டாடுவார்களே..... ஆ... ஆ..."

மகேந்திரவர்மன் குழலைக் கடித்தான். கடைசியில் தர்மராஜு கூடக் கட்சி கட்ட ஆரம்பித்துவிட்டானா? - அவனுக்குக்கூட எப்படியாவது அந்த நாற்காலியில் உறைந்துவிடவேண்டுமென்று தோன்றிவிட்டதா?

அதற்காகச் சுயோதனனுக்கு ஆசைகாட்டிக் கூப் பிட்டிருக்கிறானா? அப்போது சனிதசை ஆரம்பமாகிவிட்டது என்பது திண்ணம். இல்லாவிட்டால் தர்ம ராஜுவுக்கு இந்த எண்ணம் போகாது.

“இது நமக்குத் துரோகம் செய்வது போலாகிறது. பார்க்கப்போனால், வாஸ்தவமாக, நீ அல்லவா உபபிரதம மந்திரியாக இருக்க வேண்டும்? நான் நிதி மந்திரியாக இருக்க வேண்டியவன். இதைத் தர்மராஜு அப்பவே செய்திருக்க வேண்டும். அதுதான் போகட்டும். இப்போது எப்படிக் கூசாமல் - நம்மை மதியாமல் - சுயோதனனை அந்த இடத்தில் போட நினைத்தான்? இனிமேல், எந்த ஆபத்திலும் அவனைக் கைதூக்கிவிட வேண்டுமென்ற நம் கடமை நீங்கிவிட்டது. இப்படி விட்டுக் கொடுப்பவனைக் கட்சித்தலைவன் என்று எப்படிச் சொல்லிக்கொள்வது? சந்திராதிகள் எக்கதியானாலும் அவனுக்கு அக்கறையில்லை. தன் பதவியைக் காப்பாற்றிக் கொள்ள இப்படி ஒரு துரோகம் செய்யத் துணிந்திருக்கிறான் பார்த்தாயா? இனிமேல் நாம் எதற்காக அவனுக்குக் கட்டுப்பட வேண்டும்?”

மகேந்திரவர்மனும் “ஆ... ஆ... ரொம்ப சரி, ரொம்ப சரி,” என்று தலையை ஆட்டினான். இனிமேல் நாட்களை எண்ணிக் கொள்ளலாம். தர்மராஜுவின் ராஜ்யபாரம் நீடிக்காது என்பது நிச்சயம். ஸனகாதிகளானாலும் சரி, கம்யூனிஸ்டுகளானாலும் சரி. சந்திராதிகள் உதவியில்லாமல் அரசாங்கத்தை நடத்த முடியாது. அதனால்... அதனால்? ஆமாம் அவன் ஜாதகத்தில் செவ்வாய் உச்சன் என்பதில் சந்தேகமில்லை.

★★★

"தொழிலாளி - முதலாளி, சர்க்கார் உத்தியோகஸ்தன் - மந்திரி, வாத்தியார் - பிள்ளைகள், யாருக்குமே உழைக்க இஷ்டமில்லை. ஆனால் தொழிலாளிக்கும் முதலாளிக்கும் பணம் தேவை; உத்தியோகஸ்தனுக்கும் மந்திரிக்கும் அதிகாரத்துவத்தின் மேல் மோகம்; பிள்ளைகளுக்கு வாத்தியாரில்லாத இன்ப உலகம் வேண்டும். உழைப்பில்லாமல் எதுவுமே கிடைக்காது என்பதைச் சோம நாட்டார் கற்கவில்லை," என்றான் நகுல் சேட்.

அன்று சௌதாமினி வெளியே கிளம்பினவுடன், அவன் அவளை, "எங்கே போகிறாய்?" என்று விசாரித்தான்.

"மயன் மண்டபத்தில் அகில தேசிய புத்தகக் காட்சி நடக்கிறது. பார்க்கப் போகிறேன்," என்றாள். "நீங்களும் வருகிறீர்களா" என்று அவள் அழைக்கவில்லை. ஆனால், "நீதான் குடிகாரன் ஆயிற்றே. அந்த ஆசையைத் தீர்க்கக் கிளப்புக்குத்தானே போவாய்," என்பது போலிருந்தது அவள் பார்வை. அவனுக்குக் கோபம் பொத்துக்கொண்டு வந்தது. இவள் அப்படி நினைப்பதற்காகவே அவன் அன்று குடிக்கப் போவதில்லை. சட்டென்று அவள் பக்கம் திரும்பி, "நானும் வருகிறேன்" என்றான். சௌதாமினி பதில் பேசாமல் வண்டிக்குள் ஏறிக்கொண்டாள். அவனும் பின்னோடு போனான். உள்ளே சென்றதும் முதல் முதல் நகுல் சேட் சாத்தியகியைச் சந்தித்தான். அவனிடம்தான் மேற்கண்ட விமரிசனத்தைச் சொன்னான்:

"அதென்ன அப்படிச் சொல்லிவிட்டாய்? தொழிலாளியும் முதலாளியும் ஒன்றாக இருக்க முடியுமா?" என்றான் சாத்தியகி. அவன் கம்யூனிஸ்ட்டுக் கட்சியைச் சேர்ந்தவன் என்று பல பேர்கள் அபிப்பிராயப்பட்டார்கள். ஆனால் அவனுடைய வாரப் பத்திரிகையில் வேடிக்கைகளும் விகடங்களும்தான் எழுதி வந்தான். சொந்தத்தில் தனி பிரெஸ் வைத்திருந்ததால், புத்தகங்களும் அச்சிட்டு வந்தான்.

"உழைப்பில்லாமல் சுகம் வேண்டுமென்னும் தத்துவத்தை ஆராய்கிறேன். நம் தேசத்தில் இந்த வழக்கம் தொன்றுதொட்டு வருகிறது. ஒரு குடும்பத்தில் ஒருவன் உயர்ந்தான் ஆனால்,

அவனைத் தொத்திக்கொண்டு எத்தனை பேர்கள் பிழைக்கிறார்கள்! ஏன்? அப்படிச் செய்வது அவன் கடமையென்பதை ஒரு முறையாகக்கூடக் கொண்டு வந்துவிட்டார்களே!"

சாத்தியகி சிரித்தான். "ஏய்! நம் பண்டைமுறைகளையா படிக்கிறாய்?"

"நான் எதைப் படிக்கிறேன்! சும்மா சுட்டிக்காட்டுகிறேன். உழைக்காமல் சுகம் சம்பாதித்துக்கொள்வதில் நம்மைப்போலக் கெட்டிக்காரர்கள் கிடையாது என்றுதானே சொன்னேன்? பார்த்துக்கொள். வருஷத்திற்கு நமக்கு முந்நூறு கோடி படி நெல் அண்ணன் நாட்டிலிருந்து வருகிறது. அண்ணன்மார்கள் உழைத்துப் பயிர் செய்து, நெல்லை நமக்கு அனுப்பினால், நாம் உண்டு தூங்குவோம். அதுகூடச் சற்று ஏற்றத்தாழ்வாக இருந்துவிட்டால் முறையிடுவோம். இதுபோலவே அம்மான் நாட்டுக்காரர்களும் நமக்கு இஷ்டமானதைச் செய்து கொடுக்க வேண்டும். அது அவர்கள் கடமை அல்லவா?"

உள்ளே வந்தவுடனேயே புத்தகங்களைப் பார்க்கச் சென்றுவிட்ட சௌதாமினி தூரேயுள்ள ஒரு புத்தக அலமாரி அண்டை நிற்பதை அப்போது சாத்தியகி பார்த்துவிட்டான்.

"உன் மனைவி இப்போது எழுத்துப் பழக்கத்தை வைத்துக்கொண்டிருக்கிறாளா?" என்று கேட்டான்.

"ஓ... ஏதோ எழுதுகிறாள். என்ன ஏது என்று நான் கவனித்ததில்லை" என்றான் நகுல் சேட்.

"இந்தக் காட்சியில் அவளுடைய புத்தகங்கள் இரண்டு உள்ளன."

"என்ன!" எதையும் கேட்டு நெகிழாத பத்திரிகை நிருபன், இதைக் கேட்டவுடன் அதிர்ச்சி கொண்டான். "சௌதாமினி சொல்லவேயில்லையே!"

"உன்னிடம் சொல்லாமல் இருப்பதற்குக் காரணமில்லை; நீ ஆட்சேபிக்கமாட்டாய்."

"அப்படியானால் அவள் நோக்கங்கள் உனக்குப் பிடிக்கவில்லையா?"

"எனக்கென்றால் - எனக்கா? நான் புத்தகங்கள் பிரசுரிப்பவன். பொதுஜனங்கள் எதை ரசித்து வாசிக்கிறார்களோ, அதைத்தான் நான் பிரசுரிக்க முடியும். உன் மனைவிக்குக் கூட என்னிடம் மனஸ்தாபமுண்டு என்று நினைக்கிறேன். அவளுடைய புத்தகங்களை நான் பிரசுரிக்கவில்லை என்று நிச்சயமாக என் மேல் கோபம் இருக்கும்."

"ஏன்? அவள் புத்தகத்தைப் பிரசுரிக்கும்படி உன்னைக் கேட்டாளா?"

"இல்லை, நானாகவே - இன்னின்ன மாதிரியில் எழுதினால் அவள் புத்தகத்தைப் பிரசுரிப்பதாகச் சொல்லி அனுப்பித்தேன். பதிலே சொல்லவில்லை."

"அப்படி நீ தானாகக் கேட்டு முடிவாக அவளிடம் என்ன சரக்கு இருக்கிறது?"

"எல்லாம்தான்; சொல், வடிவம், ஆக்கும் திறமை; அவளிடம் எல்லாம் இருக்கிறது. கல்லில் வடித்த சிற்ப அழகு போல் அவள் கதைகள் மிளிர்கின்றன. ஆனால் ஒன்று. சொல்வதைப் படீர் படீரென்று, ஒளிக்காமல் மறைக்காமல் சொல்லுவாள். இது நம் மக்களுக்கு ஏற்பதில்லை."

"நீ அவளை வழவழ கொழகொழவென்று எழுதச் சொன்னாயோ? சௌதாமினிக்கு அப்படி எழுதவோ பேசவோ தெரியாதே!"

"அப்படியல்ல. நிஜத்தைச் சொல்லும்போது கொஞ்சம் ஒளிவு மறைவு, கால் மறைவாகச் சொன்னால் என்ன? அதற்குப் பதிலாக - கலை, மதம், சாத்திரம், வித்தை, பாலுணர்ச்சி என்று இவைகளைப்பற்றி நாம் கொண்டுள்ள பாவங்களை எடுத்துக்கொண்டு பச்சை பச்சையாகப் பேசி அலசினால், அந்த சோம தேசத்தான் வாசிப்பான். அவள் சொல்லுவதில் உண்மைகள் இருக்கலாம். இருந்தாலும் உண்மையைக்கூட கொஞ்சம்... கொஞ்சம்... நைசாக..."

"வழவழ கொழகொழவென்றால் உண்மை கூடச் சற்று உருத் தெரியாமல் போய்விடுமென்று சௌதாமினி பயந்தாளோ என்னவோ!"

நகுல் சேட் சிரித்தான். அந்தச் சமயத்தில் சௌதாமினி அவர்களுடன் சேர்ந்துகொண்டாள்.

சாத்தியகி அவள் புத்தகங்களைப் புகழ்ந்தான். சௌதாமினி பேசாமல் கேட்டுக்கொண்டிருந்தாள். இதைக் கவனித்துக்கொண்டிருந்த நகுல் சேட்டுக்குத் தன் மனைவியிடம் ஒரு புதுவித மதிப்பு உண்டாயிற்று. அவளுக்குக் கர்வம் அதிகமென்று அவன் உணர மாட்டானா? இருந்தாலும், என்ன இறுமாப்பு? சங்கு போன்ற அவளுடைய கிரீவத்தின் ஒய்யார எடுப்புதான் என்ன?

சாத்தியகி நகர்ந்து போய்விட்டான். அப்புறம் நகுல் சேட் அவளைக் கேட்டான். "நீ ஏன் அவனிடம் அப்படி நடந்துகொண்டாய்?"

"எப்படி?" "அதுதான் புத்தகம் பிரசுரிக்கும் விஷயத்தைப் பற்றி அவன் மன்றாடிக் கேட்டுக்கொண்டும் கூட நீ அப்படி உதாசீனமாக இருந்துவிட்டாயாமே!"

"அவன் சொல்வதை நம்ப வேண்டாம். நிஜமென்னவென்றால், அவனுக்கு என் எழுத்தைப் பார்த்து ஆதங்கம். அவனும் ஒரு எழுத்தாளன் என்பதை மறந்துவிடாதீர்கள்."

"உனக்கெப்படித் தெரியும், அவன் உன்னைக் கண்டு அசூயைப்படுகிறான் என்று?"

"ஒரு தடவை என் எதிரிலேயே என் புத்தகம் ஒன்றைப் புரட்டிப் பார்த்துவிட்டுப் பிறகு அதை அலட்சியமாகத் தூக்கி எறிந்தான். இப்போதென்னமோ உங்களிடம் அப்படிக் குழைகிறான். அவன் பிரசுராலயத்தைப்பற்றி உங்களைப் பத்திரிகைகளுக்கு எழுதச் சொல்ல வேண்டுமென்று ஆசையோ என்னவோ?"

“அவன் அப்படி நடந்திருந்தால்கூட நீ இருப்பது தவறு. எழுத்தாளர்கள் பிரசுரகர்த்தாக்களைப் பகைக்கலாமா?”

செளதாமினி தன் கணவனை நிதானத்துடன் பார்த்தாள். ஆனால் எதிர்த்துப் பேசவில்லை. பேசினால் அவனுடைய முரண்டு அதிகமாகுமென்று அவளுக்குத் தெரியும்.

“அவன் என் நண்பன். நீ அவனைப் பகைத்துக்கொள்வது எனக்குப் பிடிக்கவில்லை” என்றான் நகுல் சேட். அவள் சாத்தியகியிடம் காட்டும் உதாசீனத்தில் தனக்கும் பங்குண்டோ என்று அவனுக்குச் சந்தேகமோ?

“உங்களைக் கெஞ்சிக் கேட்டுக்கொள்ளுகிறேன். அவன் ஒரு தடவை அல்ல, பலமுறைகள் என் மனதை வெகுவாகப் புண்படுத்திவிட்டான். அதனால் என்னைக் கட்டாயப்படுத்த வேண்டாம். கூடிய மட்டும் நான் ஒதுங்கி இருந்து விடுகிறேன்.”

வீண் கௌரவத்திற்காக அவளை இப்படிக் கட்டாயப்படுத்துகிறோமென்று தெரிந்துங்கூட நகுல் சேட்டால் மேலே வற்புறுத்தாமல் இருக்க முடியவில்லை. அவளும் விடவில்லை.

இதற்குள் அவர்கள் மண்டபத்தின் வாயிலை அடைந்து காருக்குள் ஏறிவிட்டார்கள். போர் முடிந்தது. வீடு போகும் வரையில் இருவரும் பேசவில்லை. பழைய கதைகளை எடுப்பதில் என்ன லாபம்? அவனுக்கு இப்போது மறந்துபோய்விட்டது. ஆனால் அவள் மறக்கவில்லை. செளதாமினி செய்துவந்த முயற்சிகள் யாவற்றையுமே அவன் தாழ்த்திப் பேசி வந்ததுண்டு. காரணம் அவனுக்கு உள்ளூர பயம். அவனுக்குப் புத்திக் கூர்மையுண்டு; ஊக்கமுண்டு. விடாமுயற்சியுடன் மனது வைத்த பணியில் முனையும் குணமுண்டு. எழுதுவதில் அவள் அவனைவிட முந்திவிட்டால்? மனத்தின் அடியாழத்தில் இருந்த இந்த அச்சத்தினால், அவன் அவளை இறக்கிக்கொண்டே வந்தான். ஆனால் அவன் விரட்ட விரட்டச் செளதாமினி பற்களைக் கடித்த வண்ணம் மேலே எம்பி எம்பி முன்னே

போனாள். இப்போது அவள் அவனை அறியாமலே இரண்டு புத்தகங்களைப் பிரசுரித்துவிட்டாள்.

“ஆமாம்; அதிருக்கட்டும். நீ ஏன் என்னிடம் உன் புத்தகத்தைப்பற்றிச் சொல்லவில்லை?” வண்டியை விட்டுக் கீழே இறங்கும்போது அவன் கேட்டான். மறுபடியும் சௌதாமினி தன் கணவனைக் கூர்ந்து கவனித்தாள். அவன் மாறிவிட்டானா? ஏதோ அவள் புத்தகம் போட்டிருப்பது அவனுக்குச் சந்தோஷம் தரக்கூடிய விஷயம் என்ற மாதிரியில் அல்லவா பேசுகிறான்! நகுல் சேட் தன் அழகிய மனைவியை மறுபடியும் பார்த்தான். அன்று ஏன் அவனுக்கு இத்தனை நெகிழ்வு; ஆழங்காண முடியாத அவள் உள்ளத்தைத் தொட்டுப் பார்க்க எதனால் அவனுக்குத் திடீரென்று இப்படி ஒரு அவா உண்டாயிற்று?

சாப்பிடும்போது நகுல் சேட் ரேடியோவில் செய்தி கேட்பது வழக்கம். செய்தி ஆன பிறகு சந்திரப்பிரஸ்தத்தின் பிரபல வித்துவான் துரோணாச்சாரியின் பாட்டு ஆரம்பமாயிற்று. “போதுமே ரேடியோவை அணையுங்கள்,” என்றாள் சௌதாமினி.

“ஏன்? துரோணாசாரி பாடினால் உனக்கு ரொம்பப் பிடிக்குமே! மனதிற்கு இன்பமூட்ட சங்கீதத்தைப் போல வேறு ஒன்றுமே கிடையாது என்று நீ அடிக்கடி சொல்லக் கேட்டிருக்கிறேனே!”

“ஆமாம். ‘இன்பமே சங்கீதம் - சங்கீதமே இன்ப’மென்றுதான் நினைத்திருக்கிறேன். ஆனால் வரவர நம் வித்துவான்கள் ஒரேமாதிரி, திரும்பத் திரும்ப, அதே ராக விஸ்தாரங்களையும், சுருள்களையும் பின்னல்களையும் பாடக் கேட்டு, எனது காது புளித்துவிட்டது.”

“என்ன? உலகப் பிரசித்தமான நம் சோமநாட்டின் லலிதக் கலைகளைப் பழகும் வித்துவான்களைப் பற்றியா நீ இப்படிச் சொல்லுகிறாய்?”

“ஆமாம்.”

“காரணம்?”

"நீங்கள் எப்போதும் சொல்லிக்கொண்டிருப்பீர்களே - அதேதான் - சோம்பல். பண்டையில் நம் நாட்டில் உதித்த கலை, முறை, சாத்திரம் இவைகள் என்னமோ புகழக்கூடியவைதான். ஆனால் ஆயிரம் வருஷங்களானாலும் அவைகளே நமக்குப் போதுமானது என்று பிதற்றிக்கொள்வதால் நாம் புதுப்புது இயக்கங்களைப்பற்றிக் கவலைப்படுவதில்லை. அதுவும் போதாதென்று 'பழையதே பொன்' என்று பெருமைப்பட்டுக்கொண்டு, அந்தச் சாக்கில் சோம்பித் திரிகிறோம். சோம்பலினால் நம் நாட்டில் புதிய கலை - புதிய உணர்ச்சி - புதிய பண்பு முறைகள் ஒன்றுமே இல்லை."

"பேஷ், பேஷ் நகுல் சேட் சிரித்தான். ஆனால் மனதிற்குள் தன் மனைவி தன்னை மிஞ்சிவிட்டதைக் கண்டு ஒரு சிறிதளவு காய்ச்சல்."

"ஆனால் இலக்கியத்தை ஒட்டியவரையில் அப்படி இல்லை. இல்லையா? இப்போது நம் நாட்டில் அழகாக எழுதுகிறவர்கள் நிறைய இருக்கிறார்கள்," என்றான்.

அவன் மனைவி தலையை அசைத்தாள். "யோசித்துப் பார்ப்போம். அவள் நிறையவும் எழுதுகிறாள் - நன்றாகவும் எழுதுகிறாள். ஆனால், அவள் எழுத்தில் அடக்கமும் ஒழுக்கமுமில்லை. மிருதுவானது - கனமானது, தற்காலிகமானது - சாசுவதமானது எல்லாவற்றையும் போட்டுக் குழப்பி எழுதுகிறாள். வாஸ்தவம். அவள் நடையில் அழகு இருக்கிறது; அநுபவித்து எழுதுகிறாள்; நிறையப் பொருளடங்கியதாக இருக்கிறது. ஆனால் சில வருடங்கள் சென்றால் அவள் புத்தகங்களை யாரும் திரும்பிப் பார்க்கமாட்டார்கள். யாரும் வாங்காத பழைய மோஸ்தர்களைப் போலக் கவனிப்பார் அற்றுக் கிடக்கும்."

"நீ கற்பனையில் கொண்டிருக்கும் எழுத்தாளன் ஒரு புது வகையைச் சேர்ந்தவனாக இருக்க வேண்டும்."

"அப்படியல்ல. ஆனால் எழுத்தாளன் என்றால் ஓவியனைப்

போலவோ, சங்கீத நிபுணனைப் போலவோ, ஒரு சிந்தனையையோ உருவத்தையோ கருத்தில் வைத்துக்கொண்டு கற்பனைகளைப் புனைந்தால் போதாது. அவன் சாப்பிடும்போதும், பேசும் போதும், பார்க்கும்போதும், கேட்கும்போதும் சதா எழுதிக் கொண்டே இருக்கவேண்டும். ஒளி, காற்று, சுவை, இன்பம், ஒரு சாடை அல்லது சமிக்ஞை எதுவானாலும் அவன் அவைகளைப் பயன்படுத்திக்கொள்ள வேண்டும். இவ்வனுபவங்களைப் பெயர்த்து, துண்டு செய்து ஆயிரவிதமான அப்பியாசங்களுக்கும் கட்டுப்பாடுகளுக்கும் உட்படுத்தி, தேய்த்து, மெருகு போட்டு, பிறகு இலக்கியமாக உருவாக்குவதே உண்மைக் கலையாகும். ஆனால் இப்படி உருவாகும் இலக்கியத் துண்டுகளுக்கும் அவை எழுதப் பயன்பட்ட நிகழ்ச்சிகளுக்கும் கடைசியில் ஒருவித சம்பந்தமுமில்லாமல் போய்விட வேண்டும். அதுதான் நிஜ இலக்கியம்."

சௌதாமினி பேசி முடித்த பிறகு நகுல் சேட் உணர்ச்சி மிகுதியால் பேசவேயில்லை. அப்படியே மனைவி அருகில் வந்து அவளை அணைத்துக்கொண்டான். பிறகு லேசாக விரிந்திருந்த அவள் உதடுகளைக் கூட்டி ஒரு முத்தமிட்டான். அன்று இரவு அவள் அவன் ஆர்வத்தைத் தடை செய்யவில்லை.

இதென்ன! சௌதாமினி இன்று இத்தனை அன்புடன் இருக்கிறாள். அன்று குடிக்காமலிருந்தது நல்லதாகப் போயிற்று. அவன் அந்தரங்க வாழ்க்கை ஒரு விஷச் சுழல் - சுற்றிச் சுற்றி ஒரே இடத்தில் வந்து நிற்கும் என்று அவன் அறியவில்லை. அவன் ஒரு குரூபன்; அவள் அன்புக்குப் பாத்திரமாகத் தகுதி அற்றவனோ என்ற சமுசயத்தினால் குடிக்கிறான் என்று அவள் அறிந்துகொள்ளவில்லை. குடிக்காமல் அவனால் இருக்க முடியவில்லை என்ற அவனுடைய பலஹீனத்தை அவள் வெறுக்கிறாள். அதை அவள் தன்னை வெறுப்பதாக அர்த்தம் செய்கிறான். சௌதாமினிக்குத் தன்னுடன் மணவாழ்வு நடத்த இஷ்டமில்லை என்று அர்த்தம் செய்கிறான். உண்மையில் அவளுக்கு வேண்டியது முதலில் ஆழ்ந்த அனுதாபம், நுட்பத்துடன் கொடுக்க வேண்டிய பாதுகாப்பு - பிறகு

அன்பு - கடைசியில் அணைப்பு. அன்று இவை அவளுக்குக் கிடைத்துவிட்டன. இன்பச் சூழல் தொடங்கிற்று. ஆனால்... ஆனால் தினம் அவன் குடித்துவிட்டு வந்து அவளிடம் கடுமையாகப் பேசும்போது - அந்த விஷச் சூழல்...

★★★

ஸனகாதிகளுக்குள் யோசனை பலத்தது. சந்திராதிகள் அரசு முறைகளின் பிழைகளை அவர்கள் குரு கிருஷ்ண அவதாருக்கு எடுத்துச் சொன்னார்கள். அன்று குந்திபோஜன், பீம்ஸிங், யுதாமன்யு முதலியவர் குருவைப் பார்க்கப் போனார்கள். அப்பண்ணா அவர்களை உள் அறைக்குள் அழைத்துச் சென்றான். திரைக்குப் பின்புறம் 'கிருஷ்ண ரகசியக் கூடம்' இருப்பதை அறிந்து எல்லோரும் அந்தத் திக்கைப் பார்த்து வணங்கினார்கள். பிறகு குருவை வணங்கினார்கள். குரு அன்று காவி நிறத்தில் செய்துள்ள அண்ணன் நாட்டு ஸூட்டு ஒன்று அணிந்திருந்தார். அவர் பக்கத்திலுள்ள ஒரு மேஜை மீது 'சாம்ப்பேன்' என்ற அண்ணன் நாட்டுத் திராட்சைச் சாராயம் நிரம்பின கிளாஸுகள் இருந்தன.

"இப்போதுதான் அண்ணன் நாட்டு ராஜ்யதூதர் வந்துவிட்டுப் போனார். அவர் நாட்டில் செய்த இந்த இனிய ரசத்தைக் கொடுத்து, சாப்பிட்டும் பார்க்கச் சொன்னார். அமுதம்தான் - அவர்களும் கந்தர்வர்களுக்குச் சமானம். இல்லாவிட்டால் இப்படி இருக்க முடியுமா? என்ன பண்பு - என்ன நாகரிகம்! அத்துடன் எத்தனை கருவிகள் - எத்தனை சாதனைகள் - எத்தனை மகத்தான முயற்சிகள்!"

"நாமும் இருக்கிறோமே - சாதனையாம் - பலஹீனமான இந்த அரசாங்கம் எதைச் சாதிக்க முடியும்?" என்றான் குந்திபோஜன்.

"ஏன்? தன்னம்பிக்கையும், சாமர்த்தியமும், சட்டென்று நிச்சயிக்கக்கூடியவனுமான ஒருவன் தலைவனானால்?" என்றான் யுதாமன்யு.

"தலைவனாக வேண்டுமென்று எல்லோருக்கும் ஆசைதான் - அதனால் பல இச்சைகள் பூர்த்தியாகும் - பல பேர்கள்

கும்பிடு போடுவார்கள் - ஆனால் பயமும் இருக்கிறது. அந்தப் பயத்தினால்தான்...” குரு சிரித்துக்கொண்டே தன்னைக் காண வந்திருக்கும் பிரபுக்கள் கூட்டத்தை நோக்கினார். பிறகு மேலே சொன்னார். “இப்போது நம் நாடு இருக்கும் நிலையில் தலைவனாக வருபவன் அபரிமிதமான தைரியமும் தன்னம்பிக்கையும் உடையவனாக இருக்கவேண்டும்.”

“அதுதான் இல்லையே - சந்திராதிகளுக்குள் எவன் தலைவனாக வந்தாலும் அதிகாரத்தின் சுகத்தில் ஆழ்ந்து, மக்களைக் கவனிக்கமாட்டான்’ என்றான் விராடன்.

குந்தி போஜன் - “அரசியல் தலைமை வகிக்க வேண்டுமென்று ஆசைப்படுகிறவனுக்கு அது கிடைக்காமல் போகாது.”

குரு சிரித்தார். செல்வத்தைவிட அதிகாரத்துவம் அதிக இன்பலாகிரியை ஊட்டுமென்று நினைக்கிறேன்” என்றார்.

பீம்ஸிங் எல்லாவற்றையும் கேட்டுக்கொண்டு சும்மாவிருந்தான்.

விராடன் சொன்னான்: - “தவறெல்லாம் சோம நாட்டு மக்களைச் சார்ந்தது. அவர்கள் இதுவரையில் தெய்வமென்றும், கோவிலென்றும், வேதாந்தமென்றும், பாஷையென்றும், ராஜீய விஷயமென்றும் தம் கவனத்தைச் செலுத்தி வந்தார்களே தவிர, நம் நாட்டின் பொருளாதார நிலைமையைப்பற்றி யோசிக்கவேயில்லை. செயற்கை எருவுக்காகக் கோடிக்கணக்கில் செலவிட்ட பிறகும், இன்னும் நம் நாட்டார் மழையை எதிர்பார்த்து வானத்தை நோக்கியபடி இருக்கிறார்கள். அதுபோலவே தொழிற்சாலை அபிவிருத்தியிலும் ஆசைகள் நிறைவேறவில்லை. இதனால் மக்கள் மனதில் ஒரு சலிப்பு - ஒரு அசிரத்தை உண்டாகிவிட்டது. “முன்வாருங்கள், உழையுங்கள், நாடு முன்னேற முயற்சியுங்கள்” என்று மகேந்திரவர்மன் எத்தனை கூச்சலிட்டாலும், புதிய உத்திகளைக் கைப்பற்ற ஜனங்கள் பின்வாங்குகிறார்கள். மேலும் அரசாங்கம் எடுத்து நடத்தும் தொழிற்சாலைகளில் செலவு அதிகப்பட்டு, நஷ்டமுண்டாகி வருகிறது.”

விராடன் விட்ட இடத்திலிருந்து குந்தி போஜன் பிடித்துக் கொண்டான்: "இதைத் தடுக்க சர்க்கார் முதலாளிக் கூட்டத்தைத் தன் யோசனையில் கலந்துகொண்டால் பலஹீனப்பட்ட இத்தொழிற்சாலைகள் சீக்கிரமாகத் தேறும். இதுவரையில் எங்களுக்குண்டான அனுபவங்களை நாங்கள் சர்க்காருடன் பகிர்ந்துகொள்வோம். வட்டி வசூல் செய்யமுடியாமல் முக்கித் திணறும் பல சர்க்கார் இயக்கங்களை எங்கள் சகாயத்துடன் இயற்றினால் அரசாங்கத்திற்குச் சௌகரியம் ஏற்படும்."

அவன் பீம்ஸிங்கைத் திரும்பிப் பார்த்தான். ஆனால் அந்த நபர் பேசவில்லை .

யுதாமன்யு சொன்னான்: "முதலாளித்துவம் லாபம் எடுக்கக்கூடாது என்று விதித்திருக்கும் வரிகள் முன்னேற்றத்தைத் தடுக்கின்றன. முதலைக் கொடுக்கும் எங்களுக்கு லாபத்தில் பங்கு கிடையாது என்றால்?"

விராடன் - "இதுதான் சந்திராதிகள் ஜனங்களுக்குச் செய்யும் நன்மை. நாடு சீரழிந்து போவதற்குக் காரணம் இவர்களே- நீங்களே சொல்லுங்கள் குரு - நம் நாட்டிற்கு ஒரு நல்ல தலைவன் தேவை - இல்லையா?"

"ஆமாம். நமக்கு ஒரு நல்ல தலைவன் அவசியம்" என்று ஆமோதித்தார் குரு.

உடனே அக்கனவான்கள் ஒவ்வொருவனும் குரு சொல்லப் போவது தன்னைப்பற்றித்தானிருக்க வேண்டுமென்று முடிவு செய்து கொண்டு அவர் முகத்தை ஆவலுறப் பார்த்தார்கள்.

குரு புன்னகை ததும்பும் முகத்துடன் பேசினார். தலைவனைப்பற்றி அவர் பேசும்போது யாரோ ஒரு தீரனை - மகாவீரனை - கந்தர்வசீலனைக் குறித்துச் சொல்வது போல அவர் கண்கள் தூரதிருஷ்டியில் லயித்திருந்தன. அவர் சொன்னார்: "நீங்கள் சொல்லுவது ரொம்ப சரி. இப்போது நடக்கும் ராஜ்யபாரத்திலிருந்து பல பாடங்கள் கற்கலாம். கட்சிச் சண்டைகள் அதிகமாய் விட்டன. ஜனசபையில் வேலை

நின்று அது, கொள கொளத்துவிட்டது - மந்திரிசபை தொள தொளக்கிறது. குடியாட்சி திக்குமுக்காடுகிறது. வரப்போகும் தலைவன் எல்லாப் புரட்சிக்காரர்களையும் விரட்டும் ஒரு புரட்சிக்காரனாக இருக்கவேண்டும்."

குரு பேசும்போது விராடன் பிரமாதமாகத் தலையை ஆட்டினான். குந்திபோஜன், "சபாஷ் சபாஷ்" என்று தாளங்கள் போட்டான்.

குரு சொன்னார்: "மக்களும் நிச்சயமாக அவன் கட்சியாக இருப்பார்கள். நிலைமை ரொம்பக் கேவலமாகிவிட்டதால் ஒரு திக்கற்ற தன்மை அவர்களைக் கவ்விக்கொண்டுவிட்டது. அதிலிருந்து அவர்களை விடுவிக்கிறவனைக் கட்டாயமாகக் கொண்டாடுவார்கள்!"

யுதாமன்யு குரு பேசும்போது காட்டும் கை முத்திரைகளையே உற்றுக் கவனித்துக்கொண்டிருந்தான்.

குரு - "இப்படியொரு தலைவன் தோன்றினால்...? இதுவரையில் உத்தியோகஸ்தன் - அரசியல்வாதி - மாணாக்கன் - பத்திரிகை நிருபன் - பாமரன் என்று ஒருவரையொருவர் விரோதித்து வந்தவர்களை ஒன்றுகூட்டும் ஒரு தலைவன் உதித்தால் அவன் எப்பேர்ப்பட்டவனாக இருப்பான் என்று நீங்களே..." -

குருவின் வார்த்தைகளைக் கேட்டவுடன் அக் கனவான்கள் தம் தம் சொந்தப் பெருமைகளை எண்ணிப் பார்த்த வண்ணம் - "நீங்கள் சொல்வதிலிருந்து அந்தத் தலைவன் எப்படி இருப்பான் என்று ஒருவாறு ஊகிக்கிறோ"மென்று ஒரு வாக்காய்ச் சொன்னார்கள்.

குரு - "ஆமாம். ஆனால் அப்படி வருகிறவனை ஜனசபை அங்கத்தினர்கள் வெறுத்தாலும் வெறுக்கலாம். இருந்தாலும் அவனைத் தள்ள அவர்களால் முடியாது. ஜனங்கள் அவன் கட்சியானால்? ஜனங்களுடன் அவன் நேரில் பேச வலிமை பெற்றுவிட்டால், அந்தப் பிணைப்பு மின்கல அடுக்கில் மின்சாரம் போல் அவனுள் பலத்தைத் திணித்துவிடுமே! அந்தப்

பூரிப்பினால் குரு அப்பிரபுக்களைப் பார்த்தார். அப்போது விராடன் முகம் பூரிப்பினால் உப்பிற்று.

குரு - "இப்படி அமையும் தலைவனுக்கு இயற்கையாகவே இப்போது நிகழும் நிலைமையைக் கவனித்துத் தன் பகுத்தறிவால் அதை வெவ்வேறாக விண்டு பார்க்கும் சக்தி உண்டாய்விடும். புறத்தே நடப்பதையும் அகத்தில் நடப்பதையும் தெரிந்து நடந்து கொள்வான். நிகழ்ச்சிகளைக் கணிக்கும் சக்தி அவனுக்கு உண்டாகும்போது, இருபது வருடங்களாக அரசுரிமையை நடத்திவரும் குடியாட்சிப் பிரதிநிதிகளை விட்டு அவன் தனியாகிவிடுவான்."

குந்திபோஜன் கனைத்துவிட்டுக் கொண்டான். பணம் - சலுகை - அந்தஸ்து எல்லாம் இருப்பதால் அவன் தனி.

குரு - "நிஜமாகவே அவன் தனிதான். பிரஜைகளைப் பிரியப்படுத்தி, அவர்களைக் காத்து ஆளும் சமயத்தைத் தவிர, மற்ற சமயங்களில் அவன் தனி. ஏன் என்றால் இதுபோல தலைமை வகிப்பவர்கள் எப்போதுமே தனி - அவர்கள் நிஜமாகவே யோகத்தில் இருக்கப்பட்டவர்கள்."

வந்த ஸனகாதிகளுக்குப் பரம திருப்தி. குருவே சொல்லிவிட்டாரே! இனிமேல் அவர்களில் ஒருவன் தலைவன் ஆகவேண்டியதுதான் பாக்கி. கட்சிக்குள் இது யாராக இருக்க வேண்டுமென்று பேசிக்கொள்வதைத்தான் அவர் மறைமுகமாக, "ஜனங்கள் தேர்ந்தெடுப்பது" என்று சொல்லுகிறார். ஆனால் ஒன்று; சந்திராதிகளையும் அவர்களுடன் சேர்த்துக்கொள்ள வேண்டும் - அல்லது அவர்களை அடியோடு வீழ்த்தி ஒழிக்க வேண்டும். இரண்டில் ஒன்று நடக்காவிடில் காரியமாகாது. இப்படி நினைத்த வண்ணம் அவர்கள் பீம்ஸிங்கை அடிக்கடி சந்திராதிகளிடம் அனுப்பி வந்தார்கள்.

நிலைமை நாளுக்கு நாள் கேவலமாகிக்கொண்டு வந்தது. அதைப்பற்றிப் பத்திரிகைகள் தோன்றியபடி பிரசுரங்கள் செய்து வந்தன. "கணேச சேனா" கொஞ்சம் மூர்க்கமாக வேலை

செய்தது. விதர்ப்ப தேசத்தில் பெரும் பெரும் பெருச்சாளி உருவங்களை உண்டு பண்ணி, சாலையோரங்களில் வைத்தார்கள். வீதியோடு போகிறவர்கள் அவ்வுருவத்தைத் தொழாமல் போனால் ஆபத்து வந்தது. உடனே வழிப்போக்கர்களைப் புடைப்பதும், போதாதென்று அவர்களோடு வீடு சென்று, அவர்கள் உடைமைகளையும் அழித்து அட்டூழியங்கள் செய்து வந்தார்கள்.

நவீன சம்ஸ்கிருதத்தைப் பற்றித் திரும்பவும் சர்ச்சை கிளம்பியது. அதுதான் எல்லோரும் பேசவேண்டுமென்ற புரட்சி; புது ஊக்கத்துடன் பரவிற்று. இதற்கு உத்தர்குமார் தலைமை வகித்தான். அவனுக்கு ஆரியரைத் தூற்றப் பிடிக்கும். "யாரோ ஆரியராம் - மூவாயிரம் வருடங்களுக்கு முன் வால்மீகி என்பவர் சம்ஸ்கிருதம் இயற்றினாராம். அதைப்பற்றி இப்போதென்ன? எதற்காக அந்த மொழியை நாம் பயில வேண்டும்?" என்று வாதாடினான். அதன் விளைவாகக் கல்லூரிகளில் சிட்சை நின்றுவிட்டது; பாடம் கற்பது ஓய்ந்தது.

"எந்த மொழியில் பேசினால் என்ன? அண்ணன் நாட்டு பாஷைகூட அழகாக இருக்கிறது!" என்று குரு கிருஷ்ண அவதார் ஸிங் சொல்லிவிட்டதாக யாரோ கிளப்பிவிட்டார்கள். அவ்வளவுதான் உடனே மாணவப் பிரவாகம் குன்றுத் தோட்டத்தைப் பார்த்துக் கிளம்பிவிட்டது.

"அண்ணன் நாட்டு மொழி ஒழிக!" அலையோசை போன்ற அச் சத்தத்தைக் கேட்டு, குரு கிருஷ்ண அவதார் ஸிங் வெளியே வந்தார். அழகான அவருடைய அண்ணன் நாட்டு உடுப்பைக் கண்டதும் யுவயுவதிகளின் கோரக் கூப்பாடு அதிகரித்தது. குரு புன்னகை பூத்தபடி கைகளை உயர்த்தினார். அவர் முகத்தில் தோன்றிய அந்தத் தெய்விகச் சுடரொளி - அந்தப் புன்னகையின் அன்பொளி அவர்களை அப்படியே ஈர்த்துவிட்டது.

"அன்பு மாணாக்கர்களே!" என்று கூறி, அவர் தம் இரு புஜங்களையும் விரித்து, அவர்களைக் கட்டியணைப்பது போல பாவம் செய்தது, கூட்டத்தில் சிலர் கண்ணீரே

உதிர்த்துவிட்டார்கள். அமளியும் இரைச்சலும் அப்படியே சப்பென்று வடிந்துவிட்டது. எல்லோரும் குரு என்ன சொல்லப்போகிறார் என்று ஆவலுடன் நிமிர்ந்து அவர் முகத்தை நோக்கினார்கள்.

“அழிப்பது சுலபம் - ஆக்குவது கடினம். இருந்தாலும் அண்ணன் நாட்டு பாஷையையே ஒழித்துவிடுவதென்று வைத்துக்கொள்வோம். அதற்கப்புறம் எதைப்பற்றிப் புரட்சி செய்வீர்கள்? புரட்சி செய்ய வேண்டுமென்று உண்டான இந்த உங்களுடைய ஆர்வத்திற்கு மூலகாரணமென்ன? நீங்கள் எதை நாடுகிறீர்கள்? உங்களுக்கு வேண்டியது என்ன? வீடு போய்க் கொஞ்சம் ஆத்ம விசாரணை செய்து கொண்டு திரும்பி வாருங்கள். பாஷைகளையும் கல்வியையும் அழிப்பதில் உங்கள் நோக்கமென்ன? அறிவைச் சிதைத்து வெகு நாட்களுக்கு முன்னிருந்த காட்டு மனிதனைப்போல இருக்க ஏன் ஆசைப்படுகிறீர்கள்? மதம், பாஷை, தோல் நிறம் என்னும் வித்தியாசங்களைக் கொண்டு சண்டைகளையும் போர்களையும் தொடங்க ஏன் விருப்பப்படுகிறீர்கள்? வீடு போய்த் தீர்க்கமாக ஆலோசித்துப் பதில் சொல்லுங்கள். அப்புறம் நானே பிரதம மந்திரியிடம் சென்று உங்களுக்காக விண்ணப்பம் செய்கிறேன்.”

கூட்டத்தில் மூச்சுப் பேச்சில்லை. ஒரு வார்த்தைகூட எதிர்த்துப் பேசாமல் முக்கால்வாசிப் பேர்கள் வந்த வழியே திரும்பிப் போனார்கள். பாக்கிப் பேர்கள் அவ்விடத்தின் அழகில் ஈடுபட்டு, குருவுடன் சந்தியாகால பஜனைக்காக மண்டபத்தில் தங்கிவிட்டார்கள்.

என்ன ரம்மியமான சூழ்நிலை. இந்த இடத்தைக் காடென்பதா, தோட்டமென்பதா - அல்லது மிக்க நாகரிகமான நவீன வாழ்க்கை முறை என்பதா? வந்தவர்களுக்கு ஒன்றுமே புரியவில்லை. குருவின் வார்த்தைகளால் கட்டுண்டவர்கள் போல் அமர்ந்திருந்தார்கள். சற்று நேரத்திற்கெல்லாம் குன்றுத் தோட்டத்தின் வானவெளியெல்லாம், சங்கீதம் நிறைந்தது. பஜனை கோஷ்டியர்கள் குருவுக்கு மிகவும் பிடித்தமான

கீதத்தைப் பாடினர்.

"சோம்பதி தீராதி ராஜ சந்திர" என்ற பஜனை கீதம் காற்றுடன் கலந்து மிதந்து வந்தது.

★★★

சபா பர்வம்

திடீரென்று முன்னறிவிப்பின்றித்தான் ஜனசபையில் பிரதம மந்திரியைத் தாக்கத் தொடங்கினார்கள்.

விஷயமென்னவோ சாதாரணமாக ஆரம்பித்தது. சந்திராதிகளில் ஒருவனாக சௌமதத்தன் முதலாளிகள் கொழுத்து வருவதைப்பற்றி அங்கலாய்த்துக் கொண்டான். "இப்படிச் சமீபத்தில் கொழுத்திருக்கும் கம்பெனிகளில் ஜாஷ்ணு அண்டு கம்பெனி ஒன்றா" என்று கேட்டான்.

மகேந்திரவர்மன், "இருக்கலா"மென்று பதில் சொன்னான்.

சௌமதத்தன் - "மந்திரி ஏன் சங்கோசப்பட வேண்டும். சபையோருக்கு இது விஷயங்களைப்பற்றி நிஜம் வேண்டும். மந்திரிக்கு ஒன்றும் தெரியாது என்று சொல்லமுடியாது. முன் அறிக்கை கொடுத்திருக்கிறது."

மகே - "ஜாஷ்ணு அண்டு கம்பெனிக்குக் கிழக்கு மதுராவில் பல கற்கரிச் சுரங்கங்கள் உண்டு."

சௌமதத்தன் - "சென்ற சில வருஷங்களாக இந்தக் கம்பெனி ஏராளமான லாபமெடுத்திருப்பது நிஜமா?"

மகே - “லாபமுண்டு என்பது நிஜம்.”

கிரீதவர்மன் என்னும் மற்றொரு சந்திராதிக் கட்சிக்காரன் எழுந்து கேட்டான்: “ஸோஷலிஸம் பழகும் நம் அரசாங்கத்தார் இப்படி ஏகப்பட்ட பணம் ஒரே இடத்தில் சேர எப்படி அனுமதித்தார்கள்?”

மகே - “முன்னேற்றத்திற்காகப் பல துறைகளில் பற்பல தொழிற்சாலைகளை ஏற்படுத்தினால்...”

சௌமதத்தன் - அப்போது சென்ற ஆறு வருஷங்களுக்குள் ஜ~ஷ்ணு அண்டு கம்பெனி பல புதிய வியாபாரத்துறையில் இறங்கி இருப்பது நிஜமா?”

கிரீதவர்மன் - “மந்திரி மேஜையில் இந்தக் கம்பெனியை ஒட்டிய பல லைசென்சு பேப்பர்கள் இருக்கிறதோ...”

சௌ - “மந்திரிக்குச் சினேகம் என்பதால் இந்தக் கம்பெனிக்குச் சலுகை அதிகமென்று கேள்விப்பட்டேன்.”

கிரீத - மற்ற கம்பெனிகளை உள்ளே புகவிடாமல் எல்லா லைசென்சுகளையும் இந்தக் கம்பெனியே அடித்துக்கொண்டு போய்விட்டதாமே - மந்திரிக்கு வேண்டியவன்தான் சந்தேகமில்லை.

இந்தச் சமயத்தில்தான் ஸனகாதிகள் வாதத்தில் சேர்ந்துகொண்டார்கள். ஜயத்ரதன் எழுந்திருந்து சொன்னான்: “ஜ~ஷ்ணு யாருக்கு வேண்டியவன் என்று சபையோர் ஆராய்வது நல்லது.”

மகே “ஜ~ஷ்ணுவை எனக்குத் தெரியும். வியாபார மந்திராலயத்தை நடத்துபவன் தொழிற்சாலைகளை நடத்து கிறவர்களைத் தெரியாது என்று சொல்ல முடியுமா?”

ஜயத்ரதன் சொன்னான்: “இது விஷயத்தை ஒளிக்காமல் பேசினது மந்திரிக்கு நல்லது.”

“ஜுஷ்ணு யாருக்கு மிகவும் வேண்டியவன் தெரியுமா?” - சகுனிதாஸ் தளுக்காகக் குறுக்கே கேட்டான்.

மகே - “எனக்கெப்படித் தெரியும். அவனுக்கு எத்தனையோ நண்பர்கள் இருக்கலாம்.”

ஜயத்ரதன் - “அப்போது பிரதம மந்திரிக்கு ஜுஷ்ணு பேரில் உயிர் என்னும் விஷயம் சந்திராதிகளுக்குத் தெரியாதா?”

விதுரன் குறுக்கிட்டான்: “சட்டசபை விவகாரங்களுக்கும் இவ்விதக் கேள்விகளுக்கும் என்ன சம்பந்தம்?”

பரத்வாஜ் ஸனகாதிகளில் மற்றுமொருவன். “அவசரப்படாதே. போகப் போகச் சங்கதிகள் புலப்படும்” இப்படிச் சொல்லிவிட்டு, அவன் சிரித்தான்.

ஜயத்ரதன் - “ஜுஷ்ணு அண்டு கம்பெனி பிரபலமானதற்கு அவன் பிரதம மந்திரியுடன் கொண்ட நட்புதான் காரணம்.”

சகுனி - “அந்த நட்பு எப்பேர்ப்பட்டது தெரியுமா? தினம் பொழுது விடிந்தால், அவனை அவர்கள் வீட்டில் காணலாம்.”

ஜயத்ரதன் - “பிரதம மந்திரியுடைய அந்தரங்கக் காரியதரிசியைக் கேட்டால் ஜுஷ்ணுவுக்காகச் சென்ற இரண்டு வருஷத்தில் எத்தனை பேப்பர்கள் கைமாற்றமாகி இருக்குமென்று தெரியும்.”

சபையில் சகாதேவ சர்மா இருந்தான். உத்தியோகஸ்தர் களுக்கென்று தனியாக ஒதுக்கப்பட்டிருந்த கூண்டு போன்ற ஒரு பகுதியில் அவன் கைதிபோல் வீற்றிருந்தான். உண்மையில் ஒரு கைதிதான் என்று அப்போது அவனுக்குத் தோன்றிற்று. ஏனென்றால் அவனையும் அவன் தலைவனையும் அவதூறு சொல்வதைக் கேட்டுக்கொண்டு அவன் சும்மா அல்லவா இருக்க வேண்டியிருக்கிறது. நாக்கை - மடக்கிப் போட்டிருக்கிறதே! சகாதேவன் முகம் கோணக்கமாணக்க இழுத்துக்கொண்டது. உணர்ச்சிவேகத்தினால் அவன் உதடுகள் துடித்தன. அவனா துரோகம் செய்பவன்?

பரத்வாஜ் - "அந்தரங்கக் காரியதரிசியைக் கேட்டால் மற்றொரு விஷயமும் தெரியும். பிரதம மந்திரியின் அறையில் சாராய தினுசுகள் எத்தனை வகைகள் இருக்கின்றன என்பது வெளியாகும். இது விஷயத்தைப் பற்றி மந்திரி விதுரன் அபிப்பிராயம் என்ன?

விதுரன் - "என்னுடைய சொந்தக் கொள்கைகளை ராஜ்யபார சம்பந்தம் கொண்ட விஷயங்களுடன் நான் சேர்ப்பதில்லை."

இதற்குள் சகாதேவன் சபையிலிருந்த ஒரு பக்கத்துக் கதவு வழியாகச் சென்று பிரதம மந்திரி அறைக்குள் பிரவேசித்தான். அப்போது ஜனசபைக் கட்டடத்திற்குள் இருந்த பிரதம மந்திரி தன் அறையிலிருந்தபடியே ஒலிபெருக்கி வழியாக விஷயத்தை அறிந்துகொண்டு சபைக்குள் பிரவேசிக்க ஆயத்தமாய்க் கொண்டிருந்தான். சகாதேவன் முகக்குறிப்பில் தோன்றிய கேள்விக்கு அவனாகவே விடை அளித்தான். "கவலைப்படாதே. இதோ வந்துவிட்டேன்" என்று சொல்லியவாறு வெளியே நடைக்கு வந்தான். சகாதேவனும் அவனைப் பின்பற்றி நடந்தான்.

பிரதம மந்திரி சபைக்குள் வந்ததை எல்லோரும் கவனிக்கவில்லை. அத்தனை உன்னிப்புடன் அவர்கள் பரத்வாஜ் சொல்லுவதைக் கேட்டுக்கொண்டிருந்தார்கள்.

சகுனிதாஸ் - "மந்திரிகள் வேலை நடக்கும்போது சாராயம் குடிப்பது சமூகப் பண்பாட்டிற்கே ஏற்றதில்லை."

ஜயத்ரதன் - "பார்த்தீர்களா? உங்கள் கட்சிக்காரர் ஒருவர்கூட இது விஷயத்தில் எங்களுடன் ஒத்துப் பேசுகிறார். மந்திரி விதுரன் அபிப்பிராயம் என்ன! வேலை செய்யும்போது குடிக்கலாமா?"

விதுரன் - "என்னை ஒட்டியவரையில் குடிப்பழக்கம் துர்நடத்தை."

ஜயத்ரதன் - "அதுபோல்தானே ஸ்திரீசினேகமும்..."

மகே - "இவ்விதப் பேச்சு சபையோர்களுக்கு அழகில்லை."

பரத்வாஜ் - "பிரதம மந்திரி இல்லாத சமயங்களிலும் இந்த முதலாளி அவர் இல்லத்திற்குப் போய் வருகிறான். எதற்கு?"

ஜயத்ரதன் - "பிரதம மந்திரி மனைவி சிபாரிசில் லைசென்சு கிடைக்குமென்றோ..."

பரத்வாஜ் - "அல்லது அவளுடைய முகத்தைப் பார்க்கவோ..."

சபையில் சீ... சீ... யென்ற ஒரு கூப்பாடு.

அதை அடுத்து ஸ்பீக்கர் குரல் கொடுத்தாள். அவளுக்கு அப்போதுதான் பேச நா எழுந்ததோ. "தயவு செய்து ஆபாசப் பேச்சு வேண்டாம்."

இத்தனைக்கும் நடுவில் பிரதம மந்திரி பேசாமல் சம்பாஷணையைக் கேட்டுக்கொண்டிருந்தான்.

ஜயத்ரதன் மறுபடியும் சொன்னான்: "ஜுஷ்ணு அண்டு கம்பெனி கொள்ளையடித்து லாபம் செய்திருக்கிறது. ஜுஷ்ணு பிரதம மந்திரிக்கு உயிர்த் தோழன். அதனால் ஒன்றில் இந்த கம்பெனியின் விவகாரத்தைப் பற்றி விசாரணை நடத்தவேண்டும். அல்லது தன் நண்பனை விட்டுக்கொடுக்க இஷ்டமில்லாவிட்டால் பிரதம மந்திரியே ராஜினாமா செய்ய வேண்டும்."

மகேந்திரவர்மன் பிரதம மந்திரிக்குச் சற்று அப்பால் உட்கார்ந்துகொண்டிருந்தான். ஜயத்ரதன் பேசியவுடன் எழுந்து போய் அவன் காதோடு சொன்னான்: "விசாரணைக்கு ஒப்புக்கொண்டு விடட்டுமா?"

வேண்டாமென்றபடி தர்மராஜு தலையை ஆட்டினான்.

அப்போது சுயோதனன் எழுந்து பேசினான்: "நம் தேசத்தில் இப்போது நடந்துவரும் குழப்பங்களுக்குத் தற்போதைய அரசுமுறைகள்தாம் காரணம். அடிக்கடி

சண்டை, குத்துக்கொலை - சச்சரவு - இவைகளை விலக்கச் சந்திராதியர்கள் சக்தியற்றவர்களாக இருக்கிறார்கள். காரணம் அவர்களுடைய தலைவன் பலஹீனப்பட்டவனாக இருக்கிறான். தலைவன் தைரியமாகவும் நிச்சயமாகவும் இருந்தால் பிரஜைகளும் அப்படியிருப்பார்கள். ராஜ்யபாரம் நடத்தவென்று ஏற்படுத்தியவனிடம் அப்பழுக்கைக் கண்டுவிட்டால்தான் பிரஜைகள் வெறிகொண்டு ஆடுகிறார்கள். ராஜ்யமாளுகிறவன் யோக்கியமாகவும் ஒழுக்கமாகவும் இருக்க வேண்டும். அதிகாரத் துவத்தின் உன்மத்தம் தலைவன் தலைக்கேறிவிட்டது.

அதுவும் போதவில்லை என்று சில்லறைச் சிற்றின்பங்களில் தன் நாட்களைக் கழிக்கிறான். நானே பிரதம மந்திரி அறையில் சாராய வகைகளைப் பார்த்திருக்கிறேன். குடியென்றும் சூதாட்டமென்றும் வீண் பொழுதைப் போக்கினான் நம் தலைவன். ஜனங்கள் உடுக்கத் துணியில்லாமல் சாப்பிட உணவில்லாமல் கஷ்டப்படும்போது ஸோஷலிஸ்ட்டு என்று பெயர் வாங்கின இந்தத் தலைவனுக்கு இப்படிப் பொழுதைப் போக்க எப்படி மனம் வருகிறது? போகட்டும், ராஜ்ய பாரமாவது சரியாக ஆண்டால் தேவலை. அதுவுமில்லை. போக வாழ்வின் மூலம் பணத்தாசையும் பிடித்துவிட்டது போலிருக்கிறது. ஜ஠ஷ்ணுவென்னும் கோடீச்வரன் கையில் இருக்கிறார் சோம நாட்டுப் பிரதம மந்திரி என்று கேட்கவே ஜனங்களுக்கு அவமானமாய் இருக்கிறது. அதுவும் போகட்டுமென்றால் அவன் மனைவி...” இந்த இடத்தில் ஸ்பீக்கர் மணியை அடித்தாள். “அவன் மனைவியும் சேர்ந்து பண விஷயமான ஊழல் செய்திகளில் உழல்வதாகத் தெரிகிறது.”

‘ராஜினாமா - ராஜினாமா’ - ஜனசபையில் ஒரே இரைச்சல்.

சௌமதத்தன் - “பிரதம மந்திரி என்ன சொல்லுகிறார்?”

கிரீதவர்மன் - “சும்மா இருப்பதைப் பார்த்தால் ஸனகாதிகள் சொன்ன விஷயங்கள் நிஜமோவென்று அல்லவா நினைக்கவேண்டியிருக்கிறது!”

ஜெயத்ரதன் - "இத்தனை தூரம் எங்கள் தலைவன் சொன்ன பிறகு இனிமேல் நம்பிக்கை வோட்டு எடுக்க வேண்டியதுதான்."

சபையில் சந்திராதிகளில் பலர் கூச்சலிட்டார்கள். அவர்களுக்குள் பரபரப்பு.

கிரீதவர்மன் - "பிரதம மந்திரி ஏன் பேசவில்லை?"

சௌமதத்தன் - "பேசாவிட்டால் எங்கள் நம்பிக்கை குலையும்."

மற்றுமொரு சந்திராதியன் - "பேசினால் மாத்திரம் அவ்வளவு எளிதாக நம்பிக்கை வருமா?"

இதற்குள் பொதுவுடைமைக் கட்சிப் பக்கத்திலிருந்து 'நம்பிக்கை வோட்டு' என்று கூக்குரல் கிளம்பிற்று.

தர்மராஜு சாந்தமே உருவெடுத்தாற்போல உட்கார்ந்திருந்தான். எரிமலை கக்குவதுபோல நாலா பக்கமும் கல்மாரி; தீப்பொறி பறக்கும் பேச்சுகள் சிதறி விழுந்தன. பொதுவுடைமைக் கட்சி அச்வத்தாமாவும் சேர்ந்து கர்ஜித்தான். படபடவென்று சொல்மழை பெய்தது. சுயோதனன் மறுபடியும் பேசினான். சகுனி கூரம்புகளை வீசினான். அவர்கள் எல்லோரும் பேசிப்பேசி மூச்சுத் திணறித் தடுமாறும் சமயத்தில் தர்மராஜு பேச எழுந்தான்.

கனம் ஸ்பீக்கர், சபையோர்களே - கனம் சுயோதனன் என்னைப்பற்றிச் சொன்னதை எல்லோரும் கேட்டீர்கள். அவன் எனக்கு ராஜ்யமாளத் திறமையில்லை என்று என் முறைகளை மாத்திரம் கண்டித்திருந்தால் அதற்குப் பலவிதப் பதில்கள் சொல்லியிருக்கலாம். ஆனால் அந்தத் தண்டனையில் என் நண்பனையும் மனைவியையும் நுழைத்துவிட்டான். இனிமேல் நான் பேசினால் அவர்களை அதில் இழுக்க வேண்டும். அப்படிச் செய்ய நான் அத்தனை பண்பற்றவன் இல்லை. மேலும் அவன் என் சுயவாழ்க்கையின் அனுஷ்டானங்களைப் படிப்பதால் நான் எத்தனை சமாதானம் கூறினாலும் அது சாதுவாகாது. அதனால் 'நம்பிக்கை வோட்டுகள்' விழட்டும். வோட்டுகள் எப்போது

எடுக்கலாமென்று ஸ்பீக்கர் சொல்லட்டும். அவருக்குத்தான் சபையின் கருத்து தெரியும்.”

சபையில் ஓவென்று ஓசை அதிகப்பட்டது.

சந்திராதிகளுக்குள் குழப்பம். பிரதம மந்திரி இத்தனை எளிதாக வோட்டுக்கு ஒப்புக்கொள்வான் என்று அவர்கள் எதிர்பார்க்கவில்லை. திடீரென்று வந்த அந்தச் செய்தி விதுரனையும் மகேந்திரவர்மனையும் ஒரு கலக்குக் கலக்கிவிட்டது. அவர்கள் சமைந்து உட்கார்ந்து போய்விட்டார்கள்?

சகுனிதாஸ்தான் விழிப்புடன் இருந்தான். இந்தத் திருகுதலின் தாத்பரியம் அவன் மூளைக்கு எட்டியவுடன் அவன் மகேந்திரன் பக்கம் விரைந்தான். “உன்னுடைய முப்பது வோட்டுகளை விதுரனுடைய முப்பதுடன் சேர்த்துக்கொண்டு தர்மராஜுவை அடித்துத் துரத்து. அப்படிச் செய்தால் நீ பிரதம மந்திரி ஆகலாம். விதுரன் நிதி மந்திரி ஆவான் - ஏன் நான்கூட - அவன் சிரித்தான் - “நான்கூட மந்திரி ஆகலாம்.”

சபையில் கொப்பளிக்கும் உஷ்ணத்தை அடக்கும் மாதிரியில் ஸ்பீக்கர் கையை உயர்த்தினாள். ‘நம்பிக்கை வோட்டு’ எடுப்பதற்கு முன் பிரதம மந்திரிக்கு நாலு நாட்கள் அவகாசம் கொடுப்பதுதான் நியாயம். அதற்குள் அவர் விருப்பப்பட்டால் அவர்மேல் செய்துள்ள புகார்களுக்குப் பதில்கள் தயாரிக்கலாம். இன்றைக்கு நான்காவது நாள் ‘நம்பிக்கை வோட்டு’ எடுக்கப்படும். அவள் தீர்மானமாகக் கூறினாள்.

சபை அலங்கோலமாக அலற ஆரம்பித்துவிட்டது. “உடனே வோட்டு, உடனே வோட்டு” என்ற கூச்சலுடன் பல ஜனசபையோர்கள் தம் ஆசனங்களிலிருந்து குதித்து எழுந்து கத்தினார்கள். ஸ்பீக்கர் எத்தனை எச்சரித்தும் அமளி அடங்கவில்லை. இம்சை தாங்காமல் அவள் எழுந்து, ‘சபை கலைந்து விட்டது’ என்று அறிவித்தாள். அப்போதும் கூச்சல் அடங்கவில்லை. ஆ - ஊ என்று கத்திக்கொண்டு ஜனசபை மன்னர்கள் தம் ஆசனத்தை விட்டு எழுந்திருக்க மறுத்தனர்.

சரோஜினி மற்றும் சோம முக்கியன் என்னும் ஸ்பீக்கர் கஷ்டம் பொறுக்க முடியாமல் ஜனசபைச் சிப்பந்திகளை ஏவினார்கள். அவர்கள் வந்து சபைக் கட்டடத்தின் பிரம்மாண்டமான கதவுகளைச் சாத்த ஆரம்பித்தார்கள். அப்போது பார்க்க வேண்டுமே வேடிக்கையை! ஜனசபை மன்னர்கள் - சந்திரப் பிரஸ்தத்திற்குச் சட்டங்கள் விதிக்கும் சூரர்கள் - அக்கதவுகள் மேல் தாவிக் குதித்து - கால்களால் அவைகளைத் தொத்திப் பிடித்துக்கொண்டு தொங்கினார்கள். கதவுகள் அங்குமிங்கும் ஆட அவர்களும் ஊஞ்சலாடினார்கள். என்ன இது? சந்திரப்பிரஸ்தத்தின் சட்டசபையோர்கள் இப்படிக் கதவுகளைப் பிடித்துத் தொத்திக்கொண்டு ஆடுகிறார்கள்? அவமானம் பிடுங்கித் தின்ன, கனம் பிரதம மந்திரி வெளிறின முகத்துடன் வெளியே வந்து, தன் அறைக்குள் போனான்.

சகாதேவ சர்மா பின்னோடு போனான். சற்று நேரத்திற்கு அவ்வறையில் பேச்சில்லை. மந்திரி ஒரு சிகரெட்டைப் பற்றவைத்துவிட்டு மௌனமாய் உட்கார்ந்திருந்தான். பிறகு தன் காரியதரிசியிடம் சொன்னான்: “சகாதேவா, நீ போய் லதாவிடம் நடந்ததையெல்லாம் சொல்லிவிட்டு வா. நீ போகாவிட்டால் யாராவது அங்கே போய் எதையாவது நடந்ததையும் நடக்காததையுமாகச் சேர்த்துளறி வைக்கப் பார்ப்பார்கள்.”

சகாதேவ சர்மா தயங்கினான். “ஏன் தயங்குகிறாய்?” தர்மராஜு கேட்டான். பிறகு “பயப்படாதே. எனக்கு ஒரு ஆபத்தும் வராது,” என்றான்.

சகாதேவ சர்மா, மந்திரி சொல்லைத் தட்ட முடியாமல் அங்கிருந்து புறப்பட்டுப் போனான். அவன் செல்லும் நோக்கத்தையும், அங்கே சொல்லவேண்டிய விஷயத்தையும் நினைத்துக்கொண்டபோது, அவன் மனதிற்கு ஒன்றுமே ஏற்கவில்லை.

பனிக்காலமாதலால் லதா சாப்பிட்டுவிட்டு வெராந்தாப் பக்கத்திலுள்ள இதமான வெயிலில் உட்கார்ந்து புத்தகம்

வாசித்துக்கொண்டிருந்தாள். பிள்ளைகள் பள்ளிக்குப் போனபிறகு தர்மராஜு வருவதற்கு முன் இந்த மத்தியான சமயமே அவளுக்குக் கொஞ்சம் ஓய்வு கிடைத்தது.

அந்தச் சமயத்தில் சகாதேவ சர்மா உள்ளே வந்தான். எப்போதுமே அவள் முகம் - அந்தப் புன்னகை, நிதானத்துடன் உற்று நோக்கும் அந்தப் பார்வை, இவனைக் குமையவைக்கும். சொல்ல வந்த விஷயம் வேறு அவன் உள்ளத்தில் புகைந்தது. கேட்க வேண்டுமா? "ரொம்ப மோசம் - ரொம்ப மோசம்" என்று வாய்க்குள் முணுமுணுத்துக் கொண்டான.

லதாவுக்கு ஒன்றுமே புரியவில்லை. ஆனால் அவள் முகத்தில் பொருந்தியிருந்த அந்தச் சிரிப்பு சட்டென்று மறைந்தது. எதற்காக நடு மத்தியான வேளையில் அவன் இங்கே வந்து இப்படிச் சப்பிக் கொட்டுகிறான்?

'உச் மோசம்' என்று மறுபடியும் கூறியபடி அவன் அவள் எதிரிலுள்ள ஒரு நாற்காலியில் தொப்பென்று விழுந்தான். கொளகொளப்பான அந்த ஊளைச் சதை அதை அழுத்தியதும், நாற்காலி அதிர்ந்தது. லதாவின் ஆச்சரியம் அதிகரித்தது. சகாதேவ சர்மா எப்போதுமே கொஞ்சம் கோமாளியாகச் சிரிப்பான் - வேடிக்கையும் களிப்புமாகப் பேசுவான். பிரதம மந்திரியின் காரியதரிசியான நான் - ஆழ்ந்த கருத்துள்ள நோக்கத்துடன்தான் பேசுவேன் என்ற மனப்பான்மைக்கு நேர் விரோதமாக எப்போதும் ஏதாவது கும்மாளியடித்துக் கொண்டிருப்பான். வாஸ்தவம் அவள் எதிரில் அதிகமாக வர மாட்டான். ஆனால் தர்மராஜுவும் அவனும் அரட்டை யடிப்பதை அவள் கேட்டிருக்கிறாள். அது போலவே அவளுடைய மகன் ராகேஷுடனும் அவன் நிறையப் பேசுவான். இன்று அவனுக்கு என்னவாயிற்று! என்ன நடந்துவிட்டது!

"மோசக்காரர்கள்!" சகாதேவ சர்மா குரலில் இப்போது பொறுக்க முடியாத வேதனை ஒலித்தது.

ஓகோ ஜனசபையில் ஏதோ நடந்திருக்கிறது. "என்ன சங்கதி? ஜனசபையிலிருந்து வருகிறீர்களா?"

சகாதேவ சர்மா பேசமுடியாமல் திண்டாடினான்.

லதாவுக்கு இப்போது நிச்சயமாகி விட்டது. ஏதோ நடந்திருக்கிறது. அவன் சொல்ல முடியாமல் திண்டாடுகிறான்.

இதென்ன விபரீதம்! லதா ஒன்றுமே சொல்லவில்லை.

கொஞ்சம் நேரம் சென்ற பிறகு அவனாகவே நடந்த விஷயத்தை மெல்ல மெல்லச் சொல்ல ஆரம்பித்தான். "ஸனகாதிகள் பிரதமரைப் பழித்தது அவ்வளவு ஆச்சரியமில்லை. அங்கிருந்து பகைமையை நாம் எதிர்பார்த்ததுதானே - ஆனால் நம்மவர் நடந்துகொண்ட விதம்! எனக்குச் சொல்லக்கூட வெட்கமாக இருக்கிறது! என்ன அவமானம்! அவர்கள் தர்ம ராஜுவைத் தூற்றும் போது விதுரனோ மகேந்திரவர்மனோ எழுந்து ஒரு வார்த்தைகூடப் பரிந்து பேசவில்லையே!"

"என்ன நடந்தது?"

சகாதேவ சர்மா மென்று விழுங்கிக்கொண்டே நடந்ததைச் சொன்னான். ஆனால்... அவளைத் தூறு சொன்ன இடம் வந்தவுடன் அவன் வெறிகொண்டவன் போல் எழுந்து நின்றான். முடியாது - முடியாது. அவர்கள் உங்களைப் பற்றிச் சொல்வதை மாத்திரம் என்னால் திரும்பிச் சொல்ல முடியாது. வாய் கூசாமல் பரத்வாஜ் அடாத வார்த்தைகளைச் சொன்னான்.

லதா புரிந்துகொண்டாள். விஷயத்தை ஊகித்த பிறகும் அவள் பேசாமலிருப்பதைக் கண்டு சகாதேவன் பதறினான்.

"நீங்கள்... நீங்கள் - மனதை விட்டுவிடக் கூடாது. அப்படிச் செய்தால் நான் இதுவரையில் உங்களைப்பற்றி எண்ணியதெல்லாம்..." அவன் திணறினான்.

லதா மிருதுவாகச் சிரித்தாள். "கவலைப்படாதே. சகாதேவா நான் அலங்கமாட்டேன். நீ ஒன்றுக்கும் கவலைப்படாதே. விதுரன் என்ன சொன்னான்?"

"அவனுடைய சொந்த நோக்கங்களை அரசியல் நடவடிக்கைகளுடன் ஏன் பிணைக்க வேண்டுமென்று ஏதோ

சொன்னான். ஆனால் அவன் வார்த்தைகளில் சிறிதளவு கூட உறுதியோ ஊக்கமோ இல்லை. வழவழப்பான அவன் பேச்சில் ஊசிமுனைகளைப் போல அம்புகள் பதுங்கியிருந்ததை எல்லோரும் கண்டார்கள்."

"மகேந்திரவர்மன்?"

அவனா?... ஆ... ஆ என்று ஆர்ப்பரித்து அவன் போட்ட கபடத் தோற்றம் ஒருவரையும் ஏமாற்றவில்லை. சந்திராதிகள் கட்சியில் பிரதம மந்திரி சார்பாக இத்தனைதான் சொல்லக் கூடுமா? சீ... சீ... இன்றைக்கு ஜனசபையில் நடந்ததை யாவும் நாட்டார் கேட்டால் நாணமுறவேண்டிய விஷயம்."

லதா தன் முதுகை நிமிர்த்திக் கொண்டாள். பிறகு சொன்னாள். இவருக்குப் பிரதம மந்திரி பதவி போய்விடலாம். ஆனால் அவர்களுக்கு நன்மை வராது. இது திண்ணம். அப்படிச் சொல்லும்போது, அவள் கைகள் முறுக்கிவிட்டுக் கொண்டன?

இதைக் கண்டு எங்கே அவளுடைய நிதானம் தடுமாறிவிடுமோவென்று அவன் பீதி கொண்டான்.

லதா திரும்பவும் மிருதுவாகச் சிரித்தாள். நீ கவலைப்படாதே. நான் புரிந்துகொண்டேன். ஜனசபையில் என் கணவரை அடாதது சொல்லிப் பழித்திருக்கிறார்கள். பதவியிலிருந்து அவரை விலக்க வோட்டுப் போடத் தூண்டியிருக்கிறார்கள். அதுவும் போதாதென்று நடுச்சபையில் கூசாமல் என் பெயரை எடுத்து இருக்கிறார்கள்."

சகாதேவன் அவளைப் பாராட்டுதலுடன் பார்த்தான். அவளால் இத்தனை அமரிக்கையுடன் எப்படிப் பேச முடிகிறது? தர்மராஜுவும் அப்படியே இருந்தானே! வாழ்க்கையில் ஒருவித உச்சநிலையை அடையும்போது இம்மாதிரியான மனிதர்களிடம் ஒப்பற்ற ஒளி வீசுகிறது. அதனால் அவர்கள் ஒரு தனித்தன்மையை அடைகிறார்கள். அந்த அபூர்வ பாவத்தினால், பிறரைக் காட்டிலும் ஒருவித உன்னத ஸ்தானம் வகிக்கத் தொடங்கிவிடுகிறார்கள். அதனால்தானோ என்னமோ

இப்பேர்ப்பட்டவர்கள் 'தலைவர்கள்' என்னும் ரகத்தைச் சேர்ந்தவர்களாகிவிடுகிறார்கள்.

"வோட்டு எடுப்பது எப்போது," என்று லதா கேட்டாள்.

"இன்றைக்கு நான்காவது நாள் என்று ஸ்பீக்கர் குறிப்பிட்டாள்."

"வோட்டுக் குறையுமா? உன் மதிப்பென்ன?"

"அதுதான் நடந்ததைச் சொன்னேனே. சந்திராதிகள் மனம் பல காரணங்களால் தத்தளிக்கிறது. சபைக்குள் அவர்கள் ஒற்றுமையாக உழைப்பதில்லை என்பது தெரிந்த விஷயம். போதாக்குறைக்கு இப்போது ஸனகாதிகள் வேறு தூபம் போட்டிருக்கிறார்கள். சில நாட்களுக்கு முன் பிரதம மந்திரி சுயோதனனைக் கூப்பிட்டுப் பேசினார். அதைப்பற்றித் தாறுமாறாக ஏதோ கதை விதுரனிடமும் மகேந்திரனிடமும் போயிருக்கிறது. தர்மராஜு உப பிரதம மந்திரி பதவியைச் சுயோதனனுக்கு நிவேதனம் பண்ணினாராம். போதுமா? இதைச் சாக்காக வைத்துக் கொண்டு இவ்விருவருக்கும் பக்க பலமாக இருக்கும் சந்திராதிகள் வோட்டுப் போடாமலிருக்கலாம் அல்லது எதிர்த்துப் போகலாம். நம் கட்சிக்காரனான சகுனிதாஸே பின்னணியிலிருந்து கொண்டு துரோகம் செய்கிறான் என்று தெரிகிறது."

சகாதேவன் மறுபடியும் அவளைக் கவலையுடன் பார்த்தான். எத்தனை நாள் தன்னை அடக்கிக்கொள்ளும் சக்தி இருந்தாலும், இப்பேர்ப்பட்ட நிகழ்ச்சிகள் நடக்கும்போது யார்தான்... கலங்க மாட்டார்கள்?

"நீ கவலைப்படாதே - எங்கே நான் சாய்ந்து விடுவேனோ - அப்படிச் செய்தால் அந்த பலஹீனத்தைக் கண்டு எங்கே நம்மைத் தாங்கி நிற்பவர்களும் அயர்ந்துவிடுவார்களோ என்றுதானே நீ பயப்படுகிறாய்? நான் நலியமாட்டேன்."

சகாதேவ சர்மா அவள் முகத்தை மறுபடியும் கூர்ந்து கவனித்தான். அதில் பிரதிபலித்த விவரிக்க முடியாத

ஓர் உண்மைத் தோற்றம் அவனைத் தடுமாறச் செய்தது. அதை விதியென்று தலைகுனிந்து ஏற்கும் ஒரு பொறுதி என்றும் சொல்ல முடியாது. இருந்தாலும் அதில் வந்ததை அமைதியுடன் ஏற்றுக்கொள்ளும் துணிவும் இருந்தது. விட்டுக் கொடுப்பதில் கூட ஒரு உறுதி. சரி - சென்றது மீளாது என்று சொல்லுவதில் கூட ஒரு ஆற்றல். அப்படி! இது மாதிரியான பெண்மணிகளுக்குத்தான் எத்தனை ஆத்ம பலம்! அத்தனையும் இருந்தால்தானே இப்படிச் சிரித்துக்கொண்டே லாகவமாக எதையும் அங்கீகரிக்க முடியும்? இது வேண்டாமென்று விட்டுக் கொடுக்கும் தியாகமில்லை; பெரியதொன்றில் சிறியது சேரும் ஒரு ஒற்றுமை; ஒரு சுதந்திர பாவம். சில வினாடிகளுக்கு அவன் அப்படியே ஸ்தம்பித்து நின்றான். பிறகு சட்டென்று குனிந்து அவளை வணங்கிவிட்டு, அவ்விடத்தை விட்டு விறுவிறுவென்று வெளியே போனான். காருக்குள் ஏறின பிறகு அந்த கிளாக்ஸோ பேபி விசித்து விசித்து அழுதபடி தன் கைக்குட்டைக்குள் முகத்தைப் புதைத்துக் கொண்டது.

அவன் சென்ற பிறகு லதாதேவி மேஜைமேல் வைத்த புத்தகத்தைத் திரும்பவும் கையில் எடுத்தாள். அவள் கண்கள் அச்சிட்ட எழுத்துக்களைப் புரட்டியதே தவிர, மூளைக்குப் புத்தகத்திலுள்ள விஷயம் எதுவும் எட்டவில்லை. அவளையும் மீறி அவளுக்குள் ஏதோ ஒன்று வேலை செய்தது. மெதுவாகப் புத்தகம் கையை விட்டு நழுவியது. மனதை அமுக்கிப் பிடித்துக் கொண்டு அப்படியே நாற்காலியில் அசையாமல் சாய்ந்துவிட்டாள். எத்தனை நேரம் அப்படி இருந்திருப்பாளோ தெரியாது. வாசலில் கார் சத்தம் கேட்டது? யார்? பீம்ஸிங்.

ஆறடி உயரம். அவன் உள்ளே வரும்போது வீடே அதிர்ந்தது. அத்தனை வேகமும் மின்சார சக்தியும் அவனிடமிருந்தன. கடகடவென்று பேரிடியைப்போலச் சிரித்தான். பிறகு தடதடவென்று வந்து, லதாவை அப்படியே அணைத்துக் கொண்டான். பெண்களை இவ்விதமாக முகமன் காட்டி உபசரிப்பது அவன் வழக்கமென்பது சந்திரப்பிரஸ்தத்தில் யாவருக்கும் தெரியும் - ஜனசபையோர் உள்பட. அதுவும்

ரொம்ப நண்பர்கள் என்று கொண்டாடுபவர்களிடம் அவன் அதிக வாஞ்சை காட்டுவான். அந்த அணைப்பிலிருந்து லதா தன்னை நாசூக்காக விடுவித்துக் கொண்டாள்.

"இதையெல்லாம் கேட்டு நீ அசட்டுத்தனமாக ஏதாவது நினைத்துக் கொண்டு உட்கார்ந்து போய் விடப் போகிறாயே என்றுதான் அவசரமாக வந்தேன். நீ ஒன்றுக்கும் கவலைப்படாதே. அதுதான் எல்லாவற்றையும் தாங்க இந்த பீமசேனன் இருக்கிறானே!" அவன் தன் மார்பைத் தட்டிக்கொண்டான். பிறகு, "சார்மினாரை எடுத்துப் பற்ற வைத்தான். இவனை எப்படி நம்புவது? இவன் ஸனகாதிகளில் ஒருவன் அல்லவா? அவள் மனசிலிருப்பதை ஊகித்தது போல் அவன் சொன்னான்."

"லதா, உதவ வேண்டுமென்ற மனப்பூர்வ ஆசையுடன் வந்திருக்கிறேன். உனக்குத் தெரியும் இந்தக் குடும்பத்தில் எனக்கு எத்தனை அக்கறையென்று. மேலும் தர்மராஜுவுடைய உயர்தரக் கொள்கைகளை நான் எப்போதுமே பாராட்டி வருகிறவன். முதலாளிகள் கூட்டத்தாருடைய நோக்கத்திலும் சிறிதளவு நம்பிக்கை வை..." லதா அவனைச் சந்தேகத்துடன் பார்க்கவே...

"ஏன் என்னை அப்படிப் பார்க்கிறாய்?" என்று கேட்டு, அவன் அவளைப் பார்த்துச் சிரித்தான். அந்தச் சிரிப்பில் கபடமிருந்ததா என்று அவள் மனதிற்குள் ஆராய்ந்தாள்.

பெண்களை ஈர்க்கும் ஆணவம் அவனிடமிருந்தது. அவன் சிரிப்பின் ஒலி அவளையும் மீறி லதாவை என்னமோ செய்தது. அவளுக்கே அப்படியிருந்தால் மற்ற பெண்களைப் பற்றிக் கேட்க வேண்டுமா? "ஆ" வென்று சிரித்துக்கொண்டே அவன் மறுபடியும் அவளை அணைக்க வந்தான். லதா சட்டென்று ஒதுங்கி நின்றாள்.

"ஏன் இப்படி ஓடுகிறாய்? நான் என்ன அப்படியொரு நீசனா?"

லதா மறுபடியும். அவனை நம்பிக்கையில்லாமல் பார்த்தாள்.

"உனக்குச் சந்தேகமா? எதற்காக? ஒருவரும் தூண்டிவிட்டு

நான் இங்கே வரவில்லை. என்னை நம்பு. நானாகவே எல்லோருக்கும் நன்மை விளைக்கக் கூடியதான ஒரு சூழ்நிலையை ஏற்படுத்தலாமென்று..."

"ஓகோ... அப்படியா சங்கதி,"

"ஒரு சங்கதியும் இல்லை. உன் மனதில் இருப்பது தெரிந்தால், அதைக்கொண்டு... அதற்குத் தக்கவாறு..."

"என்ன செய்ய முடியும்?"

"எத்தனையோ செய்யலாம். தர்மராஜு இணங்க வேண்டுமே!"

"அது இன்னது என்பதைப் பொறுத்திருக்கிறது. ராஜீய விஷயத்தில் இணக்கமும் சமயத்திற்குத் தகுந்தபடி விட்டுக் கொடுப்பதும் முக்கியமென்பது அவருக்குத் தெரியும்."

"அப்போது அது இன்னது என்று நான் அறிந்து வந்தால் பிரயோசனப்படுமா?"

"அதுதான் சொல்லிவிட்டேனே. சமாசாரம் எப்படி என்பதைப் பொறுத்திருக்கிறது."

"தர்மராஜு பிரதம மந்திரியாக வந்தவுடன் பொருளா தார நிபுணர்கள் அவனிடமிருந்து ரொம்ப நன்மைகள் எதிர்பார்த்தார்கள். எதிர்காலத்தில் வரப்போகும் யோகங் களைப் பற்றிப் பெரிதாகச் சோதிடம் சொன்னார்கள். ஆனால் ஸோஷலிஸமென்னும் இந்த நடுத்தர நிலைமை அபாயகரம் என்று தெரிந்துவிட்டது. நோட்டுகளை அதிகமாக அடித்துப் பொருளாதார நிலைமை ஊதிவிட்டது. விலைவாசி, பசி, நோய் நொடியென்று தேசத்தின் கஷ்டங்கள் கொஞ்சநஞ்சமில்லை. முன்னேற்றத்தில் சோம தேசம் எல்லோருக்கும் ஒரு திருஷ்டாந்தமாக விளங்கப்போகிறது என்ற எண்ணம் போய், வெளிநாட்டில் நம்மைப் பற்றி அவநம்பிக்கை உண்டாகிவிட்டது. எங்கும் அராஜகம், கலகம். ஜனசபைக்கு அரசுரிமை இருக்கிறது. ஆனால் அதை நடத்தச் சக்தியில்லை. அதிகாரத்தின் கைகளைக்

கட்டியிருக்கிறது. கால்கள் துணியாய்த் தோய்கின்றன. இப்படி இருக்கும்போது கூட பிரதம மந்திரி மற்ற கட்சிகளுடன் ஒரு ஒத்துழைக்கும் உடன்பாடு காட்டாவிட்டால்...?"

"ஒத்துழைக்கத் தயார். ஆனால் அதன் கூலி?" லதாதேவியின் உறைந்த உதடுகள் இவ்வார்த்தைகளைக் கஷ்டத்துடன் வெளியிட்டன.

பீம்ஸிங் அவளைக் கூர்ந்து பார்த்தான். தர்ம ராஜுவுக்குப் பதவிமேல் மோகம். அது தெரிந்த விஷயம். இல்லாவிட்டால் இத்தனைக்கும் நடுவில் அவன் இன்னும் பிரதம மந்திரி பதவியைக் கெட்டியாகப் பிடித்துக்கொண்டிருப்பானா? குப்புற விழுந்தாலும் மீசையில் மண்ணொட்டவில்லை என்பது போல - இத்தனை அமர்க்களத்திற்கு நடுவிலும் ஒன்றுமே நடக்காதது போல ராஜ்யபாரம் செய்கிறானே; அதாவது சோமநாடு சீருடனும் சிறப்புடனும் அமைதியும் திருப்தியும் தளும்பக் காட்சியளித்ததால்கூட அவன் இத்தனை நிம்மதி காட்டமாட்டான் - அப்படியொரு நிதானத்துடன் இருக்கிறான். அதைப் பதவி மோகம் இல்லாமல் வேறு என்னவென்று சொல்லுவது? எப்படியானாலும் தொத்திக்கொள்ள வேண்டுமென்று ஆசையிருக்கத்தான் செய்யும். ஆனால் அதற்காக எத்தனை தூரம் விட்டுக்கொடுப்பான்? இவளால் அவனை அதைச் செய்யுமாறு தூண்ட முடியுமா? அப்படிச் செய்ய இவளுக்கு அந்தப் பதவிமேல் அவனைவிட ஆசை இருக்க வேண்டுமே! அது உண்டா? அவன் அவளை மறுபடியும் கூர்ந்து நோக்கினான். ஆண்களைவிடப் பணம், கீர்த்தி, பதவி என்று இகலோகப் பொருள்களில் பெண்களுக்குத்தான் ஆசை கூடுதல் என்பது அவன் அனுபவம். அதனால் ஒருவேளை லதா மூலமாக... அவள் மூலமாக அவன் யுக்தி பலிக்குமோ? அவன் லதாவின் வழவழப்பான நெற்றியையும் அதில் பதிந்திருந்த சாந்தமான கண்களையும் திரும்ப திரும்பப் பரிசோதித்தான்.

"சரி அந்தக் கூலி என்ன என்று விசாரித்து வரட்டுமா?"

அவள் தலையை அசைத்தாள்.

"ஆ... ஆ... லதா அப்படியே செய்கிறேன்."

அவன் அட்டகாசத்துடன் அவளை மறுபடியும் கூட்டி அணைத்துக்கொண்டான். பிறகு வெடிமருந்து புகையும் மலையைப் போல அங்கிருந்து தடதடவென்று போய்விட்டான்.

பீம்ஸிங் போகவேண்டுமென்று காத்திருந்ததைப் போல ஜுஷ்ணு உள்ளே வந்தான். அதனால் அவளுக்குத் தன் முகத்தைத் திருத்தி அமைத்துக்கொள்ளக்கூட நேரமில்லை. அது வாடி வடிந்திருந்ததை அவன் பார்த்து விட்டான். உடனே அகத்திற்குள் பொருமிக்கொண்டிருந்த வார்த்தைகள் வெளியே வெடித்துக் கொண்டு கிளம்பின. "உன் பெயரை எடுத்துவிட்டார்களா? இனிமேல் அவர்கள் நாசமாகத்தான் போவார்கள். இனிமேல் அவர்களுக்கு வீழ்ச்சிதான். சந்தேகமில்லை" என்று எரிமலையைப் போலச் சொற்களைச் சிதறவிட்டான். பிறகு சட்டென்று அவள் கைகளைத் தொட்டு கண்களில் ஒற்றிக்கொண்டான்.

"ஜுஷ்ணு" இப்படிச் செய்யலாமா என்று இறைஞ்சும் பாவனையில் அவள் அவனைப் பார்த்தாள்.

"மன்னித்துவிடு. சற்று நேரத்திற்கு இருவரும் பேசவில்லை. பிறகு அவன் சொன்னான்: "ரொம்ப வெளிப்படையாகத் தெரிகிறது. இது தர்மராஜுவைத் தொலைக்க ஒரு சூழ்ச்சி. அவன் கட்சிக்காரர்களும் சேர்ந்து செய்யும் ஒரு புரளி. மேலே என்ன செய்யப்போகிறாய்? நன்றாக ஆலோசனை செய்ய வேண்டும்."

லதாவுக்கு ஆச்சரியமாக இருந்தது. அங்கே வரும் மனிதர்கள் யாவரும் எதற்காக அவளைப் பார்த்து, "என்ன செய்யப்போகிறாய்?" என்னும் மாதிரியில் யோசனை கேட்கிறார்கள். அவளா பிரமத மந்திரி? தர்மராஜுவை விட்டு அவளிடம் வரும் நோக்கமென்ன?

"மேலே என்னவிதமான நடவடிக்கை எடுத்துக் கொள்ள வேண்டுமென்று நன்றாக ஆலோசிப்பது நல்லது" என்றான் ஜுஷ்ணு.

“ஒன்று நிச்சயமாக நடக்கவேண்டும். நீங்கள் இவ்விடத்தைவிட்டுப் போக வேண்டும்.”

“ஓகோ என் பெயரைச் சில நீசர்கள் உச்சரித்தவுடன் நான் பயந்துகொண்டு ஓடவேண்டும். என்ன?”

“எனக்குப் பயமாயிருக்கிறது!”

“நானென்ன திருடனா? ராட்சஸனா? என் விவகாரங்களைத் தானாக நடத்த திறமை அற்றவனாக இருந்தால் அல்லவா உன் கணவன் தயவை நாட வேண்டும்?”

“நீங்கள் இங்கே இருந்தால், அனாவசியமான சந்தேகங்கள் அதிகரிக்கும்.”

“ஓடிவிட்டாலோ - அப்போது பன்மடங்கு பெருகுமே!”

“நான்தான் அப்போதே பிடித்து உங்களை உதறுகிறேனே!”

“அது தெரிந்து, நானும் எந்த நிமிடமும் போகத் தயாராக இருக்கிறேன். தர்மராஜுதான் சம்மதப்படவில்லை. பயந்துகொண்டு ஏன் ஓட வேண்டுமென்று சொல்லி, என்னை நிறுத்திவிட்டார்.”

“என்னிடமும் சொன்னார், அரசியல் உலகில் இதையெல்லாம் எதிர்பார்த்திருக்க வேண்டுமாம்.”

“அவர்கூட உன்னைச் சொன்னதை எதிர்பார்த்திருக்கமாட்டார்” அப்படிச் சொல்லும்போது அவன் நா தழதழத்தது. “உன் பெயரை அந்த வாயில்... அவன் முணுமுணுத்தான்.

“நீங்கள் என்னைப் பார்க்கவென்று இப்போது இங்கே வந்தது ரொம்பத் தவறு. உடனே போய்விடுங்கள். இனிமேல் நாம் சந்தித்துக்கொள்ளக் கூடாது.” அவள் தொனியில் அவசரம் மிகுந்திருந்தது.

இதைக் கேட்டதும் அவன் பாவம் முற்றிலும் மாறிற்று. உதடுகளை உறுதியுடன் இறுக்கிக்கொண்டு சொன்னான்:

“என்னை வனவாசம் அனுப்புகிறாயா? அதுவும் உனக்கும் அவருக்கும் ஆபத்து நேர்ந்த சமயத்தில்! நான் போகமாட்டேன். உயிருக்கு ஆபத்தானாலும் போகமாட்டேன்.”

“எனக்கு ஆபத்தும் கஷ்டமும் வரும் சமயத்தில் நீங்கள் என்னிடம் வர நான் விரும்பவில்லை.”

“ஏன்?” அவன் அவளை நோக்கினான். அவளோ அவனைப் பார்க்காமல் தன் கண்களைத் தாழ்த்திக்கொண்டாள்.

“எனக்கு இஷ்டமில்லை?”

“நான் போகமாட்டேன். இப்போதுதானே உனக்கு உதவி தேவை? இப்போதுதானே நான் என்னுடைய உண்மைப் பற்றுதலைக் காட்ட முடியும்?”

“ஜூஷ்ணு தயவுசெய்து போய்விடுங்கள்.”

“நீ ஒரு வார்த்தை சொல்லு. இந்தக் கசடர்கள் மனதை மாற்ற வெகுநேரம் பிடிக்காது. நான் ஐம்பது கோடி வைத்திருக்கிறேன். பிச்சைக்காரர் காசு. பணமென்றால் பிணமும் வாயைத் திறக்கும்... பீடைகள்!”

“ஜூஷ்ணு!”

“யார் அந்த ஊத்தவாயன்? உன் பெயரை உச்சரித்தது?”

உங்கள் அனுதாபத்தை என்னால் பொறுக்க முடியவில்லை. தயவு செய்து போய்விடுங்கள். உங்களுக்குத் தெரியாது நான் எத்தனை சிரமப்படுகிறேன் என்று.”

“தெரியும்; சுமாராகத் தெரியும்.”

“என்ன!” ஆச்சரியத்தினால் அவள் கண்கள் விரிந்தன.

“என்னைப்பற்றி உனக்கு உயர்ந்த அபிப்பிராயம் கிடையாது என்று தெரிகிறது. நான் பணத்தாசை கொண்ட ஒரு நீசன், இல்லையா? தோழனுக்குத் துரோகம் நினைப்பவன் - அவனை

மனைவியை... போதாதற்குப் புத்தியில்லாதவன். இவ்வளவும் இருப்பவன் எந்தக் காரியத்தை விவேகத்துடன் செய்வான்? அதனால் நீ முதலில் நினைத்தது சரி. நான் ஒரு ராட்சஸன்."

இந்த வர்ணனையைக் கேட்டதும் அவள் தன்னையும் அறியாமல் ஒரு சின்னப் புன்னகை புரிந்தாள். அது அவள் முகத்தை மலரச் செய்தது.

"உங்களுக்குத் தெரியுமா?" என்று மறுபடியும் கேட்டாள்.

அவன் தலையை ஆட்டினான். "தெரிந்துகொள்வதில் அத்தனை சிரமமில்லை. நீ உணர்ச்சி மிகுந்தவள். ஒரு ராஜதந்திரியின் மனைவி. எல்லாவித சுயேச்சையான உணர்ச்சிகளையும் - அதாவது சந்தோஷம், ஊக்கம், உற்சாகம், கிளர்ச்சி, கோபம், துக்கம் அடக்கவேண்டும். அதுவும் தர்மராஜுவின் ஒன்றிலும் பற்றில்லாத மூவிடமுங் கருதாத பாவத்தை ஏற்பது மிகவும் கடினம். 'எண்ணாயிரத்து ஆண்டு நீரில் கிடந்தாலும் உண்ணீரம் இறங்கா...' என்பது போல் அவர் தன்னென்ற ஒரு மனப்பான்மை படைத்தவர்."

லதாதேவி மருட்சியுடன் அவனைப் பார்த்தாள். "நீங்கள் பொல்லாதவர். ஆனால் உங்கள் விஷயத்தை மாத்திரம் மற்றவர்கள் பார்ப்பதில்லையா?"

"ஓ - கட்டாயம் பார்ப்பார்கள். வேண்டுமானால் அதை நானே சொல்லிவிடுகிறேன். இத்தனை பிசினெசுக்கும் இத்தனை பணத்திற்கும் நடுவில் நான் ஒன்றியாக நிற்கிறேன். உலகமெங்கும் சுற்றுகிறேன். எத்தனையோ பேர்களைச் சந்திக்கிறேன். மற்றும் எவ்வளவோ பேர்களுக்கு ஒத்தாசை செய்கிறேன். இருந்தாலும் தனிமை என்னை வாட்டுகிறது. உனக்குத் தெரியும், நான் மணம் செய்து கொள்ளாவிட்டாலும் பெண்ணின் இன்பத்தை உணராதவன் இல்லை என்று. இப்போது கூடச் சுருதி என் கூடத்தானிருக்கிறாள். இருந்தாலும் நான் தனி ஏகாங்கி யென்ற எண்ணம் என்னை விடவில்லை. உன்னிடம் பேசும்போது மாத்திரம்..."

"நீங்கள் போவதை நான் விரும்புகிறேன் - ஞாபகம் இருக்கட்டும்." பச்சைத் தண்ணீரைத் தலை வழியக் கொட்டினாற் போலிருந்த அவ்வார்த்தைகளைக் கேட்டுங் கூட அவன் போக எழுந்திருக்கவில்லை. அவள் சொன்னாள்: "ஒண்டி - தனி. நம் அந்தரங்கத்தில் இத்தனிமை எப்போதுமுண்டு. தனிமையிலிருக்கும் போது மனதைக் கவ்வும் பயத்தைப் போக்கத்தான் மனிதன் பணம், அரசியல் அதிகாரம், விளையாட்டு, மாதரின்பம், குடி, தற்புகழ்ச்சியென்று நாடுகிறான். இன்னும் அடுக்கிக்கொண்டே போகலாம். ஆனால் அவ்வின்பங்கள் கணப்போதிற்கே நம்மை நாம் மறந்திருக்க உதவும். எத்தனை காந்தம் போல இழுக்கும் சக்தி வாய்ந்த இச்சையானாலும் சரி - அப்படித்தான். அதன் பிறகு திரும்பவும் நாம் தனி. இத்தனிமையைத் துரத்த பலர் அந்தக் கணத்தை நீட்டிக்கொண்டு போக யத்தனிக்கிறார்கள். உதாரணமாக ஒருவன் தன் தோழனின் மனைவியைத் தீண்டுகிறான் என்று வைத்துக் கொள்ளுங்கள். அது ஒருகண நேரத்திற்கே. அதற்கப்புறம் அவனுடைய உண்மை பாவத்தை அவன் அழித்துக்கொண்டே போகிறான். கொஞ்சம் கொஞ்சமாக நாளடைவில் அவன் தன் பேரிலிருக்கும் நம்பிக்கையை நிச்சயமாக இழப்பான். பிறகு... பிறகு என்ன... அவ்வளவுதான். தேசத்துத் தலைவர்களான நாம் பாமரன் செய்யும் காரியங்களைச் செய்ய முடியாது. அதனால் நீங்கள் என்றைக்கும் தனிமையில் தானிருக்க வேண்டும்" இப்படிச் சொல்லி விட்டு அவள் எழுந்து போய்க் கதவண்டை நின்றாள்.

அவனும் எழுந்தான். அவளருகில் சென்றான். பிறகு தலையைத் தொங்கப் போட்டுக்கொண்டு தாழ்ந்த குரலில் அவளுக்கு மாத்திரம் கேட்கும்படி முணுமுணுத்தான். "ஒரே ஒரு எண்ணம், ஒருவிருப்பம், ஒரு ஆசை என் உள்ளம் பூராவும் வியாபிக்கிறது. அதை நினைக்காமல் ஒரு சின்னக் காரியத்தைக் கூட என்னால் செய்ய முடியவில்லை. மூச்சுவிடுவதற்குக்கூட என்னை நான் ஞாபகப்படுத்திக்கொள்ள வேண்டியிருக்கிறது. அதுபோலவே நாடி அடித்துக்கொள்ள அதை நினைவுறுத்த வேண்டியிருக்கிறது. உயிர் உள்ளது, செத்தது, நிலம், ஆகாயம், காற்று இவைகளைக்கூட நான் ஒருவித நிர்ப்பந்தத்தினால்

கவனிக்கிறேன். ஒரே ஒரு ஆவல். அதை அப்படித் தேடுவதால், அப்படி யாசிப்பதால், தடுமாறாமல் அப்படித் தீர்மானமாக ஒருநாள் எனக்குக் கிடைக்காதா... இறைவனே அது என் வாழ்வையே விழுங்கிவிட்டது. இந்தப் போர்! இந்தக் குருக்ஷேத்திரப் போர்... எவ்வளவு உக்கிரம்... தெய்வமே! இது எப்போது முடியும்!"

அவன் போய்விட்டான். அதற்குப் பிறகு லதா ஆயாசத்துடன் எழுந்து சோபாவில் சாய்ந்துகொண்டாள். இந்தத் தியாகமேதான் வாழ்க்கையின் சாரமோ! இந்த அவசியத்தைத்தான் விதியென்று குறிப்பிடுகிறார்களோ! அப்பாடா... பல பகுதிகள் கொண்ட இந்த மனித ஜன்மம் பூர்த்தியடைவதற்குள் எத்தனை சங்கடமான நிலைமைகள்! அப்படி அகத்தில் பூரணத்துவம் தோன்றினால் கூடச் சரீரம் குறுக்கிடுகிறதே! நம்முடைய சில்லறை ஆசைகள் நம்மை அடிமையாக்குகின்றன. அதில்லாமல் எது வாய்ப்பு எது அவசியம் என்று தேர்ந்தெடுக்க நாம் வலிமை பெற்றுவிட்டால்? அப்போது விதியென்பதை வெல்லக்கூடுமல்லவா? அவளை மேலே சிந்திக்கவிடாமல் நகுல் சேட் அங்கு பிரசன்னமானான்.

அவன் ஒன்றுமே சொல்லவில்லை. சோபா அருகில் வந்தான். கைகளைத் தலைமட்டும் கூப்பி வணங்கினான். பிறகு, "உத்தரவுப்படி" என்று சொல்லி அப்படியே நின்றான். அப்போதுதான் முதல் முதல் லதா கண்களில் நீர் துளிர்த்தது.

"அதிகாரப்பேய் என்பது இன்னதுதான் செய்யும், மனிதனை எத்தனை தூரம் தூண்டுமென்பது இன்று தெரிந்துவிட்டது. உன் பெயரை எடுத்துவிட்டார்கள் பாவிகள்."

"அவரைப்பற்றி அடாது சொன்னது மாத்திரம் சரியா?"

"அதை வேண்டுமானாலும் அரசியல் உலகில் அதிகாரம் வகிப்பதினால் உண்டாகும் பல கேடுகளில் ஒன்று என்று எடுத்துக்கொள்ளலாம். ஆனால் இதை... சீசீ... வீணாக ஒரு பெண்ணின் பெயரை ஒரு குல ஸ்திரீயின் சீரான... இவர்கள் பேய்கள்தாம்..." பத்திரிகாசிரியன். நல்ல கல்நெஞ்சு - உள்ளீரம்

இறங்காத கல்நெஞ்சு படைத்தவன் என்று பெயர் பெற்ற நகுல் சேட் குரல் கமறிற்று. அவன் பற்களைக் கடித்தபடி, "சோம தேசத்தவர்கள் அத்தனை நீசமாகிவிட்டார்களா? அப்படியானால் அந்த உண்மையை அவர்கள் அறிய, பேப்பரில் அலசிவிடுகிறேன்" என்று வெட்டும் தொனியில் சொன்னான்.

"ஸனகாதிகளைக் குறிப்பிட்டு எழுதப்போகிறாய்?"

அதில் என்ன லாபம்? இவர்கள் இடங்கொடுப்பதால் தானே அவர்கள் விளாசுகிறார்கள்? சந்திராதிகளைத்தான் குறிப்பிட வேண்டும். மகேந்திரவர்மன் மாத்திரம் என்ன புடமோ? அவனுக்கும் பீம்ஸிங்குக்கும் இடையே எத்தனை ஒப்பந்தமோ! சர்க்காரைவிட்டால் பல கம்பெனி டைரக்டர் பதவிகள் அவனுக்காகக் காத்துக்கிடக்கின்றனவோ என்னவோ? யார் கண்டார்கள்! அதைத் தவிர அண்ணன் நாட்டில் வேறு பணத்தைக் குவித்து வைத்திருக்கிறான் என்று வதந்தி. அக்கரைச் சீமைதான் கொல்லைத்தலைமாடாக ஆகிவிட்டதே."

"இதையெல்லாம் தினசரியில் பிரசுரிக்க முடியுமா?"

"என் நண்பன் ராமசாமி 'குண்டு' என்னும் வாரப் பத்திரிகையில் இருக்கிறான். அதைப்பற்றித்தான் உனக்குத் தெரியுமே? குண்டு குண்டாய் இதுபோன்ற சமாசாரங்களைப் பிரசுரிப்பதுதான் அதன் முக்கிய நோட்டம். அதில் அலசிவிடுகிறேன்."

"லாபம்?"

"பயந்துபோய் விடுவான். இவ்வித ஆ... ஆ... மனிதர்களே மனதிற்குள் பயந்தாங்கொள்ளிகள் நீ கவனித்ததில்லையா? அப்பேர்ப்பட்டவர்களே அனாவசியமாக வேடிக்கையொன்றும் இல்லாத சமயத்தில் கூடச் சிரிப்பார்கள். நன்றாக அலசிவிடுகிறேன். பயந்து துடிக்கட்டும். தன் பதவிக்கு என்ன கெடுதி நேருமோ என்று ஏங்கட்டும்? சபையில் உன்னை நிந்திக்கும்போது கேட்டுக்கொண்டிருந்தார்களே! இந்தச் சந்திராதிகளை உலகம் அறிய அவமானப்படுத்த வேண்டும்." குரூபனான அந்த நிரூபன் தன்னை உப்பி விட்டுக்கொள்ளும் மாதிரியில் மார்பை விரித்துக்கொண்டு அவளெதிரில் நின்றான்."

"இவ்வளவு அனுபவப்பட்ட நீகூடவா இதையெல்லாம் அவர்கள் பொருட்படுத்துவார்கள் என்று எண்ணுகிறாய்?" லதா அவனைப் பார்த்து லேசாகச் சிரித்துக்கொண்டே கேட்டாள்.

நகுல் சேட் வெட்கங்கொண்டான். அவனுடைய கறுப்பு முகத்தில் ரத்தமேறி அதை இன்னும் கறுப்பாகச் செய்தது. "பதவிக்கு என்ன கெடுதி உண்டாகுமோ என்று பயப்பட்டு மகேந்திரவர்மன் நிச்சயமாக அவனுடைய முப்பது வோட்டையும் தர்மராஜூ பக்கம் தள்ளுவான். அந்த விதுரனையும் கட்டி இழுக்க வழி வைத்திருக்கிறேன். அவனை 'குண்டி'ல் இழுக்க முடியாது. ஏன் என்றால் அவன் தம்பி அதில் பணம் போட்டிருக்கிறான்.

"அதனால் என்ன?"

"என்னவா? நீ கூட விதுரனுடைய வெளி பாவத்திற்கு மயங்கிவிட்டாயா? அவன் கீர்த்தி அடைய ஆசைப்பட்டுப் பிறருடைய நல்ல அபிப்பிராயத்தைப் பெற இப்படி நல்ல பிள்ளை வேஷம் போடுகிறான். ஒரு வாய்க்கடையால் சிரிக்கிறான். மேல்பூச்சுப் போட்டு வேதம், சாத்திரம், நல்லொழுக்கமென்று பேசுகிறான், உள்ளூர அவனுக்கும் பொன்னாசை. உனக்குத் தெரியுமா? பீம்ஸிங் விதுரன் தம்பியிடமிருந்து இரண்டு கோடிக்கு ஒரு கம்பெனியை வாங்கப்போகிறான் - அது சொத்தை. இரண்டு ரூபாய்கூடப் பெறாது?"

"தம்பி பிசினெசு செய்தால் இவனைச் சொல்லிவிடுகிறதா?"

"ஊம்.. ஊம் - லதா நீ இந்த அரசியல் உலகத்தில் பழகி என்ன பிரயோஜனம். இதுகூடத் தெரியவில்லையே? விதுரனைப் பின்னோடு வைத்துக்கொண்டுதான் அவன் தம்பி பீம்ஸிங்குடன் பேரம் பேசினானாம்."

"அரசியல் உலகில் எவரையும் நம்பக்கூடாது என்று சொல்வது உண்மையா?" என்று லதா தன்னைத் தானாகக் கேட்டுக்கொண்டாள்.

"விதுரனுடைய முப்பது வோட்டையும் பிடிக்க வழி வைத்திருக்கிறேன்."

லதா மெதுவாக நகைத்தாள். எங்கே மறுபடியும் அவன் தன்னைப்பற்றிப் பேசித் திரும்பவும் ஒரு சிக்கலான நிலைமையை ஏற்படுத்திவிடுவானோ என்று அவள் பயந்திருந்தாள். நல்ல வேளை; அது கலைந்துவிட்டது. நகுல் சேட் தீவிரமாக விஷயங்களை ஆராயும் ஒரு பத்திரிகாசிரியன் ஆனான்.

“இன்னும் விதுரனைப்பற்றி எத்தனையோ விஷயங்கள். அவைகளை ‘ஓடை’ என்னும் மற்றொரு வாரப் பத்திரிகையில் நீரோடையாகப் பிரவாகம் எடுக்கும்படி செய்கிறேன். அப்போதுதான் விதுரன் இப்படி மேம்புல் மேய்வதை நிறுத்திக்கொண்டு தன் முப்பது ஆட்களையும் தர்மராஜு பக்கம் திரும்புவான். இதுதான் ‘முயற்சி செய்தால் விதியைக்கூட மாற்றலாமென்று’ ஸ்ரீ கிருஷ்ண அவதார் ஸிங் சொன்ன வழி. அவன் கடகடவென்று கோரமாகச் சிரித்தான். பிறகு அவளுடைய கருத்துத் தோய்ந்த முகத்தைக் கண்டு சிரிப்பை அடக்கிக்கொண்டான்.

அவனையும் லதாவையும் சேர்த்துப் பார்ப்போர் பெருந்தன்மை கொண்ட இந்தப் பெண்மணிக்கு இவனிடம் இப்படிச் சொந்தமுடன் உரையாட எப்படி மனம் உவந்தது என்றுதான் கேட்பார்கள்.

அப்போது விதியென்பதை வெல்லக்கூடுமா? தன்னைத் தானாகவே கேட்டுக்கொண்ட கேள்வியை இப்போது அவனைக் கேட்டாள்.

“ஏன் முடியாது?”

“நம்மிச்சையால் பிறக்கிறோமா?”

“அதில்லை? நாம் எங்கே பிறக்கிறோம், எப்போது பிறக்கிறோம், எந்த நிலைமையில் பிறக்கிறோமென்பதை எல்லாம் நம்மால் நிச்சயம் செய்ய முடியாது. அது வாஸ்தவம். ஆனால் அப்படிப் பிறந்த பிறகு நமக்கு உண்டாகும் சந்தர்ப்பங்களையும் ஏற்படும் நிலைமைகளையும் பயன்படுத்திக்கொள்ளலாம் அல்லவா?”

“அப்படியானால் நம்மால் இயற்கையை மாற்ற முடியுமா!”

“வாழ்க்கை என்பது ஒரு சீட்டு விளையாட்டு என்று வைத்துக்கொள்ளேன். நம் பங்குச் சீட்டுகள் சில சமயம் நல்லதாயும் சில சமயம் மோசமாயும் விழும். கையிலி ருக்கும் சீட்டுகளை நன்றாக ஆடத் தெரிந்தால், அவை மோசமாகயிருந்தால் கூட ஆட்டத்தை ஜெயிக்கலாம். ஆடத் தெரியாதவன் கையில் நல்ல சீட்டுகள் இருந்தாலும் அவன் தோற்கலாம். நமக்கு ஏற்பட்டிருக்கும் சந்தர்ப்பங்களையும் கருவிகளையும் சரியாக உபயோகித்தால், விதியை வெல்லலாம். புராணக் கதையில் வரும் சாவித்திரி யமனை அப்படித்தான் ஜயித்தாள்.”

லதா லேசாகப் புன்னகை பூத்தாள். “நான் சாவித்திரி அல்ல. மேலும் என் கைக்கு வந்திருக்கும் சீட்டுகள் சொத்தை,”

அவன் போனபின்பு அவள் அதை மறுபடியும் சொல்லிக்கொண்டாள். ஆமாம் இப்போது நடப்பவை யாவும் சொத்தை. அதனால் குடியாட்சிப் பிரதிநிதிகள் என்னும் இந்த ஐந்து சமுதாயத்தின் பிரளயத்தில் நீந்திக் கரையேற முடியாது.

நகுல் சேட்டின் உபமானம் பிரயோஜனமில்லை.

உத்தியோக பர்வம்

நகுல் சேட் போன பிறகு லதா உள்ளே சென்று கொஞ்சம் தேயிலை அருந்தினாள். அப்பாடாவென்று ஆசுவாசத்துடன் உட்காருவதற்குள் குழந்தைகள் பள்ளியிலிருந்து வந்துவிட்டார்கள். "அம்மா - அம்மா..." இரண்டு பேருமாக அவளைச் சுற்றிக் கொண்டு ஜனசபைச் செய்தியை விதவிதமாகச் சொன்னார்கள். தற்போதைய உலகில் குழந்தைகள் எவ்வளவு அறிந்து கொள்ளுகிறார்கள் என்று லதா நினைத்துக்கொண்டாள். தினசரி ரேடியோ, டெலிவிஷன் இவை மூலம் அவர்கள் அறியாத சங்கதி கிடையாது. சின்னவன் ரமேஷ்தான் சத்தம் போட்டு ஏதோ பேசினான். அவன் பேசும்போது பெரியவன் ராகேஷ் சும்மாவிருந்தான். அடிக்கடி தன் தாயை மாத்திரம் குறிப்புடன் பார்த்துக்கொண்டான். அவனுடைய முகச்சாயல் தகப்பனுடையது போலிருந்தது. கண்களில் மாத்திரம் ஒரு ஆர்வமிகுந்த பார்வை.

சற்று நேரம் கழித்து ரமேஷ் விளையாடத் தோட்டத்திற்குள் போன பிறகு ராகேஷ் தன் தாயைக் கேட்டான். "அம்மா, அப்பா ஏன் அவர்களுக்குச் சுடச் சுடத் திருப்பிக் கொடுக்கவில்லை? ஏன் இப்படி அமைதியாகப் பதில் சொன்னார்!" அவன் கோபத்துடன் பற்களைக் கடித்தான்.

“குழந்தாய், உனக்குத் தெரியாது. பதில் சொல்லப் போயிருந்தால் வீண் விவாதத்தில் அகப்பட்டுக்கொள்ள வேண்டும்.”

“இருக்கட்டுமே - என்ன பயம்? நம்மை இவர்கள் என்ன செய்துவிட முடியும்?”

லதா மகனை நிதானத்துடன் பார்த்தாள். தகப்பன் பேரில் அவனுக்கு என்ன அழுத்தமான விசுவாசம்!

முகத்தில்தான் என்ன கபடமற்ற தோற்றம். ஆனால் இந்த ஜனசபை மனிதர்கள் எதையும் கயிறு திரித்துவிடுவார்கள் என்று அவன் கண்டானா. “வீணாகச் சேற்றில் கல்லை விட்டெறிந்தால் முகத்தில் தெறிக்கும்.”

“இந்தப் படிபானம் எனக்குப் பிடிக்கவில்லை.”

“நீ சிறியவன். ஆத்திரப்படுவது சகஜம்; ஆனால் அரசியலில் அது உதவாது.”

“பதில் சொல்லாவிட்டால் உலகம் என்ன நினைத்துக் கொள்ளும். அப்பாவைப்பற்றியும் உன்னைப்பற்றியும்...” அவன் பேசமுடியாமல் திணறினான்.

“அப்படியெல்லாம் நினைத்துக்கொண்டு நீ வருத்தப்படக் கூடாது. அரசியல் உலகத்தில் இறங்குகிறவர்கள் இவ்வித அவதூறுகளுக்கெல்லாம் தயாராக இருக்க வேண்டும். நம்மிடம் இருக்கும் உண்மையே நம்மைக் காக்கும். அதுவே நமக்குத் தைரியமூட்டும்.”

மகன் அவளை வெருட்சியுடன் பார்த்தான். “அம்மா, அப்பா இவ்விதமான வாழ்க்கையைக் கைக்கொண்டதைப் பற்றி உனக்கு வருத்தமா?”

அவள் அவனைச் சட்டென்று நிமிர்ந்து பார்த்தாள். “இல்லை.”

“ஆமாம். எனக்குத் தெரியும். அதிகார பீடத்திற்காக இடும் இந்தப் போட்டி உனக்குப் பிடிக்கவில்லை.”

அவள் பதில் சொல்லவில்லை.

ராகேஷ் மறுபடியும் உணர்ச்சி ததும்பப் பேசினான்: “அம்மா, நான் இந்த வழி போகமாட்டேன். - குடி, அதிகாரத்வம், அது எதுவானாலும் சரி - நிதானத்தை இழந்து நான் எதையும் மிதமிஞ்சி நாடமாட்டேன்.”

லதா லேசாகப் புன்முறுவலித்தாள். தகப்பனைப் போல உள்ளூரப் பிள்ளைக்கும் அந்த மூவிடங் கருதாத நடுநிலைமை பாவம் இருக்கிறதாவென்ன?

அந்தச் சமயத்தில் தர்மராஜு உள்ளே வந்தான். “அப்பா” ராகேஷ் தன் தகப்பனாரிடம் ஓடிச் சென்றான். மகனைக் கையைப் பிடித்து அழைத்துச் சென்றான் பிரதம மந்திரி. ஆனால் அவன் கண்கள் லதாதேவியை விட்டு அகலவில்லை. அவளோ நிதானத்துடன் அவனுக்குச் சிற்றுண்டி கொண்டுவரும் பணியில் முனைந்தாள். வேலையாள் எல்லாவற்றையும் கொண்டுவந்து வைத்துவிட்டுப் போன பிறகு அவள் கோப்பையில் தேயிலையை ஊற்றினாள்.

“இப்போது எனக்கு ஒன்றும் வேண்டாம்.”

“சுடச்சுட ஏதாவது சாப்பிட்டால் கொஞ்சம் சுகமாக இருக்கும்.” லதா மகனுக்கு ஜாடை காட்டினாள். அவன் பக்கத்தில் சும்மா அமர்ந்திருந்தான்.

தர்மராஜு டீயைக் குடித்தபடி சோபாவில் சாய்ந்தான். பிறகு ஒரு கண நேரத்திற்குத் தன் வீடு வாசல், குழந்தை மனைவியென்ற எண்ணங்களுக்கு இடம் கொடுத்தான். லதா சிங்காரித்திருந்த எழில் பொருந்திய அந்த அறையில் அவன் தன் குடும்பத்துடன் இனிது வசிப்பது போல ஒரு நிமிடம் கனவு கண்டான். மறுபடியும் டீயை லேசாகச் சீப்பிக் குடித்தான். அந்தத் தோட்டம் அதற்குமேல் அழகு வாய்ந்தது. பூக்கும் மரங்களும், குலுகுலுக்கும் செடிகளும் நிரம்பியது. அக்காள் நாடு, அம்மான் நாடு, அண்ணன் நாடு இவ்விடங்களிலிருந்து வந்த அபூர்வச் செடிகளை அங்கே காணலாம். ஒரு பக்கத்தில்

ஒரு சிங்காரக் குளம். அங்கேதான் இப்போது ரமேஷ் ஓடம் விட்டுக்கொண்டிருந்தான். டீக்கோப்பை காலி ஆயிற்று. தர்மராஜு தன் மகனின் பால் வடியும் முகத்தைப் பார்த்தான்.

“அப்பா!” ராகேஷ் கண்களில் நீர் தளும்பியது.

“இதென்ன! நமக்கு உண்டாகும் ஒவ்வொரு கஷ்டமான நிலைமையையும் நாம் ஒரு சோதனையாகக் கொள்ள வேண்டும். அதுதான் வாழ்க்கை. இதைப் பார்த்துப் பதறலாமோ?”

“அப்பா நீங்கள் ஏன் பளீரென்று பதில் சொல்லவில்லை. ஏன் சுடச்சுட அவர்களுக்குக் கொடுக்கவில்லை?”

“பொட்டைத் தைரியம் எதற்கு உதவும்?”

“அப்படியானால்?”

“அறிவும் தைரியமும் சேர்ந்தவன் தீரன். அவன் கத்தமாட்டான். அறிவினால் அது பிரயோசனப்படாது என்று தெரிந்து கொள்ளுவான்.”

“அப்போது உலகம் உங்களை எப்படி அறியும்? மறுத்துப் பேசாவிட்டால் எல்லோரும் உங்களை எப்படி உணர்வார்கள்?”

“கண்ணே, இல்லாததை எப்படி ருசுப்படுத்துவது?” அவன் மகனின் உச்சியை முகர்ந்துவிட்டு... நிமிர்ந்து லதாவைப் பார்த்தான்.

“இனிமேல் அப்பா கொஞ்சம் ஓய்வு எடுத்துக் கொள்ளட்டும். நீ வெளியே போய் ரமேஷுடன் விளையாடு,” என்றாள் தாய். அவன் போய்விட்டான்.

உஷ்ணமோ மனவெழுச்சியோ கொள்ளாத தர்ம ராஜுவுக்குக் கூட லதாவின் பாவம் ஆச்சரியத்தைத் தந்தது.

“நீ வருத்தப்படவில்லையே!” அவன் அனாவசியமாக அந்தக் கேள்வியைக் கேட்டான். அவள் தலையை அசைத்தாள்.

“கோபமா?”

அப்போது அவள் முகத்தில் அபூர்வமான ஒரு மந்தகாசம் தவழ்ந்தது. “அவருக்குத்தான் கோபம் வந்தது. வீட்டிலுள்ளதை யெல்லாம் உடைத்துவிடுவாரோ என்று பயந்தேன்.”

அவனும் கூடச் சிரித்தான். “வந்திருந்தானா?”

“ஆமாம். அதிருக்கட்டும். என்ன நடந்தது என்று சொல்லுங்கள்!”

சகாதேவ சர்மா சொல்லியிருப்பானே. ஜுஷ்ணு சம்பந்தப்பட்ட கம்பெனிகளை வேவு பார்க்க வேண்டும், அல்லது இப்போதே நம்பிக்கை வோட்டு எடுக்க வேண்டுமென்றார்கள். ஜுஷ்ணுவை வீணாக இழுத்துவிட எனக்கு இஷ்டமில்லை. அதனால் வோட்டு எடுங்கள் என்று சொல்லிவிட்டேன்.

“ஜுஷ்ணு கம்பெனிகளை வேவு பார்க்கட்டுமே. அது மூல்யமாகவாவது நீங்கள் எதிலும் சம்பந்தப்படவில்லை என்று ஊரார் அறியட்டுமே!”

“என்ன நீயும் ராகேஷைப் போலிருக்கிறாய்? அப்படி விசாரணை செய்துதான் என் யோக்கியதையை நிலைநாட்ட வேண்டுமா?”

“இல்லை இருந்தாலும் அது நல்லதுதானே!”

“ஜுஷ்ணுவுக்கு அதுமூலமாகக் கெடுதி வரலாம் - வரக்கூடும். பிசினெசிலும் பலவித இணக்கங்களுக்கு வழியுண்டு.”

“இணக்கம்! பீம்ஸிங்கும் அதையே தான் சொன்னான். ஸனகாதிகளுடன் நீங்கள் சிறிதளவு இணக்கம் காட்டினால், அவர்கள் அப்படியே அடங்கிவிடுவார்களாம்.”

“இணக்கமென்றால் அது எத்தனை தூரத்திற்கு என்பதைப் பொறுத்தது. ஆனால் பீம்ஸிங்கை நம்ப முடியுமா?”

லதா யோசித்தாள், “உங்களைப் பொறுத்தவரையில் ரொம்ப நேர்மையுடன் நடந்துகொள்வான் என்று தோன்றுகிறது. அப்படிப் பார்த்தால், சொந்தக் கட்சிக்காரர்களான மகேந்திரவர்மனோ

விதுரனோ ரொம்ப யோக்கியமோ?”

“ஏன் புதிதாக ஏதாவது உண்டா?”

“ஒன்றுமில்லை. நகுல் சேட் சொல்லிக்கொண்டிருந்தான்; குண்டிலும் ஓடையிலும் அவர்களை அலசிவிடப்போவதாக.”

அதற்கெல்லாம் ஒன்றும் அவர்கள் மசியமாட்டார்கள். ஆனால் எனக்கு வீழ்ச்சியோ - இல்லையோ - அவர்கள் நாசமடைவது நிச்சயம், காரணம் அவர்கள் ஸனகாதிகளுடன் சேரப் பார்க்கிறார்கள்.”

“ஸனகாதிகளுடனா? அவர்களால் ராஜ்யம் ஆள முடியுமா?”

தர்மராஜு யோசனையுடன் பதில் சொன்னான்: “தேசத்தில் கம்யூனிஸ்ட்டுக் குழப்பம் அதிகமாயிருக்கிறது. இந்தச் சந்தர்ப்பத்தில் பணக்காரன் பிழைப்பது கடினம். ஸனகாதிகள் அவன் கட்சி. அவர்கள் ராஜ்யமாளுவது சாத்தியப்படுமென்று தோன்றவில்லை.

“உங்களையும் விரட்டிவிட்டால் தேசத்தின் கதி?”

தர்மராஜு தோள்களைக் குலுக்கினான். “தக்கது கிடைக்கும்”

“அப்படியென்றால்?”

“நம் மக்களுக்கு எது யோக்கியதையோ அது கிட்டும். நம் தேசத்திற்கு இருளிலிருந்து வெளிவரமுடிந்தால், அப்போது அதற்கு ஆத்ம பலமிருக்கிறது. அந்தரங்கத்தில் யுகயுகமாக வளர்ந்த பண்பாடு குன்றவில்லை என்று தெரியும். அப்படியுண்டானால், அது பிரசித்தமாக ஆகாவிட்டாலும் உலகத்தை வசீகரிக்கும் தோற்றம் கொடுக்கலாம். இல்லாவிட்டால் ஹாஸ்யத்திற்கு இடங் கொடுக்கலாம். அப்படியாகிவிடுமோவென்றுதான் எனக்குப் பயமாகயிருக்கிறது. மற்ற தேசங்கள் நம்மைப் பார்த்துச் சிரிக்கும் அளவிற்கு...” “ஊம்” என்று பெருமூச்சு விட்டுக்கொண்டே அவன் எழுந்து, தன் ஆபீசு அறைக்குப் போய்விட்டான். அவன் சென்ற பின்பு லதா சில நிமிடங்கள் அசையாமல் நின்றாள்.

இத்தனை தன்னுறுதியும் கர்மமும் கொண்ட மனிதனிடம் ஒரு தனி பவ்யம் இருப்பது தெரிந்தது. அந்த விநய பாவத்தில் செருக்கைத் துறக்கும் ஒரு இளக்கம். லதாவுக்கு உள்ளூர ஒரு உதறல் கண்டது. இத்தனை குரூரமான பழி சுமத்தலுக்கு நடுவே அவன் மாத்திரம் தனியாக ஒரு பாலைவனத்தில் நிற்பது போன்ற பிரமை அவளுக்கு உண்டாயிற்று. ஆமாம். அவனால் தனியாக நிற்க முடியும். அந்தத் தனிமையில் கூட அவன் இன்பத்தையோ, சுகத்தையோ, நன்றியையோ நாடவில்லை. அதனால்தான் ஜனசபை ஐந்து ஜீவனத்தின் தாக்கலை, ஏதோ ஒரு அற்ப சம்பவம் போல, அவனால் எளிதாக உதறித் தள்ள முடிந்தது. ஒரே ஒரு குறிக்கோளே அவன் மனதில் ஊறி நின்றது - அதிகாரத்தின் பீடம்,

“உன் பெயரை எடுத்துவிட்டானே, பாவி,” என்று அவள் சொல்லவில்லை. அதைப்பற்றிய பேச்சே எடுக்கவில்லை. அவளும் எதிர்பார்க்கவில்லை. ஆனால் எங்கோ மனதின் அடித்தளத்தில் ஜுஷ்ணுவின் குரல் ஒலிக்கத்தான் செய்தது.

★★★

சகாதேவ சர்மா செக்ரெட்டேரியட் நடைகளில் நடையாக நடந்தான். ஓட்டமும் நடையுமாக அவன் சுற்றுவதைப் பார்த்து மற்ற ஆபீசர்கள், “என்ன சர்மா ஏன் இப்படி ஓடுகிறாய்? மந்திரி ‘நேரில் பேசு’ என்ற மொழிகளைப் பல பைல்களில் எழுதிவிட்டாரோ?” என்று கேட்டு, கேலி செய்தார்கள். சகாதேவன் கூடவே சிரித்தான். ஆனால் அவனுடைய நோக்கம் வேறு. இப்படியே சுற்றிவந்தால் தர்மராஜுவைக் காப்பாற்றக் கூடிய விஷயம் ஏதாவது கிட்டுமோவென்று அவனுக்கு ஒரு நம்பிக்கை. அதற்காகவே பைல்களைத் தூக்கிக்கொண்டு பற்பல ஆபீசர்களைப் பார்த்து வந்தான்.

புரோசனன் அறைக்குப் போனதும் அவன் அங்கே இல்லை. அதற்குப் பதிலாக வெகு நாட்களாக அங்கே வேலை செய்து வந்த ஒரு சப்ராஸிப் பெருச்சாளி புரோசனனுடைய நாற்காலியில் தூங்கிக்கொண்டிருந்தான். பிரதம மந்திரியின்

அந்தரங்க செக்ரெட்டரி குரல் கொடுத்தவுடன் திடுக்கிட்டு எழுந்திருந்து கைகூப்பினான். "மன்னிக்க வேண்டு" மென்று மரியாதையுடன் கேட்டுக் கொண்டான்.

"புரோசனன் சாகிப் இன்னும் வரவில்லையா?" என்று சர்மா கேட்டான்.

"இல்லை - வர இன்னும் அரைமணி பிடிக்குங்க. மந்திரி விதுரன் அறைக்குப் போயிருக்காங்க."

"பாவம் நான் வந்து உன் தூக்கத்தைக் கலைத்துவிட்டேன். இல்லாவிட்டால் நீ இன்னும் அரைமணி தூங்கிவிட்டு, மூளைக்குள் மணி வைத்த மாதிரி சமயத்தில் எழுந்து வாசலில் நின்றிருப்பாய்! மந்திரி விதுரன் மீட்டிங்கு நடத்துகிறாரா?"

"இல்லை... இல்லை மீட்டிங்காவது மண்ணாவது - இவங்கதான் அங்கே போயி உடம்பைக் கோணிப்பிட்டு வர்றாங்க."

"என்ன விசேஷம்?"

"தெரியாதுங்களா? அவங்க தம்பியும் இவரும் ரொம்ப சினேகிதங்க."

"ஓகோ; அப்படியா? அப்படியானால் வீட்டிலே போய்த் தம்பியை அல்லவா பார்க்க வேண்டும்? இங்கே ஆபிசிலே மந்திரியைப் பார்த்து என்ன லாபம்?"

"இவரை நீங்க ரொம்பப் பெரிய அக்பர் சாகிப் என்னு நினைச்சிட்டீங்களா? அதொண்ணுமில்லை. அடிக்கடி இந்த பைல்களை எடுத்துண்டு மந்திரி விதுரன்கிட்டே ஓடுவதுதான் இவங்களுக்கு வேலை..."

இதைக் கேட்டவுடன் சகாதேவ சர்மா மண்டையில் படாரென்ற ஒரு வெளிச்சம் பிறந்தது. சப்ராஸியிடம், "நீ ஒரு தூக்கம் போடு," என்று சிரித்துக்கொண்டே சொல்லிவிட்டு, யோசனையுடன் அங்கிருந்து புறப்பட்டான்.

மந்திரி விதுரனுடைய தம்பி புரோசனனுக்குத் தோழன். அவன் அடிக்கடி பைல்களை விதுரனிடம் கொண்டு காட்டுகிறான். இந்தச் செய்திகள் அவனை யோசனையில் ஆழ்த்தின. ஒரு வேளை... ஒரு வேளை... புரோசனன்...

ஆனால் அது விஷயம் அவனை எப்படிக் கேட்பது? கேட்காவிட்டால் இந்தக் காரியம் எப்படித் தெளிவுறும். தன் அறையை அடைந்த சகாதேவ சர்மா வெகு நேரத்திற்கு விஷயத்தை ஆராய்ந்தான். சக்திதாஸ் சம்மந்தப்பட்ட அந்தச் சங்கதி எப்படி நடந்திருக்கக் கூடுமென்று ஒருவாறு ஊகித்து விட்டான். ஆனால் அவன் என்ன செய்ய முடியும்? யோசித்தான். அவன் ஒரு உத்தியோகஸ்தன்... விதுரனிடம் அவன் போக முடியாது. தைரியமாக ஒன்றையும் கேட்கவும் முடியாது. ஆனால் அப்படிச் செய்தால் ஒழிய விஷயத்தை அறிய வழியில்லை. அதற்காக? அதற்காக?

ஜ˜ஷ்ணுவிடம் விஷயத்தைச் சொல்ல வேண்டியதுதான். அவன் ஒருவனால்தான் விதுரனைக் கையாள முடியும். ஆனால்... சகாதேவன் அப்படிச் செய்யக் கூசினான். ராஜாங்க விஷயங்கள் ரகசியமாக நடக்க வேண்டியவை. அதை நிர்வகிக்கும் உத்தியோகஸ்தர்கள் அவ்விஷயங்களைப் பற்றி வெளியே பிரஸ்தாபிப்பது மிக்க துரோகமானது. இருந்தாலும் இது மூலமாக மறைவிலுள்ள சில சங்கதிகள் புரிபடும். அதனால் தர்மராஜ˜வுக்கு அநுகூலமுண்டாகலாமென்று அவனை உந்திவிட்டது... தர்மராஜ˜வை நினைத்துக்கொண்டதும் விசுவாச மிகுதியால் சகாதேவ சர்மா கண்களில் நீர் சுரந்தது. ஒரு பெருமூச்சு விட்டுக்கொண்டே ஜ˜ஷ்ணுவைப் பார்க்கச் சென்றான்.

அப்போது சந்தியாகாலம் சமீபித்து விட்டது. ஜ˜ஷ்ணு தன் ஆபீசு அறையின் சன்னல் வழியாக வியாசர் வழியைப் பார்த்துக் கொண்டிருந்தான். சன்னல் உயரத்திற்கு ஒரு கோவிதார மரம் - அதில் ரோஜா இதழ் கொண்ட பூக்கள். தேன் குருவியொன்று அதன் கூரிய அலகைப் பூவிற்குள் இட்டு இன்பத் தேனைப்

பருகிக்கொண்டிருந்தது. சந்திசாயும் மஞ்சள் வெய்யிலில் அதனுடைய பஞ்சவர்ண நிறம் பளபளவென்று டால் வீசிற்று. அப்பா - இத்தனை ஓசைகளுக்கும் நடுவில் இந்தத் தேன் குருவி அமிர்த உணவை...

அந்தக் கட்டடத்தை ஜுஷ்ணு தன் வியாபார விடுதியாகக் கட்டியிருந்தான். அண்ணன் நாட்டு பிசினெசு ஸ்தாபனங்களைப் போல அது மிக்க நாகரிக முறையில் அமைந்திருந்தது. சோபாக்களும் திண்டுகளும் மாத்திரம் சோழ நாட்டுக் கைநெசவுத் துணிகளால் அலங்கரிக்கப்பட்டிருந்தன. வழவழப்புடன் மிளிர்ந்த வாழைப்பட்டை, தகதகவென்று மேக வர்ணம், மினுமினுவென்ற மயில் கழுத்து, இவை அத்தேசத்து கொரநாட்டு வர்ணங்கள் - பாணிகள்:

அந்த அலங்கார அறையில் சுருதி பதுமைபோல் நின்றாள். பூரணசந்திரன் போல் முகம் - விழிகளில் குழையும் ஒரு அழைப்பு. அப்போது அவள் சன்னல் வழியாக வெளியே தெருவைப் பார்த்துக்கொண்டிருந்த ஜுஷ்ணுவின் முதுகை ஏக்கத்துடன் நோக்கினாள். அப்படியே சென்று அந்த முதுகின் மேல் சாய்ந்து அதைத் தழுவிக் கொள்ள வேண்டும் போலிருந்தது அவளுக்கு. ஆனால் சிரமத்துடன் அந்த ஆவலை அடக்கிக் கொண்டாள். எத்தனை ஏமாந்து போய் விட்டாள்! முதல் முதல் அவன் அவளிடம் வந்தபோது உணர்ச்சி மிகுந்த ஆர்வத்துடன் வருவதாக அல்லவா எண்ணி மகிழ்ந்து விட்டாள். அப்படித்தானோ - அப்படியானால் அத்தனை சீக்கிரமாக அலுத்துவிடுமா? "சுருதி - உனக்கு நான் அடிமை. எனக்கு இருப்பது யாவும் உனக்குச் சொந்தம். ஆனால்... ஆனால் இதுமாதிரி... இப்படிக் கொஞ்சிக் குலாவிக் காதல் புரியும் இந்த வாழ்க்கை, எனக்கு ரசமாகயில்லை. நீ தவறாக அர்த்தம் செய்யாதே. வித்தியாசமாக நினைக்க மாட்டாயே!" என்று அவன் கேட்டவுடன் அவளுக்கு ஒரு பதில்தானே உண்டு? அவர்களுக்குள் அந்த நேசம் தொடங்கிய சில மாதத்திற்கெல்லாம் ஜுஷ்ணு இப்படியொரு குண்டைப் போட்டு விட்டான். அதிலிருந்து சுருதி ரொம்ப ஜாக்கிரதையாக

அவனுடன் பழகினாள். எப்போதும் சிரித்த முகம் - அவளுக்கு அம்மாதிரியே ஆசைகளுண்டு என்று ஜாடையாகக் கூட வெளியிடவில்லை. அவன் மனம் கோணாமல் நடப்பது அவள் கொண்ட நோன்பு. வேறு ஒரு பெண்ணையும் அவன் கண்ணெடுத்துப் பார்க்கவில்லை. என்றும் அவளுக்குத் தெரியும். அதனால் அவள் தன் உணர்ச்சிகளை அடக்கி வைத்திருந்தாள். ஆனால் ஒவ்வொரு சமயம் அவன் கவலையில் ஆழும்போது அவளுக்கு இதுபோன்ற ஆவல் உண்டாகும்.

"என்ன சமாசாரம்? ஒரு மாதிரியாக இருக்கிறீர்களே! அண்ணன் நாட்டிற்கு இன்று இந்தக் கடிதம் போக வேண்டாமா?" என்று சுருதி அவன் முதுகைக் கேட்டாள்.

அவன் திரும்பாமலேயே சொன்னான். ஒருமணி ரேடியோவில் செய்தியைக் கேட்டாயல்லவா?"

"ஆமாம், ஆமாம் அதுதான் நம் குடியரசு ஆட்சி பகுத்தறிவைத் துறந்து என்ன வேண்டுமோ சொல்வது என்று புறப்பட்டுவிட்டதே. பிரதம மந்திரியைக் கூட இப்படித் தாக்கினால்? ஒரு நாட்டுப் பிரதம மந்திரியென்றால் உங்களைப் போலுள்ள எத்தனையோ பெரிய நபர்களுடன் போக்குவரத்து இருக்கத்தான் செய்யும். இதெல்லாம் - சும்மா; வீண் பழி. பயமுறுத்துகிறார்கள். நீங்கள் எதற்காக அதைப் பொருட்படுத்த வேண்டும்?"

அவன் அவள் பக்கம் திரும்பிக்கொண்டான். "கவனிக்காமல் எப்படி இருப்பது? இது தடியாட்சி. ஜனசபைக்கு வோட்டு எடுத்து மந்திரி சபையைத் தள்ள ஜனசபைக்கு உரிமையுண்டு. நாளைக்கு தர்மராஜுவை ஒதுக்கிவிட்டால்?

"அரசியல் உலகில் புகுந்தால் இப்படியெல்லாம் நேரும் என்று தர்மராஜுவுக்குத் தெரியாதா?" என்றாள், பிறகு சற்று நிதானித்து, "நீங்கள் இதில் தலையிடாமலிருப்பது நல்லது" என்று மேலே சொன்னாள்.

"அது எப்படி முடியும்? அவன் என் நண்பன். மேலும் ஜனசபையோர்கள் என்னையும் இது விஷயத்தில் இழுத்துவிட்டிருக்கிறார்கள்."

"நீங்கள் சும்மா இருப்பது மேல். இல்லாவிட்டால் யாரைக் காப்பாற்ற வேண்டுமென்று புறப்படுகிறீர்களோ அவருக்கே வீழ்ச்சி உண்டாகும்."

"அவளும் அப்படியே சொன்னாள்."

"யார்?"

"லதாதேவி."

சட்டென்று சுருதிக்கு ஏதோ ஒரு விஷயம் தெளிவான மாதிரி தோன்றிற்று. அவளைப் பார்க்கப் போயிருந்தீர்களா?"

"ஆமாம். அதிருக்கட்டும்; இப்போது நீ ஒன்று சொன்னாயே. அவனைக் காப்பாற்ற வேண்டுமென்று புறப்பட்டால் அதுமூலமாக அவனுக்கே தீங்கு வருமென்று - அப்போது நீ எங்கள் ரகசியத்தைக் கண்டுபிடித்துவிட்டாயா?"

"என்ன ரகசியம்?"

"உனக்கு அது தெரியவர எத்தனையோ சந்தர்ப்பங்கள்! நீ என்னுடைய அந்தரங்கக் காரியதரிசியாகப் பல நாட்களாக இருந்திருக்கிறாய். இன்னும் அந்தக் காரியத்தைப் பூராவாக விடவில்லை. உன் கண்ணில் ஏதாவது தென்பட்டிருக்கலாம். அதிலிருந்து நீ விஷயத்தை ஊகித்திருக்கலாம்."

சுருதிக்கு ஒன்றுமே விளங்கவில்லை. ஆனால் எல்லாம் புரிந்த மாதிரியில் கேட்டுக்கொண்டிருந்தாள்.

ஜ்ஷ்ணு பேசினான் : "உன் முகத்திலிருந்து நீ விஷயத்தை அறிவாய் என்று தெளிவாகத் தெரிகிறது. நீ அதைத் தப்பாக அர்த்தம் செய்யவில்லையே? ஜனசபையோர் நினைக்கும் மாதிரியில் நானும் தர்மராஜுவும் கேவலம் எங்களுக்குப் பொருள் தேடிக்கொள்ள இந்தக் காரியத்தில் ஈடுபட்டோமென்று எண்ணவில்லையே?"

சுருதிக்கு உள்ளூர உண்டான குழப்பத்தை வெளியே காட்டிக்கொள்ளவில்லை. "புரியும்படி சொல்லுங்கள்" என்று மாத்திரம் நிதானமாகச் சொன்னாள்.

"பயப்படாதே, சுருதி. நாங்கள் இருவரும் தேசத்தின் நன்மையை ஒட்டித்தான் ஒரு திட்டம் செய்தோம்."

"அது என்னவோ?" சுருதியின் குரலில் திகில் மண்டிக்கிடந்தது.

"கேளேன். பல வருஷங்களாக நம் நாடு அண்ணன் நாட்டை யாசித்தபடி இருக்கிறது அல்லவா? அங்கிருந்து அவர்கள் யந்திரங்களும், நெல்லும், தானியமும் கொட்டிக் கொட்டிக் கொடையாகக் கொடுப்பதால்தானே நாம் ஜீவித்திருக்க முடிகிறது. ஆனால் எத்தனை கொடுத்தாலும் நம் நாட்டில் செழிப்போ வளர்ச்சியோ உண்டாவதில்லை. காரணம் நம் நாட்டவர்களுக்கு நன்றாகச் சாப்பிட்டுவிட்டுத் தூங்கப் பிடிக்கும்! உழைக்கப் பிடிக்காது. சோம்பித் திரிவதில் இவர்கள் நிபுணர்கள். வரவர தர்மராஜுவுக்கு இந்தச் சோம்பேறித்தனத்தைக் கண்டு வெறுப்புண்டாய்விட்டது. வெளிநாடுகள் சென்று யாசகம் கேட்டுக் கேட்டு அலுத்துவிட்டது. அவர்கள் நம்மைப் பார்த்து உதாசீனமாக வார்த்தை சொல்லுவதைக் கேட்டு வேறு வெட்கமாயிருந்தது. முன்னேற்றம் தடைபெற்றது. ஏற்றுமதி இறக்குமதி பின்வாங்கியது. இதையெல்லாம் தகர்க்க வழி? அண்ணன் நாட்டு நிபுணர்களைப் பங்காளிகளாகச் சேர்த்துக்கொண்டு தொழிற்சாலைகளை இயற்றி, நாடு முன்னேற வழிசெய்ய என்னைப்போல பலர் தயாராக இருந்தார்கள். ஆனால் குடியாட்சி அல்லவா? ஜனசபையில் சிலருக்கு இந்தச் செயல் திட்டம் விரோதமாக இருந்தது. வெளிநாட்டார்களை நம் நாட்டில் தொழிற்சாலைகள் உண்டு பண்ண இடம் கொடுத்துவிட்டால், அனர்த்தமுண்டாகும். அப்புறம் நாம் அவர்கள் அடிமைகள் ஆகக்கூடும். இது கூடவே கூடாது என்று அபிப்பிராயப்பட்டார்கள். அதனால் பெரிய பெரிய அண்ணன் நாட்டுக் கம்பெனிகளுடன் சோம நாட்டு முதலாளிகள் ஒத்துழைக்க முடியவில்லை. அப்படிச் செய்தால் நம் நாடு பயன்பட்டு எத்தனையோ அபிவிருத்தியடையும் என்று தர்மராஜுவும் நானும் நினைத்தோம். ஆனால் ஜனசபையில் இதைக் கிளப்பிவிட்டால் வீண் விவாதம் நடக்குமே தவிர வேலை முன் போகாது. தவக்கமும் கலக்கமும் ஏற்படும்."

இதை உத்தேசித்து நாங்கள் இரண்டு பேரும் ஒரு தனி ஏற்பாட்டிற்கு வந்தோம். நான் அண்ணன் நாட்டு முதலாளி களுடன் சில ஒப்பந்தங்கள் செய்துகொண்டிருக்கிறேன். அதன்படி வெளிநாட்டு நபர்கள் வந்து நம் நாட்டில் பற்பல புதிய யத்தனங்களைத் தொடங்கிவைப்பார்கள். அவ்விதமாகத் தொடங்கும் தொழிற்சாலைகள் யாவும் என் பேரில் இருக்கும். ஐந்து வருடங்களில் பற்பல அபிவிருத்திகளால் நம் நாட்டின் முன்னேற்றம் அபரிமிதமாக ஆகிவிடும். அதற்குப் பிறகு தான் அவர்களுக்குத் தொழிற்சாலை லாபங்களை நான் பங்கிட்டுக் கொடுப்பேன். பொது ஜனங்களுக்கும் இது விஷயங்கள் அதன் பிற்பாடே தெரியவரும். நாட்டின் முன்னேற்றம் வெகுவாக அபிவிருத்தி அடைந்துவிட்டதைப் பார்த்த பிறகு ஜனசபை கூட ரொம்ப ஆட்சேபணை சொல்லாது. சேரவேண்டிய லாபத்தைக் கொடுத்து, தொழிற்சாலைகளை நம்முடையதாகச் செய்துகொள்ள அவர்களும் தடை சொல்லமாட்டார்கள். இந்த நம்பிக்கையுடன்தான் தர்மராஜு விஷயத்தை அவர்களுக்கு விளக்கியிருக்கிறான். அவர்களும் விசுவாசத்துடன் ஒத்துழைக்க ஒப்புக்கொண்டு வேலைகளில் தொடக்கங்கள் செய்ய ஆரம்பித்திருக்கிறார்கள்.

“என்ன ஆபத்தான காரியம். இப்போது இருக்கும் சந்தர்ப்பத்தில் விஷயம் ஜனசபைக்கு எட்டிவிட்டால்!

“அதெப்படி முடியும்? என்னையும் தர்மராஜுவையும் தவிர அந்த அண்ணன் நாட்டு நபர்கள்தாம் விஷயத்தை அறிவார்கள்.”

“இந்த ஐந்து வருடத்து லாபங்களை அவர்கள் அடித்துக்கொண்டு போவதைப்பற்றி உங்களுக்கு ஒன்றும் தோன்றவில்லையா?”

“தொழிற்சாலைகள் பெருகினால், சரக்குகள் பெருகும். அவை சோம நாட்டில் வளைய வந்தால் ‘மக்கள் வாழ்க்கைத் திட்ட அளவு’ பெருகும். அதனால் கொஞ்ச நாட்களுக்கு அவர்கள்தாம் லாபங்களை அனுபவிக்கட்டுமே. மேலும் நம் நாடு - அயல் நாடு என்ற இவ்வித வித்தியாசங்கள் கூடாது. உலகம் ஒன்றாகிக் கொண்டு வருகிறது. இந்த யந்திர உலகத்தின் மனப்பான்மையே வேறு. தேசிய உணர்ச்சிகள் மாறி மொத்தமாகப் பொது

ஜனத்திற்கு சந்தோஷம் கொடுப்பது எதுவோ அதைத் தேடவேண்டுமென்று எல்லோருக்கும் தோன்றவாரம்பித்து விட்டது. சுக ஜீவனம் என்பது என்ன தெரியுமா? பலவித நவீன யந்திரக் கருவிகள் - சௌகரியங்கள் - டெலிவிஷன் - இரண்டு கார்கள் - சம்பளத்துடன் லீவு - இவைகள்தாம். சுகவாசமே ஜனங்கள் கேட்கும் முக்கியமான ஆதரவு. இதை நாம் அவர்களுக்குக் கொடுக்க வேண்டாமா?"

"அதற்காக...? ஜனசபையோர் அப்புறம் கட்டாயம் ஒப்புக்கொள்ளுவார்கள் என்று அத்தனை நிச்சயமாக எப்படி தர்மராஜுவால் நினைக்க முடிந்தது? என்ன தைரியம்?"

"சுகத்தைக் கண்டுவிட்டால் அதன் பிறகு சபைகளையும் கூட்டங்களையும் அதிகாரத்துடன் வகிக்க அந்த ஜனசமூகமே தர்மராஜுவுக்குப் பலம் கொடுக்கும். அதன் பிறகு அண்ணன் நாடுகூட அதன் கொடுக்கல் வாங்கல்களை வேறுவித மனப்பான்மையோடு செய்யும்."

சுருதி ஒன்றுமே பதில் சொல்லவில்லை. சொல்லவென்ன இருக்கிறது? இவர்கள் இரண்டு பேருமாக ஒரு துணிகரமான செயலில் இறங்கிவிட்டனர். இனிமேல்? அவள் உள்ளத்தில் ஒரே மோதல். ஜுஷ்ணு செய்துவரும் இந்த அபாயகரமான தொழிலைப்பற்றி ஜனசபைக்குத் தெரிந்துவிட்டால்? அவள் மார்பு படபடவென்று அடித்துக்கொண்டது. அவனுக்கு ஏதாவது ஆபத்தோ அவமானமோ நேர்ந்தால், அப்புறம் அவள் உயிரை வைத்துக்கொண்டிருப்பதில் அர்த்தமில்லை. அப்புறம்... அப்புறம்... லதாதேவி.

ஜுஷ்ணுவுக்கும் அந்தக் குடும்பத்திற்கும் வெகு நாட்களாகச் சிநேகமுண்டு என்று அவளுக்குத் தெரியும். அவள் ஜுஷ்ணுவுக்குக் காரியதரிசியாக இருக்கும்போது அநேகமுறைகள் அவனுக்காக லதாவுக்கு போன் செய்திருக்கிறாள். இப்போதுகூட, அவனுடன் வேறுவிதமான வாழ்க்கை தொடங்கிய பிறகு கூட, அவள் அவனுடன் ஆபீசு வரும் வழக்கத்தை விடாததினால், அவன் அடிக்கடி லதாவுக்கு போன் செய்வதை அவள் கண்டிக்கிறாள். அப்படியிருக்கத் திடீரென்று மனதில் இப்படியொரு எண்ணம்

உதிக்க என்ன காரணமாக இருக்கக்கூடும்? இந்த இக்கட்டான நிலைமையில் அவளைப் பார்த்து வருவது சகஜம்தானே! பின்? எப்போதோ ஒருமுறை அவன் சொன்னது அவளுக்கு ஞாபகம் வந்தது. அப்போது அவர்கள் ஒன்றாய் வாழ ஆரம்பித்த புதிது.

“லதாவிடம் உன்னை அழைத்துப்போக விரும்புகிறேன் உனக்கு யாதொரு ஆட்சேபணையும் இல்லையே!”

“ஊம்... ஊம்!”

“உன்னை அவள் பார்த்துப் பாராட்ட வேண்டுமென்று எனக்கு ஆசை.”

அவன் சிரித்தான். பதிலுக்கு அவளும் சிரித்தாள். காதலன் தன் காதலியை அழைத்துச்சென்று பிறருக்குப் பெருமையுடன் காட்ட ஆசைப்படுவது இயற்கைதானே?

“நான் எது செய்தாலும் அதை அவள் ஆமோதிக்காவிட்டால், என் மனம் சாந்தியடையாது.” இக்கடைசி வார்த்தைகளை அவள் அப்போது பொருட்டுப்படுத்தவில்லை. இப்போது?

அந்தச் சமயத்தில் ஒரு சிப்பந்தி உள்ளே வந்து, கீழ்மாடியில் அவனுடைய பேட்டி அறையில் அவனுக்காக ஒரு மனிதர் காத்திருப்பதாகச் சொல்லி, ஒரு சீட்டை நீட்டினான். அதில் கண்ட ஒரு தனிக் குறிப்பைப் பார்த்ததும் வந்திருப்பது சகாதேவ சர்மாவென்று ஜிஷ்ணு தெரிந்துகொண்டான். அவர்களுக்குள் அவசரச் செய்தி சொல்ல இப்படியொரு குறிப்பு உண்டு. ஜிஷ்ணு அவசரமாகப் புறப்பட்டுப் போய்விட்டான்.

சுருதி இருட்டும்வரையில் வெளியே வியாசர் வழியைப் பார்த்த வண்ணம் அப்படியே உறைந்து நின்றிருந்தாள். அவள் மனதில் பல எண்ணங்கள் அலைமோதின.

பீஷ்ம பர்வம்

சகாதேவ சர்மாவிடம் பேசிவிட்டு ஜுஷ்ணு ஆபீசை விடும் போது நிலவொளி மின்னத் தொடங்கிவிட்டது. குளிர்காற்று ஜிவ் ஜிவ்வென்று அடித்தது. அவன் வண்டியின் கண்ணாடிக் கதவுகளை அழுத்திச் சாத்தினான். பிறகு முன்புறமாகத் தலையைக் குனிந்து டிரைவரிடம் உத்தியோகபுரியிலிருந்த புரோசனன் வீட்டுக்குப் போகும்படி உத்தரவு இட்டான். புரோசனன் வீட்டிலிருந்து அவன் மந்திரி விதுரனைப் பார்க்கச் சென்றபோது, இரவு வெகுநேரம் கழிந்துவிட்டது.

விதுரனையும் ஜுஷ்ணுவையும் சேர்த்துப் பார்த்தால் கொஞ்சம் வேடிக்கையாக இருக்கும். ஒருவன் கிட்டத்தட்ட சந்நியாசிக் கோலம். அதாவது நெற்றியில் விபூதி, ஓழிந்த நேரங்களில் கையில் ருத்திராட்சர ஜப மாலை - தலையில் சந்திரன் குல்லா. ஆகாரம் முந்திரிப்பருப்பு, பச்சைக் கொடி முந்திரிப்பழம். மற்றவன் உட்கொள்வது திராட்சை ரசம் - சாராயம், மாமிசம், இத்தியாதி. உடுப்பது அண்ணன் நாட்டு அங்கி. மாதரின்பத்தில் தோய்ந்தவன்.

ஜுஷ்ணு சிரித்தான். "நம்மிருவரில் யாருக்கு சுவர்க்க மென்று நீ சீக்கிரம் சொல்லிவிடுவாய் - எனக்குத்தான் நிச்சயமில்லை. ஒவ்வொரு சமயம் உன்னைவிட நான் அதற்கு

அருகதையாகிவிடுவேனோ என்ற பயம் வந்துவிடுகிறது."

"ஏன்? நீ அவ்வளவு ஒழுங்கோ?" என்று விதுரன் கேட்டான். பொடி போட்டுப் பேசுவதில் இருவரும் கெட்டிக்காரர்கள்.

"இல்லை நான் குடிப்பேன். காதலினால் கவலை போகுமென்ற ரகத்தைச் சேர்ந்தவன். இருந்தாலும் குற்றமற்ற ஒருவனைச் சந்திசிரிக்க இழுத்துவிட்டு வேடிக்கை பார்க்கும் அளவுக்கு நான் அத்தனை ஈனமான இடத்திற்கு வரவில்லை."

"நீ எதைப்பற்றிப் பேசுகிறாய் என்றே எனக்குப் புரியவில்லை" என்றான் விதுரன்.

"புரியும்படி சொல்லட்டுமா? உன் தம்பி கற்கரிச் சுரங்கங்கள் பல வைத்திருக்கிறான். அவனுக்கு உதவ நீ புரோசனனைத் தூண்டிவிட்டிருக்கிறாய்?"

"இது அநியாயப் பழி. என் தம்பி அவன் காரியங்களைக் கவனித்துக்கொள்ளப் போதுமான சாமர்த்தியம் கொண்டவன். அவனுக்கு உன் உதவி அவசியமில்லை."

"அப்போது நீ புரோசனனிடம் ஒன்றுமே சொல்லவில்லையா?"

"அவன் என் மந்திராலயத்தைச் சேர்ந்தவன் இல்லையே?"

"சில பைல்களைக் காட்ட அவன் அடிக்கடி உன் அறைக்கு வருவதில்லையா!"

"எனக்கொன்றும் தெரியாது. ஒருவேளை என் அந்தரங்கக் காரியதரிசியுடன் சில பொது விஷயங்கள் பேச வந்தானோ என்னமோ?"

"அப்போது இந்தச் சீட்டு புரோசனனிடம் எப்படி வந்தது?"

"எந்தச் சீட்டு?"

"இதுதான்" ஜுஷ்ணு தன் பைக்குள்ளிருந்து ஒரு துண்டுக் காகிதத்தை எடுத்து விதுரன் கண்ணெதிரில் பிடித்தான்.

பிறகு அதை வாசித்தான்: "மந்திரி சபையின் சுருக்கமான நோட்டை நீ பார்த்திருப்பாய். அதன் பொருள் உனக்குத் தெளிவாய் விளங்கியிருக்கும். அப்படியே சரியான ஆர்டர்கள் போகின்றனவா என்று நீ கவனிப்பாய் என்பது என் நம்பிக்கை" ஜிஷ்ணு கடகடவென்று சிரித்தான்.

"இதைப் பார்த்துச் சிரிக்க என்னவிருக்கிறது?" என்றான் விதுரன்.

"உனக்கு ஒன்றும் விளங்கவில்லையா? இந்தத் துண்டை நீ இதற்குமுன் பார்த்ததில்லையா?"

விதுரன் தலையை ஆட்டினான்.

"அப்போது நீ இதைப் புரோசனனுக்கு எழுதவில்லையா?"

"இதுபோன்ற துண்டுகள் செக்ரெட்டேரியட்டில் எத்தனையோ?"

"இது நீ எழுதின துண்டு. கற்கரி விலை 95 என்பதை பீ கிரேட் விலையாகக் கணிக்கவும் என்று புரோசனனுக்கு நீ பூடகமாக எழுதியது."

"ருசு!"

"புரோசனனே அதை ஒப்புக்கொண்டு துண்டை என்னிடம் கொடுத்தான்."

விதுரன் அதிராமல் ஜிஷ்ணுவை நிதானமாகப் பார்த்தான்.

"துண்டு எந்த விஷயத்தைச் சம்பந்தப்பட்டதோ? அதை நீ எங்கிருந்து எடுத்தாயோ?"

"இத்தனை போதாக நான் புரோசனனிடம் இருந்தேன். நான் எத்தனை தூண்டிக் கேட்டும் முதலில் விஷயத்தை வெளியிட மறுத்தான். ஆனால் பேசப்பேச எங்கே கடைசியில் அவனுக்கே ஆபத்தோ அவமானமோ வந்துவிடுமோவென்று பயந்து இந்த நோட்டை என்னிடம் கொடுத்தான். நானும் சங்கதியை உனக்குச் சொல்லிவிட்டுப் போகலாமென்று வந்தேன். நாளைக்கு ஜனசபையில் ஏதாவது ஒரு அங்கத்தினன் இந்தப்

பேச்சை எடுத்தால் உனக்குத் தூக்கிவாரிப் போடுமே. அதுவும் இப்போது சக்திதாஸ் ஜனசபையில் ஒரு ஸநாதனக் கட்சி அங்கத்தினன் ஆகிவிட்டானே! அலசிவிடப் போகிறானே! உன்னை எச்சரித்துவிட்டுப் போகலாமென்று பார்த்தேன்." ஜுஷ்ணு எழுந்திருந்து விடைபெற்றுக் கொண்ட மாதிரியில் கதவண்டை போனான்.

"ஊம்... ஜுஷ்ணு" என்றான் விதுரன்.

"என்ன?" ஜுஷ்ணு பொய் ஆச்சரியத்துடன் திரும்பினான்.

"அந்த நோட்டைக் கொடு பார்ப்போம்."

"அதுதான்; அதிலுள்ளதை வாசித்துக் காட்டிவிட்டேனே!"

"பார்த்தால்தானே - அது என்ன மாதிரியான துண்டு என்று தெரியும்."

"நாளைக்கு அது உன்னை வந்து சேரும். நாளை தர்ம ராஜுவுக்காக எடுக்கப்போகும் நம்பிக்கை வோட்டுகளில் உன்னுடையதும், உன்னைச் சேர்ந்த முப்பது வோட்டுகளும் கட்டாயம் இருக்கும் என்று என் மனதில் நிச்சயம். அப்படித்தான் நீ செய்வாய் என்பதில் சந்தேகமில்லை. அது நடந்த ஒரு மணி நேரத்திற்குள் இந்தத் துண்டு உன் கைவசம் வந்துவிடும்."

ஜுஷ்ணு சிரித்துக்கொண்டே அந்தத் துண்டுக் காகிதத்தை மறுபடியும் அவன் முன் உதறிவிட்டு பைக்குள் திணித்துக்கொண்டு போய்விட்டான்.

★★★

துரோண பர்வம்

பஞ்சணை மெத்தையில் படுத்தபடி வெற்றிலை மென்று கொண்டிருந்த மேனகா பெஹனிடம் நகுல் சேட் வந்தான். "நமஸ்காரம் சித்தி."

"என்னப்பா விசேஷம்?"

"ஒன்றுமில்லை. இந்த ஜனசபையோர் பிரதம மந்திரியை மாட்டிவிட்டிருக்கிறார்களே! சித்தப்பா விஷயம் எப்படியோ என்று கவலை வந்தது. விசாரித்துவிட்டுப் போகலாமென்று வந்தேன்."

"சித்தப்பாவுக்கு என்ன? குஷிப் பேர்வழி. மேலும் தர்மராஜு மாதிரியா? - சபையில் அவருக்கு நல்ல தொடர்பு உண்டு."

"ஆமாம், ஆமாம். அது தெரியுமே! இருக்கட்டும் நாளைக்கு வோட்டுப் போடுவதெப்படி? தர்மராஜுவுக்குப் பூஜ்யம் தானா?" -

"எனக்குத் தெரியாது. ஏதோ கசமுசவென்று பேச்சு நடக்கிறது. தர்மராஜு ஸனகாதிகளுடன் ராஜி செய்து கொண்டு ஒரு ஒத்துழைப்பு மந்திரி சபை கூட வருமென்று பேசிக்கொள்ளுகிறார்கள்."

"இருக்கும், இருக்கும்."

"அப்படியானால் சந்திராதிகள் ஒரேமுட்டாகச் சித்தப்பா பக்கம்தான் வோட்டுப் போடுவார்களென்று தோன்றுகிறது.

"அதுதான் பார்த்தேன். அப்போவானால் ஜாக்கிரதையாக இரு. எனக்கு ஒரு தகவல் வந்திருக்கிறது. அது தர்மராஜு கையில் அகப்பட்டுக்கொள்ளப்போகிறது."

"அதென்ன செய்தி?"

"யாரோ சுமித்ரா பாயாமே? நன்றாய்ப் பாடுவாளாம்! அவள் கணவன் ராகு கேது தூதராலயத்தில் பட்டாளப் பகுதியில் இருக்கிறான். அவளை உனக்குத் தெரியுமா?"

"சுமித்ரா பாயா? - நன்றாகப் பாடுவாள் என்று யாரோ சொன்ன ஞாபகமாக இருக்கிறது."

"யாரென்ன, சித்தப்பாவாகத்தானிருக்கும்."

"நன்றாய்ச் சொன்னாய்? அவருக்குப் பாவம் ஒரே ராஜீயக் கவலை. இதையெல்லாம் பார்க்க எங்கே நேரம்?"

"அதுதான் சித்தி, ராஜீயக் கவலையெல்லாம் போகத்தான், இப்படி:

"காதல் செய்தால் கவலை தீரும்
மாதருடன் மனமொன்றி மயங்கி விட்டால்
மந்திரிமார் போர்த்தொழிலை மனங் கொள்வாரோ"

என்று நம் சோம நாட்டுக் கவி பாடவில்லையா? சித்தப்பாவும்...

"இதென்ன உளறல்?"

"ஓகோ நான் சொல்வது புரியவில்லையா?"

"புரியாமல் என்ன? நகுல், இதென்ன தந்திரம்?"

"தந்திரம் ஏது சித்தி. நானென்ன ராஜதந்திரியா?" அவன்

சிரித்தான். பிறகு மேனகா பெஹறன் ரொம்பக் கோபமாக இருப்பதைப் பார்த்து விட்டு, முகத்தைச் சரிப்படுத்திக்கொண்டு சொன்னான். "இல்லை சித்தி. உனக்குத் தெரியும் ராகு கேது நாட்டிற்கும் நம் சோம தேசத்திற்கும் எப்போதுமே ரொம்ப அன்னியோன்னியம் கிடையாது என்று. போன வருஷம் சண்டை வந்துவிடுமோவென்று கூடப் பயப்பட, முடிவாக நிலைமை அத்தனை மோசமாக இருந்தது. அப்படி இருக்க, சித்தப்பா... அதுவும் அந்தப் பெண்ணின் கணவன் பட்டாள நிபுணன். ஏதாவது உளவு கண்டுகொண்டு..."

"சீ... யோசித்துப் பேசு."

"அப்படித்தான் செய்கிறேன் சித்தி. ஆனால் சித்தப்பாவைப் பற்றி ரொம்பக் கவலையாக இருக்கிறது. இது விஷயம் பிரதம மந்திரிக்கு எட்டிவிட்டால்? யாராவது போய்ச் சொல்லிவிடுவார்கள்."

மேனகா பெஹறனுக்குக் கவலை வந்துவிட்டது. அவள் வெற்றிலை அரைப்பதை ஒரு நிமிடம் நிறுத்திக்கொண்டு அவனை அச்சத்துடன் பார்த்தாள்.

"ஒருவேளை... நாளைய நம்பிக்கை வோட்டுப் பந்தயத்தில் சித்தப்பாவின் முப்பது வோட்டுகள் பிரதமர் பக்கம் விழுந்தால் - அவருக்கு வோட்டுப் போட்டவன் கட்டாயம் ராஜத் துரோகம் நினைக்கமாட்டான் என்று உறுதியாக நம்புவார். ஆமாம். அப்புறம் ஜனசபையில் அதைப் பற்றிப் பேச்சு வந்தால் கூட அவர் சித்தப்பா கட்சியாகப் பேசுவார். ஆமாம்; அதன் பிறகு பிரதம மந்திரிக்குக் கட்டாயம் சித்தப்பா பேரில் விசுவாசம் தோன்றிவிடும்."

மேனகா பெஹறன் தன் தமக்கை மகனைச் சுட்டெரித்து விடுபவள் போல் பார்த்தாள்.

"எனக்கு அப்போதே தெரியும், நீ அவரை மாட்டி வைக்கும் குறியுடன்தான் இங்கே வந்திருக்கிறாய் என்று."

"ஐய்யய்யோ - சித்தி - நான் என்ன செய்வேன். ராகு கேது ராஜதூதர் ஆலயத்திலுள்ளவர்களுடன் சினேகம் வைத்தால் வீண் சந்தேகம் வளருமே - உன்னை எச்சரிப்போமென்று, நல்ல எண்ணத்துடன் வந்தால், - நீ என்னமோ..."

"சுமித்ரா பாயா? பெரிய பதிவிரதை பாரு!" என்று மேனகா முணுமுணுத்தாள். நகுல் சேட் மெல்ல அவ்விடத்தை விட்டு நழுவிக்கொண்டான்.

அவன் போன பின்பு மேனகா பெஹன் பக்கத்திலிருந்த வெற்றிலைக் காளாவியில் துப்பிவிட்டு மறுபடியும் புதிய சுருள் ஒன்றை உள்ளாக்கினாள். அந்தச் சமயத்தில் மகேந்திரவர்மன் குழலைக் கடித்துக்கொண்டே உள்ளே வந்தான்.

"ஆ... ஆ... இதோ பார் மேனு... ஜாதகத்தில் செவ்வாய் உச்சன். சம்பவங்களும் அதற்குத் தகுந்தபடி நடந்துகொண்டு வருகின்றன. நாளைக்குப் பார்த்துக்கொள். சபையில் நான் போடுகிற அடி பலமாக விழும் - விதுரனும்..." அவன் பேசுவதை நிறுத்திக் கொண்டான். காரணம், மேனகா அவனைச் சுட்டுவிடுவாள் போலப் பார்த்துக்கொண்டிருந்தாள்.

"யாரது - இந்த சுமித்ராபாய்?" வார்த்தைகள் அவள் பற்களின் இடுக்கு வழியாகத் தெறித்து வந்தன.

மகேந்திரவர்மன் குழலைக் கடிப்பதை நிறுத்திக்கொண்டான். என்ன மேனு, ரொம்பக் கோபமாயிருக்கிறாயா?"

"அவள் கணவன் ராகு கேது ராஜ தூதராலயத்தைச் சேர்ந்தவனா?"

மகேந்திரவர்மன் பதில் சொல்லவில்லை. தலையை மாத்திரம் ஆட்டினான்.

"போகவேண்டுமானால் வேறு எங்கேயாவது ஒழிந்துபோகக் கூடாதா? வீணாக ராகு கேது தூதர்களுடன் சம்பந்தப்பட்டதால் தானே இப்போது இந்த நகுல் சேட் வாயில் புகுந்து புறப்பட

வேண்டியிருக்கிறது?”

என்ன விசேஷம் என்பதுபோல் மகேந்திரவர்மன் அவளை விசாரத்துடன் பார்த்தான். மேனகாவும் ஆத்திரம் தீரக் கத்தினாள். விஷயத்தை அறிந்ததும், மகேந்திரவர்மனுடன் பிறந்தாற்போலிருந்த ஹாஸ்ய பாவம் மறைந்தது. அவன் கண்களில் ஒரு குரூரத் தோற்றம் பளிச்சிட்டது.

“இனிமேல் ஜாதகம் பலித்தாப் போலத்தான். தர்மராஜுவுக்கு ஜயம். முப்பது வோட்டுகளும் அவன் சார்பில்தான்.” மேனகா பெஹன் வெற்றிலையைக் கடித்துவிட்டுக்கொண்டே பேசினாள்.

அப்போது பார்க்க வேண்டுமே மகேந்திரவர்மன் கண்களில் தோன்றிய துவேஷத்தை! சொன்னால் யாரும் நம்பமாட்டார்கள்.

அடுத்த நிமிடம் அவன் மறுபடியும் ஆ... ஆவென்று சிரித்தான். “யார் வந்தால் நமக்கென்ன? அரசன் ஆண்டாலென்ன - ஆண்டி ஆண்டாலென்ன?” என்று சொல்லிக் குழலை வாயில் செருகிக்கொண்டான். அதன் பிறகு அங்கே மௌனம் நிலவியது. மேனகா பெஹனோ சம்பாஷணை முடிந்துவிட்ட மாதிரியில் பஞ்சணை மேல் சாய்ந்தாள். பசுமாட்டைப் போல அவள் வெற்றிலைச் சக்கையைச் சுவைத்த சத்தம் அந்த மோனத்தை அறுத்தது.

கர்ண பர்வம்

நர்மதா லதா தேவிக்கு ஆலோசனை சொல்ல வந்தாள். தான் சொல்லப்போவது அவளுக்கு ஆறுதலாக இருக்குமென்று நினைத்தாள். தர்மராஜு ஒரு இடி விழுந்த மரம் போல் உள்ளம் கூடோடி இருப்பான். அந்தப் பட்ட மரத்தின் மேல் படர்ந்த இந்தக் கொடி இனிமேல் எப்படித் தளதளவென்று இலையும் தளிருமாகப் பூத்துக் குலுங்கும்?

"இந்தச் சமயத்தில் நீ தேவி ஆராதனையைக் கைக்கொள். அதைப்போல் உனக்கு எதுவும் அவ்வளவு சிரேயஸைக் கொடுக்காது. குருகிருஷ்ண அவதார் ஸிங்கைப் போய் யாசித்தால், அவர் உனக்கு உபதேசம் செய்வார். சில மந்திரங்களை ஜபித்தால் கைக்கு மேல் பலன் கிடைக்கும். அதிகாரத்துவம் நீடித்து நிலைக்க அவர் பீஜாட்சர மந்திரத்தை உபதேசிப்பது வழக்கம். எதிர்காலத்தைப் பார்க்கும் சக்தி அவரிடமிருக்கிறது. நீ கட்டாயம் அவரிடம் போ."

லதாதேவி பேசாமல் இருந்தாள்.

"தெய்வம் மனிதனிடம் ஒரு விசேஷ நுண்ணறிவுடன் நடந்து கொள்ளுகிறது. உனக்கு நம்பிக்கையில்லையா?" என்று நர்மதா கேட்டாள்.

"இருக்கிறது. தெய்வம் நுண்ணறிவுடன் நடந்துகொள்ளுகிறது என்பது என்னமோ வாஸ்தவம். அதற்காக அது என்னையோ உன்னையோ கட்டாயப்படுத்தாது என்பது என் அபிப்பிராயம். தெய்வம் நமக்கும் சில விதிகளை விதித்திருந்தாலும், அதே சமயத்தில் நம் வாழ்க்கையில் எது உத்தமமானது என்று பொறுக்கி எடுக்கத் திறமையும் கொடுத்திருக்கிறது. அந்தத் திறனைச் சரியாக உபயோகப்படுத்தினால் நாம் விதியைக் கூட வெல்லமுடியும். நாமென்னவோ அதைப் பயன்படுத்திக் கொள்ளாமல் நமக்கு வரும் கஷ்டங்களை விலக்க, பூசைகள் போடுகிறோம்."

நர்மதா திடுக்கிட்டாள். "தேவி ஆராதனையைப் பற்றியா இப்படிப் பேசுகிறாய்? நீயும் அவரைப் போல்தானா?"

"யாரைப்போல்?"

"தர்மராஜு. அவர் ஒன்றிலும் பங்கெடுத்துக்கொள்ளாத, ஒன்றையும் குறிக்காத ஒரு தன்மை வாய்ந்தவர். ஆனால் நீ பெண்; தயை, அன்பு, நுண்ணுணர்வு என்று பக்திக்கு வேண்டிய குணங்கள் உன்னிடம் உண்டு. நீ அவரைப்போலிருக்கமாட்டாய் என்று நம்பி வந்தேன். நான் சொல்லுவதைக் கேள். குரு கிருஷ்ண அவதார் ஸிங்கிடம் போய்ச் சேவித்துவிட்டு வா?"

திரும்பவும் லதா பேசாமல் இருந்தாள்.

"அவ்வளவு தூரம் நீயாகவே உன் விதியை வெல்ல, முடியுமென்று உனக்கு ஒரு அகம்பாவம் இருக்கிறதா?"

அதற்கு லதா சொன்ன பதில் நர்மதாவுக்குப் புரியவில்லை.

"நன்றாகக் கலைத்துப் போட்டுங்கூட சீட்டுகள் மோசமாக விழுந்து விட்டன. என் சாமர்த்தியத்தில் ஒன்றுமில்லை."

நர்மதா ஒன்றும் தோன்றாமல் வருத்தத்துடன் எழுந்து போனாள்.

அவள் சென்ற சிறிது நேரத்திற்கெல்லாம் பீம்ஸிங் வந்து சேர்ந்தான். 'ஆ'... அவன் எப்போதும்போல் அவளைக் கட்டி

அணைத்துக்கொண்டான். இவ்விதம் நடந்துகொள்ளுவதற்கு ஒரு அர்த்தமும் கிடையாது என்று தெரிந்துங்கூட, அன்று லதாவுக்கு உள்ளூரக் கொஞ்சம் எரிச்சல் உண்டாயிற்று. இதென்ன கூத்து - என்ன ஆர்ப்பாட்டம் வேண்டிக்கிடக்கிறது!

"மந்திரி சபையில் பாதி ஸனகாதிகளைச் சேர வேண்டும். இப்போது இருப்பவர்களில் மகேந்திரவர்மன், விதுரன் போன்றவர்களை - இன்னும் யார் யாரைச் சுயோதனன் சுட்டிக் காட்டுகிறானோ அவர்களை - அனுப்பிவிட வேண்டும். முதலாளிகளைத் திக்குமுக்காடச் செய்யும் வரிகளும், கட்டுப்பாடுகளும் ஒழிய வேண்டும். இத்தனை நிபந்தனைகளும் நிறைவேறினால், ஸனகாதிகள் நம்பிக்கை வோட்டைத் திருப்பிக் கொள்வார்கள். நீ நீடூழி பிரதம மந்திரி மனைவியாக வாழலாம்."

"அவரைக் கேட்கவே வேண்டாம். எதற்கு ஒப்பினாலும் தன் சகாக்களை விட்டுக்கொடுக்க இணங்க மாட்டார்."

"மற்றபடி இணங்குவானா?"

"அவர் ஸோஷலிஸ்டு: ஸனகாதிகளுடைய கொள்கைகளை எப்படி ஏற்பது?" "ஏன் கூடாது? உலகத்தின் விஸ்தாரம் குன்றிவிட்டது. தூரங்கள் சுருங்கிவிட்டன. ஆகாய மார்க்கமாகப் பறக்கிறோம். சந்திர மண்டலம் போகப் பார்க்கிறோம். அதனால் போகப்போக ஒரு வரம்பில்லாத தியாகத்திலும் கட்சி விவாதங்களிலும் அர்த்தமிருக்காது. அரசு முறைகளின் ஸ்திரமான தோற்றங்கள் கூட நலிந்து வருகின்றன. அப்படியிருக்கும்போது நமக்குள் நாம் ஒற்றுமையைத் தேடிக்கொண்டு பொது நலத்தை உத்தேசித்து நடக்காவிட்டால், நாம் அழிவோம்."

"தர்மராஜூ உங்களுடைய இந்த வழிகாட்டலை ஏற்பார் என்று தோன்றவில்லை."

"ஏன் கூடாது? கட்சி கட்டுவதை விட்டு, அதிலிருந்தும் மேல் நோக்க வேண்டுமென்றுதானே சொல்லுகிறேன்."

"ஆனால் அதை ஆசரணைக்குக் கொண்டுவர இப்போது அவர்

தம் சகாக்களைக் கைவிட்டு, எதிர்க் கட்சிக்காரர்களைத் தம் மந்திராலோசனையில் சேர்த்துக் கொள்வதுமல்லாமல், அவர்கள் கொள்கைப்படி வரிகளைக் குறைத்துக் கட்டுப்பாடுகளையும், நிபந்தனைகளையும் அகற்ற வேண்டும். இத்தனை இணங்கின பின்பு, எங்களுக்கு எஞ்சி நிற்பது இந்த வேதாந்தம் மாத்திரமே."

"அப்படியானால் எந்த சகாக்களை விட்டுக்கொடுக்க தர்மராஜு தயங்குகிறானோ அவர்களே நாளைக்கு அவனை வீழ்த்தப் போகிறார்கள்."

"அப்புறம் என்ன நடக்கும்? யார் மந்திரி சபையைக் கூட்டப் போகிறார்கள்? ஸனகாதிகள் தனியாக ராஜ்யம் ஆள முடியாது. கம்யூனிஸ்ட்டுகளும் தனியாக அரசாங்கத்தை நடத்த முடியாது. சந்திராதிகள் கட்சிதான் விண்டாற்போல் ஆகிவிட்டது. இனிமேல் தேசத்தின் கதி? அதை யார் பாதுகாக்கப் போகிறார்கள்." லதா முகத்தில் கவலை கூடிக்கொண்டது.

★★★

அதுதான் நிலைமை ஆபத்தானது, அதற்காக தர்மராஜு கொஞ்சம் விட்டுக் கொடுக்க வேண்டும் என்று சொன்னேன்." பீம்ஸிங் அழுத்தமாகப் பேசினான். மறுபடியும் ஆர்வத்துடன் லதாவைத் தழுவிக்கொள்ள வந்தான். இந்தத் தடவை லதா எப்படியோ அவன் கைகளில் சிக்காமல் தப்பித்துக்கொண்டாள்.

அவன் சென்ற பிறகு, சிறிது நேரத்திற்கெல்லாம் தர்மராஜு உள்ளே வந்தான். லதா சாவதானத்துடன் பீம்ஸிங் சொன்ன விஷயங்களை எடுத்துச் சொன்னாள். பிறகு நர்மதா வந்து போனதையும் சொன்னாள். "குரு கிருஷ்ண அவதார் ஸிங்கைப் பார் என்று அவள் ரொம்ப மன்றாடிக் கேட்டுக்கொண்டாள்."

"நாளைக்கு வோட்டு ஆகட்டுமே. அப்புறம் போனால் எல்லா முடிச்சுகளையும் அவர் ஒரே சமயத்தில் அவிழ்த்துவிடுவாரே-"

இதைக் கேட்டவுடன் லதா கணவனை ஆச்சரியத்துடன் பார்த்தாள். அவன் குரல் முற்றும் நம்பிக்கை இழந்தது போலத்

தொனித்தது.

“அப்போது நமக்கு நாளைக்கு நிச்சயமாகத் தோல்விதானா?”

நம்முடைய தோல்வியைப் பற்றிக் கூட எனக்கு அத்தனை அக்கறையில்லை. தேசத்தைக் குறித்துதான் விசாரம் அதிகப்படுகிறது. இனிமேல் அரசாங்க நிர்வாகம் யார் செய்தாலும் அது சீரழிந்து போகும் என்பது திண்ணம். ஒரு பேச்சுக்கு நானே நாளைக்கு வெற்றி அடைகிறேன் என்று வைத்துக் கொள். அப்படியிருந்தால் கூட இனிமேல் நாட்டில் ஒன்றுமே நிலைப்படாமல் தவிக்கப்போகிறது. அரசாங்கம் நன்றாக வேரூன்றிவிட்டது. சட்டம், அதிகாரம் எல்லாம் தோற்றுவிட்டது. ஜனங்கள் மனதில் நம்மிஷ்டம் போலிருக்கலாமென்ற ஒரு வீம்பு கிளைத்துவிட்டது.”

“நமக்கு எது யோக்கியதையோ அது கிடைக்கும்.”

“அப்போது ராஜ்யத்தின் கதி?”

அதன் பிறகு அவர்கள் விசேஷமாக ஒன்றுமே - நடக்கவில்லை போலச் சாவதானமாக எப்போதும்போல் சாப்பிட்டார்கள். சமாச்சாரப் பத்திரிகை, வர்த்தகப் பத்திரிகை என்று படித்தார்கள். பிறகு ஒரு கவலையும் இல்லைபோல் படுக்கச் சென்றார்கள்.

ஆனால் படுக்கையில் சென்ற பிறகு லதாவுக்குத் தூக்கமே பிடிக்கவில்லை. திரும்பி திரும்பிப் படுத்தவாறு தலையைத் தலையணையில் உருட்டிக்கொண்டேயிருந்தாள். பிறகு எப்போது தூங்கினாளோ தெரியாது. திடீரென்று தூக்கத்தில் விம்மி விம்மி அழவாரம்பித்தாள். “அரக்கர்கள், என் பேரில் பழி சுமத்தினார்கள் - அவர்கள் கட்டாயம் அழிவார்கள்” என்று என்னவெல்லாமோ புலம்பினாள். சுவப்பனம் காணுவதாக அவள் நினைத்துக்கொண்டிருந்தாள். பக்கத்தில் இருந்த தர்மராஜு அவளை அணைத்துக்கொண்டவுடன்தான் கண் விழித்தாள். அப்போதுகூட அவளுக்குப் பாதித் தூக்கக் கலக்கம்.

“அழாதே தேவி - உயிரின் சக்தி - அழாதே,” என்று அவன்

மென்மையான கொஞ்சும் குரலில் அவளைத் தேற்றினான்.

தர்மராஜுவா இப்படிப் பேசுகிறான்? அவளால் நம்ப முடியவில்லை. அவனா இப்படி அவளைத் தேற்றுகிறான்? ஒரு சிறிதளவு கூட உணர்ச்சிக்கு இடங்கொடுக்காத தர்மராஜுவா இப்படி அவளைக் கனிவோடு அழைத்து, தன்னுடன் இழைத்து, மிருதுவான கசியும் குரலில் இறைஞ்சுகிறான்? அவள் ஒரு கொடியைப் போல் அவனுடன் குழைந்தாள். இவன் அதிகமாக ஒன்றுமே சொல்லவில்லை. வார்த்தைகளை விட அவனுடைய சைகைகள் அவள் உள்ளத்தைத் தொட்டன. அவை அவன் சொல்லாததையெல்லாம் விளக்கின: அதாவது அவளுடைய அழகு, உறுதி, சோதனை சமயத்தில் காட்டிய தைரியம் - அவன் அவள் மேல் கொண்டுள்ள அழியா அன்பு!

★★★

ஸௌப்திக பர்வம்

மறுநாள் ஜனசபையில் ஒருவரும் எதிர்பாராத ஒரு சம்பவம் நடந்தது. சந்திராதிகள் ஒரே மூச்சாகச் சேர்ந்து தர்மராஜுவுக்கு வோட்டுப் போட்டார்கள். சர்க்கார் பக்கம் ஜயித்தது. தர்மராஜு பிரதம மந்திரிப் பதவியை விடாமல் பிடித்துக்கொண்டான். ஆனால் அவனுடைய கவலைகள் ஓயவில்லை. கும்பலாகக் கூடி கூச்சல் போடக் கற்றுவிட்ட ஜனங்கள் அதை ஒரு பொழுது போக்காகக் கைக்கொண்டார்கள். அதைத் தவிர கத்துவது, சண்டை போடுவது, சட்டத்தை எதிர்ப்பது என்பது யாவும் ஜனங்களுக்குப் பழக்கமாகிவிட்டன. அப்படிச் செய்வது தவறில்லை என்று எண்ணுவதுமல்லாமல், அது தம்முடைய உரிமை என்று கூடக் கருதலுற்றார்கள். குடியாட்சி அரசில் குடிகளுக்குச் சகலவிதமான உரிமைகளுமுண்டு. ஜனங்கள் நினைத்தால் எதையும் செய்ய முடியும். ஜனசபையோர் நாம் நியமித்தவர்கள்; அவர்கள் கடமை நம் உரிமைகளைக் காக்க வேண்டியது. அதைச் செய்யவும் செய்கிறார்கள். மந்திரிசபை ஜனசபைக்குப் பயந்து பதுங்குகிறது. பின் என்ன? சோமநாட்டார்கள் லேசுப்பட்டவர்களா? சந்திரவம்சத்தைச் சார்ந்தவர்கள்; நினைவிருக்கட்டும்.

கடைக் காப்பு

சுவர்க்காவரோகண பர்வம்

அண்ணன் நாட்டு மக்கள் சோமதேசத்துச் செய்திகளை அறிய எப்போதுமே ஆவல் கொண்டவர்கள். ‘கிழக்கு சூரியன்’, ‘வாயுமண்டலம்’, ‘பூலோக அதிசயம்’ என்ற மூன்று அண்ணன் நாட்டுப் பத்திரிகைகளும் சோம தேசத்து விவகாரங்களைப்பற்றி அடிக்கடி எழுதிவந்தன. கீழே காணும் துக்கடாக்கள் இப்பத்திரிகைகளில் அவ்வப்போது பிரசுரமான விசேஷ அறிக்கைகள், ‘சந்திரப் பிரஸ்தத்தில்’ என்னும் தலைப்புடன் இவை வெளிவந்தன.

கிழக்கு சூரியன்

ராட்சஸ வருஷம்
மார்கழி 15

சோம நாட்டு அரசியல் உலகில் ஒரு எதிர்பாராத திருப்பம். பதினைந்து நாட்களுக்கு முன்னால் எடுத்த ‘நம்பிக்கை வோட்டில்’ தேர்ந்த பிரதம மந்திரி தர்மராஜுவுடைய அரசு இன்று ஜனசபையில் நடந்த மற்றும் ஒரு வோட்டுப் போட்டியில் தோற்றுவிட்டது; அதன் விளைவாக தர்மராஜு ராஜினாமா செய்தார். மந்திரி சபை கலைந்தது. ராஷ்டிரபதி மகேந்திரவர்மனுக்குச் சொல்லி அனுப்பியிருப்பதாகச் செய்தி

வந்திருக்கிறது. மகேந்திரவர்மன் தர்மராஜு மந்திரி சபையில் வியாபார மந்திரியாக இருந்தவர். வர்த்தகம், பொருளாதாரம், நிதி சாத்திரம் இவைகளை நன்றாகப் பயின்றவர். சந்திராதி களுக்குச் சபையில் தொடர்பு அதிகமானாலும் இந்தச் சமயம் அந்த ஆதரவு தட்டுமுட்டிலிருப்பதாகக் காணுகிறது.

பூலோக அதிசயம்

- *மார்கழி 18*

சந்திரப்பிரஸ்த வீதியில் இன்று கம்யூனிஸ்ட்டு கட்சியர்கள் கூப்பாடு போட்டு அமர்க்களப்படுத்தினார்கள். காரணம் கேகேயத்தில் அவர்கள் கட்சிக்காரர்கள் "பச்சு வனாந்திரத்தைப்பற்றி மறியல் செய்யப்போகிறார்களாம். மறியல் செய்வதற்கு வசதிகள் வேண்டாமா? அங்கே அவர்களுக்குத் தேவையான குடிஜல வசதிகூட இல்லை. ஜனங்களின் எளிய சௌகரியங்களைக்கூடக் கவனிக்காத இந்த அரசாங்கம் என்ன ராஜ்யபாரம் நடத்துகிறது? கம்யூனிஸ்டுக் கட்சியர்கள் ஏக ரகளை செய்தார்கள்.

வாயுமண்டலம்

- *மார்கழி 22*

ஜனசபை உறுப்பினரான மகரிஷி நிர்ணய சாகர் மூஷிகரட்சணை இயக்கத்தைத் தொடர்ந்து வளர்க்கப்போவதாக நேற்று இங்கே உறுதிகூறினார். சந்திரப் பிரஸ்தத்தில் கார்த்திகை மாதம் நடந்த கலகத்தை விடப் பிரமாதமாக ஒரு எதிர்ப்பைத் தொடங்கப் போவதாகத் தெரிவித்தார்.

கிழக்கு சூரியன்

- *மார்கழி 25*

சோம நாட்டுத் தலைநகரத்தில் மற்றும் ஒரு அதிர்ச்சி. நேற்று சர்க்காருக்கு மறுபடியும் ஒரு வீழ்ச்சி; மகேந்திரவர்மன்

ராஜினாமா செய்தார். இப்போது இருப்பதைப் பார்த்தால் ஜனசபையில் ஸனகாதிகளுக்கு அதிக ஆதரவு இருக்குமென்று தோன்றுகிறது. காரணம் வோட்டு சமயத்தில் கட்சி மாற்றங்கள் நடந்தன. சந்திராதிகள்தான் முக்கியமாக மாறினார்கள். இந்த நம்பிக்கை வோட்டையொட்டி ஒரு வினோதம். நகரத்தின் விளம்பரச் சுவர்களில் சந்திரப் பிரஸ்த முக்கியஸ்தர் யாரையாவது பிரதம மந்திரி ஆக்கவேண்டுமென்ற பிரேரணைகள் கிளம்பியிருக்கின்றன. ஸனகாதிகள் இந்தச் சந்தர்ப்பத்தைச் சாதுர்யமாக உபயோகப்படுத்துவதாகத் தெரிகிறது.

பூலோக அதிசயம்

- மார்கழி 27

சந்திராதிகளும் ஸனகாதிகளும் ஒன்றுகூடி சந்திரப் பிரஸ்தத்தில் ஒரு புதிய கூட்டு மந்திரிசபை ஏற்படுத்தியிருக்கிறார்கள். இந்தச் சபையில் அங்கீரஸ், சகுனிதாஸ் முதலியவர்கள் மந்திரி பதவி வகிக்கிறார்கள். புதிய சபை கூடின அன்றே ஜனசபையில் வாதம் பலத்தது. பாஞ்சாலத்தில் பாஷைக் கலகம்; நான்கு பேர்களைச் சுட்டுவிட்டார்கள். காண்டவப் பிரஸ்தத்தில் ஊரடங்கும் சட்டம் விதிக்கப்பட்டிருக்கிறது. சாயங்காலம் ஆறு மணிக்குமேல் ஒருவரும் வெளியே போக முடியாது. இந்தச் சம்பவங்களைப் பற்றிச் சபையில் கலவரம். பல கேள்விகள் எழுந்தன. பட்டாளம் எதற்காக அடித்தது? யார் குற்றவாளி? ஸனகாதி பிரதம மந்திரியான சுயோதனனுக்குப் பதில் சொல்லி விழிபிதுங்கிவிட்டது.

வாயுமண்டலம்

- மார்கழி 30

புதிய மந்திரிசபை ஏற்படுத்தின பிறகு பிரதம மந்திரி சுயோதனன் ஒலிபரப்பி மூலம் தேசத்திற்கு நற்சங்கதிகள் சொன்னார். பொருளாதார நிலைமை திருந்திக்கொண்டு வருகிறது. இந்த வருடம் அண்ணன் நாடு இன்னும் அதிக தான்ய வகைகள்

கொடுக்க ஒப்புக்கொண்டிருக்கிறது. நாட்டிற்கு ஒரு புதிய காலம் நெருங்கிவிட்டது. கட்சி பேதங்களை விட்டு ஒத்துழைக்க வேண்டுமென்று பேசினார். தேசத்தில் ஒருமை பாவம் பரவ புதிய யோசனைகளும் இயங்கவேண்டுமென்று போதித்தார். பாமரனுக்கு உதவ வேண்டி புதிய சர்க்கார் பற்பல நூதனத் தொழிற்சாலைகள் உற்பத்தி செய்யப்போவதாகச் சொன்னார். இதனால் முதலாளிகள் கூட்டத்திற்கு ஒரு லாபமில்லையென்றும் அவர்கள் தியாக சிந்தனையுடன் நாட்டிற்கு உழைக்கத் தயாராக இருப்பதாயும் தெரிவித்தார்.

பூலோக அதிசயம்

- தை *2*

ஹரிஜன சேவா சங்கத்தின் தலைவர் இன்று பிரதம மந்திரிக்கு மனு போட்டார். சப்தவதிப் பிரதேசத்தில் ஹரிஜனங்களிடம் மற்ற ஜாதியினர்கள் நடந்துகொள்ளும் விதம் மிக்க கேவலமாக இருக்கிறதாம். அதுவும் அவர்கள் தம்மை உயர் ஜாதியார் என்று சொல்லிக்கொண்டு ஹரிஜனங்களைத் துன்புறுத்தும் விதம் சோம நாட்டிற்கு இகழ்ச்சி உண்டாகும் மாதிரியில் இருக்கிறதாம்.

கிழக்கு சூரியன்

- தை *4*

நேற்று ஜனசபையில் சட்ட மந்திரி பேசினார். சபை நடக்கும் போது விவாதம் செய்து, கட்சியை மாற்றி அமைத்துக் கொண்டால், உறுப்பினரை விலக்க வேண்டுமென்று ஒரு சட்ட விதியை அமலுக்குக் கொண்டுவருவது முடியாத காரியம். மேன்மை தாங்கிய சோம நாட்டில் மனிதனுக்குள்ள அடிப்படையான இந்தச் சுதந்திரத்தை எப்படி விலக்க முடியும் என்று சொன்னார்.

வாயு மண்டலம்

- தை 8

சோம நாட்டு ஜனசபையில் கவலை. போகவதி பிரதேசத்தில் ராஷன் கொடுக்கப் போதுமான அரிசி சரக்கில் இல்லையென்று கேள்வியுற்றதும் சபையோர்களுக்குள் கலவரம் உண்டாயிற்று. போதாக்குறைக்கு அந்தப் பிரதேசத்தில் பசிப்பிணியால் மூன்று பேர்கள் மரணமுற்றதாகச் செய்தி கிடைத்திருக்கிறது. சோம தேசத்தில் பஞ்சமா? இந்தப் புண்ணியப் பூமியிலா தானியமில்லை?

பூலோக அதிசயம்

- தை 10

சந்திராதியர் கட்சியைச் சேர்ந்த ஜனசபை உறுப்பினர் ஒருவர் நேற்றுச் சபையில் குழப்பமுண்டாக்கினார். சந்திரவாஸாவென்று போகவதிக்கு எண்பது மைல்கள் அப்பாலிருக்கும் பட்டணத்தில் கிடங்குகளில் கோதுமையும் அரிசியும் புழுத்துக் கிடக்கிறதாம். அப்படியிருக்க, போகவதிக்கு ஏன் தானியம் போகவில்லை? கரைகடந்த அசிரத்தை, மன்னிக்கமுடியாத அரசாங்க நிர்வாகம், என்று அங்கத்தினர் கூச்சல் போட்டார்கள். ஒரே கிளர்ச்சி. உஷ்ணம் தலைக்கேறவே, இரவு பத்து மணிக்கு மேல் வோட்டு வகுப்பிடும் மணி அடித்தது. கட்சிப்பிளவு உண்டானால் சர்க்கார் தோற்றுவிடுமோவென்று சந்திரப்பிரஸ்தத்தில் சந்தேகம்.

கிழக்கு சூரியன்

- தை 11

நேற்று ஜனசபையில் ஸனகாதிகள் தோற்ற பிறகு கூட்டு மந்திரி சபை கலைந்தது. ராஷ்டிரபதி விதுரனுக்குச் சொல்லி அனுப்பித்தார். இன்று விதுரன் தலைமையில் சந்திராதிகள் புதிய

மந்திரிசபை கூட்டினார்கள். பிரமாணம் எடுத்துக்கொள்ளும் சடங்குக்குப் பின்பு பிரதம மந்திரி விதுரன் உருக்கமாகப் பேசினார். கட்சிப் பிளவுகளைத் தீர்க்க, கண்டிப்பான வழிகளைக் கையாளப்போவதாகச் சொன்னார். அதுபோலவே சோம தேசத்து மக்களின் நடத்தை விதிகள் மாசுபட்டுப் போயிருப்பதாக வருத்தப்பட்டுக் கொண்டு அவைகளைச் சீர்திருத்தத்தக்க நடவடிக்கைகளை எடுத்துக்கொள்ளப்போவதாகத் தெரிவித்தார். பல உதாரணங்கள் சொன்னார். அதில் கீழ்க்கண்டதும் ஒன்று. சோம தேசத்து அரசாங்க நிர்வாக உத்தியோகஸ்தர் இலாகா முழுவதையும் சீர்திருத்த வேண்டிப் போன வருடம் ஒரு கமிட்டி ஏற்படுத்தியிருக்கும் விஷயம் தெரிந்ததே. அந்தக் கமிட்டியின் ஆலோசனைப்படி உத்தியோகஸ்தர்களையும் மேல் பார்வையிட 'ஒரு குலபதி'யை நியமிப்பது என்று சர்க்கார் முடிவு செய்திருக்கிறது. அவர்களுடைய நடவடிக்கைகள் யாவையும் வேவு பார்த்துக் கண்டிக்க இந்தக் குலபதிக்கு அதிகாரம் கொடுக்கப்படும்.

- தை *25*

இரண்டு வாரங்கள் கூட ஆளாத விதுரன் மந்திரிசபை ராஜினாமா செய்ய வேண்டுமென்று இன்று சந்திரப்பிரஸ்த ஜனசபையில் ஐம்பது அங்கத்தினர்கள் கேட்டுக் கொண் டார்கள். சக்திதாஸ்தான் மற்றவர்களுக்காகப் பேசினான். ஏற்கெனவே ஸனகாதிகள் முதலாளிகளுக்கு வரம்பு மீறி உதவி செய்கிறார்கள். இதைக் கண்டு மனத்தாங்கல் உண்டாகி, கம்யூனிஸ்ட்டுகள் ஜனங்களைக் கிளப்பிவிடப் பார்க்கிறார்கள். தற்போதைய அரசாங்கமும் அவர்களுக்கு ஆதாரம் கொடுக்கும் மாதிரியில்லை. 'குலபதி' என்று ஒரு மெய்க்காப்போனை ஏற்படுத்தி உத்தியோகஸ்தர்களைத் துன்புறுத்துகிறது. இனிமேல் நடுத்தர மக்களும் கம்யூனிஸ்ட்டு பக்கம் சாய்வார்கள். அரசுமேல் நம்பிக்கை குறையக் குறைய கம்யூனிஸ்ட்டு கொழுப்பு அதிகப் படும். சக்திதாஸ் விதுரன் மந்திரி சபையைப் பலவாறு தாக்கி, ஜனசபையைக் கலக்கினார்.

கிழக்கு சூரியன்

சந்திரப்பிரஸ்த ஜனசபையில் நேற்று நேர்ந்த அமளியில் பல பேர்கள் கட்சி மாறினார்கள். வோட்டுத் திட்டம் கலைந்தது. அதன் விளைவாக விதுரன் ராஜினாமா செய்ய முடியாமல் ஆகிவிட்டது. ஜனசபை சக்திதாஸைத் தலைவனாக நியமித்தது. ராஷ்டிரபதி சக்திதாஸுக்குச் சொல்லி அனுப்புவார் என்று எதிர்பார்க்கப்படுகிறது.

பூலோக அதிசயம்

- *தை 28*

சப்தவதி நதியின் புதுப் பாலத்தைத் திறந்து வைத்த வைத்தில் பிரதம மந்திரி சக்திதாஸ் மனப் பூர்வத்துடன் பேசினார். சோம நாட்டு மக்கள், இனிமேல் ஸ்மிருதியில் சொல்லியிருப்பது போல் சம்ஸ்காரங்களை விடாமல் செய்து வந்தால், நாட்டிற்கு நன்மை விளையும் என்றார்.

பூலோக அதிசயம்

- *தை 30*

அணுகுண்டு செய்யப்படும் 'ரம்பா' என்னும் விஞ்ஞான நிலையத்திலிருந்து ஒரு அதிசயச் செய்தி. சோமநாட்டுத் தலைமை விஞ்ஞானியான குமரநாதன் சில விஞ்ஞான ரகசியங்களைக் கண்டுபிடித்த காரணத்தினால் - இனிமேல் சோம நாட்டில் அணுகுண்டுகளை மலிவாக உருவாக்க முடியும்.

கிழக்கு சூரியன்

- *மாசி 2*

சந்திரவாஸாவில் உண்டாகியிருக்கும் சாதி மனப்பான்மைக் கலகங்களைப் பற்றிச் சந்திரப்பிரஸ்தத்தில் கவலை. அந்த இடத்திற்கு போலீஸ் படைகள் ஏகமாய்ப் போயிருக்கின்றன. போலீஸ் தலைமை உத்தியோகஸ்தரே நேரில் சென்று, சாதிச்

சண்டைகளை விலக்க பிரயத்தனப்படுவதாகத் தெரிகிறது.

வாயு மண்டலம்

- மாசி 2

சோம நாட்டில் இன்று ஆகாயத்தில் நம்ப முடியாத ஒரு விபத்து. இரு விமானங்கள் மோதிக்கொண்டன. நடுவானில் பொசுக்கும் தீ மூண்டது. மோதிக் கொண்ட இடத்திற்கு நான்கு மைல்களுக்கு அப்பால் எரிந்த தூள்கள் கிடந்தன. போகவதி விமான நிலையத்திலிருந்து கொடுத்த அறிக்கையை விமானமோட்டிகள் புரிந்துகொள்ளவில்லை. காரணம் அறிக்கை அம்மான் நாட்டு பாஷையில் கொடுக்கப்பட்டிருந்தது.

பூலோக அதிசயம்

- மாசி 6

இன்று கிருஷ்ணவேணி நதிக்கரைப் பக்கத்திலுள்ள காளி கோவில் அருகில் நடந்த யக்ஞத்தில் அறுநூற்றைம்பது ஆடுகள் பலி கொடுக்கப்பட்டன. பிரதம மந்திரி சக்திதாஸ் உள்பட ஸநாதனக் கட்சியர்கள் கும்பலாக யாகத்திற்கு வந்திருந்தார்கள்.

கிழக்கு சூரியன்

- மாசி 8

கௌசிகப் பிரதேசத்தில் சில பிளேக் கேஸுகள் இருப்பதாகக் கேள்வி. இப்பிரதேசத்தில் மிக்க மகத்துவம் பெற்ற 'கணேசசேனா' எலிகள் செத்துக் கிடந்த சில கிடங்குகளை இடித்து வீழ்த்தி - வீதியில் ரகளை செய்தார்கள்.

வாயு மண்டலம்

- மாசி 10

சோமநாட்டு விண்வெளி விமானம் இன்று சந்திர மண்டலத்தை அடைந்தது. விமானம் மிக்க மிருதுவாகவும் அழகாகவும்

இறங்கியதால் அதற்குச் சேதமொன்றும் உண்டாகவில்லை. விமானத்தில் கருவிகள் மூலம் எடுத்த புகைப்படங்களைப் பின்னால் பிரசுரித்திருக்கிறோம்.

பூலோக அதிசயம்

- மாசி 12

நேற்று உத்தரபழனிக் கோவிலில் ஒரு பெரிய நிர்த்தூளி. சாதாரண ஒரு சம்பவம் பெரிதாக மூண்டுவிட்டது. சோம நாட்டு விண்வெளி விமானம் சந்திர மண்டலத்திற்குச் சுகமாகப் போய்ச் சேர்ந்த சந்தோஷச் செய்தி கிடைத்தவுடன், மகரிஷி நிர்ணய சாகர் உத்தரபழனியில் ஒரு மகாபிஷேகம் நடத்தினார். திவ்விய காந்தானுலேபனத்தைத் தரிசிக்க சந்திரப் பிரஸ்தத்திலுள்ள பற்பல முக்கியர்களுக்கு அழைப்பு அனுப்பி இருந்தார். பூஜை முடிந்து, நைவேத்தியம் ஆகி, தீபாராதனை நடந்தவுடன், மகரிஷி உத்தரவுப்படி செக்ரெட்டரி சகாதேவ சர்மா முதல் தாம்பூலத்தை பிரதம மந்திரி சக்திதாஸிடம் நீட்டினான். உடனே அவனுக்குப் பின்னாலிருந்த யாரோ ஒருவன் அதைத் தடுத்தான். முன்னால் பல கைகள் உயர்ந்தன. சபையில் கலவரம். பேச்சுகள் எழும்பின.

“முதல் தாம்பூலம் யாருக்கு?”

“யார் அதற்குத் தகுதியுடையவன்?”

“பீம்ஸிங்!”

“சுயோதனன்!”

“விக்கிரமாதித்தியன்!”

“பீஷ்மன்!”

“இல்லை... இல்லை... குரு கிருஷ்ண அவதார்ஸிங்.” “இவ்விதமாகப் பற்பல கூக்குரல்கள் கேட்டன. கடைசியில் தாம்பூலம் கொடுக்கப்படாமலேயே கூட்டம் அலங்கோலமாகக் கலைந்தது.”

கிழக்கு சூரியன்

- மாசி 14

மகாபிஷேகத்தின் போது கிளம்பிய முதல் தாம்பூலப் பிரச்னை சந்திரப்பிரஸ்தத்தில் பெரும் குழப்பத்தை உண்டு பண்ணிவிட்டது. இதைச் சாக்காக வைத்துக்கொண்டு முதல் தாம்பூலத்திற்கு அருகதையில்லாதவன் எப்படி பிரதம மந்திரியாக இருக்க முடியுமென்ற ஒரு கட்சி ஆரம்பித்திருக் கிறது. அப்படியுண்டானால் முதல் தாம்பூலத்திற்கு எவன் யோக்கியதை உடையவனோ அவன்தானே பிரதம மந்திரியாக இருக்க வேண்டும்? இதைப் பற்றிச் சந்திராதிகள் தீவிரமாக ஆலோசிப்பதாயும், கூடிய சீக்கிரம் பொருத்தமுள்ளவரை அணுகிக் கேட்டுக்கொள்ளப்போவதாயும் தகவல் கிடைத்திருக்கிறது.

வாயு மண்டலம்

- மாசி 18

தற்போதைய சோம நாட்டுக் கலகங்களை அடக்கி அரசாங்கத்தைச் செம்மைப்படுத்த பிரதம மந்திரிப் பதவியை அவர்தான் ஏற்க வேண்டுமென்று ஸனகாதியர்கள் இன்று குரு கிருஷ்ண அவதார் ஸிங்கை வேண்டிக்கொண்டதாகச் செய்தி வந்திருக்கிறது. இதைக் கேட்டவுடன் சந்திராதிகளுக்குக் கோபம் மூண்டதாகக் கேள்வி. அவர்கள் அல்லவா குருவிடம் அப்படியொரு விண்ணப்பம் செய்துகொள்ளப்போவதாக நிச்சயித்திருந்தார்கள்?

பூலோக அதிசயம்

- மாசி 19

இன்று கம்யூனிஸ்ட்டு தலைவன் அச்வத்தாமா குரு கிருஷ்ண அவதார் ஸிங்கைப் பார்த்து, அவரே முதல் தாம்பூலத்திற்கு உரியவர் என்று சொன்னதாகச் செய்தி கிடைத்திருக்கிறது.

இதையொட்டி ஜனசபையில் பலத்த வாக்குவாதங்கள் தொடங்கின. குருவிற்குத்தான் தாம்பூலம் ஏற்றது என்று முதல் முதல் சொன்னது சந்திராதியர்கள். ஆதலால் அதைப்பற்றி குருவிடம் பேச அவர்களே தகுதியுடையவர்கள். அப்படியிருக்க இந்தக் கம்யூனிஸ்ட்டு எதற்கு அங்கே போனான்? ஏன் கூடாது? குரு எல்லோருக்கும் சொந்தமென்று அச்வத்தாமா வாதித்தான். அதென்னமோ நிஜமென்று சொல்லி ஸனகாதியர்கள் ஆரவாரித்தார்கள். கம்யூனிஸ்ட்டுகளையும் ஸனகாதிகளையும் சேர்த்துவிட்ட இந்த சம்பவம் விந்தைத் தோற்றம் கொடுத்தது.

கிழக்கு சூரியன்

- மாசி 20

சந்திரப்பிரஸ்தத்தில் முதல் தாம்பூலப் பிரச்னை பலக்க கட்சியர்கள் விஷயத்தைப் பொது இடங்களில் வாதாடப் புறப்பட்டுவிட்டார்கள் என்று தெரிகிறது. நேற்று மூன்று பொதுக் கூட்டங்கள் அலங்கோலமாகக் கலைந்தன. இந்த இடங்களில் சந்திராதிகள், கம்யூனிஸ்ட்டுகள், ஸனகாதிகள் எல்லோரும் மோதிக்கொண்டதாகக் கேள்வி. கூட்டத்தில், முன் மந்திரிப் பதவி வகித்த சகுனிதாஸ், டிபுடி மந்திரி ஹரிஹர சிவா, கம்யூனிஸ்ட்டு சால்யன் முதலியவர்கள் அடியுண்டார்கள்.

வாயு மண்டலம்

- மாசி 22

இன்று வாயு மண்டலத்தின் விசேஷ நிருபருக்கு குரு கிருஷ்ண அவதார் ஸிங் சந்திரப் பிரஸ்தத்தில் பேட்டி அளித்தார். அரசாங்க நிர்வாகத்தை நடத்தவேண்டுமென்ற வேண்டுகோளுக்கு அவர் இணங்கப்போகிறாரா என்று கேட்டதற்குக் குரு இல்லையென்று அழுத்தமாகப் பதில் சொன்னார். இதுவரையில் தாம் நடத்தி வந்த பற்றற்ற வாழ்க்கைக்கும் அரசியல் போக்குக்கும் வெகு தூரம், மேலும் பிரதம மந்திரி பணியை ஆற்றிவருவது, அரசியல்வாதிகளின் பொறுப்பு. தம்மைப் போன்ற சந்நியாசிகளுக்கு அங்கே என்ன வேலை?

பூலோக அதிசயம்

- மாசி 25

சந்திரப் பிரஸ்தத்தில் முதல் தாம்பூல வாதம் கொழுத்துவிட்டது. கட்சியர்கள் நான் நீ என்று என்று போட்டி போட்டுக்கொண்டு தினம் குரு கிருஷ்ண அவதார் ஸிங்கைப் பார்த்து விண்ணப்பம் செய்துகொள்ளுகிறார்கள்.

வாயு மண்டலம்

- மாசி 30

"முதல் தாம்பூலப்" பிரச்னையை ஒட்டித் தலைநகரத்தின் வீதிகளில் குத்தும் அடியும் அதிகப்பட்டுவிட்டன. இச்சம்பவங்களைத் தொடர்ந்து இன்று சந்திரவாஸா, போகவதி, சப்தவதி, என்னும் பிரதேசங்களில் புரட்சி. பாஞ்சாலத்தில் குரு கிருஷ்ண அவதார் ஸிங்கின் புகைப்படத்தைப் பல்லக்கில் வைத்து ஊர்வலமிட்டதாக ஒரு செய்தி.

கிழக்கு சூரியன்

- பங்குனி 4

நேற்று சந்திரப்பிரஸ்தத்தில் வியாஸர் வழியில் கம்யூனிஸ்ட்டுகள் சிலர் ஸநாதன தர்மக் கட்சியர்களுடன் வாதாடி, வாக்குவாதம் பலத்து, முஷ்டிச் சண்டையில் முடிந்தது. சோம நாட்டில் காணும் இந்த அராஜகத் தோற்றம் இங்கே கவலையை விளைவிக்கிறது. நம் அண்ணன் நாட்டு ராஷ்டிரபதி பென்ஸன் குரு கிருஷ்ண அவதாருக்கு இதைப்பற்றி எழுதியிருப்பதாகத் தெரியவருகிறது.

பூலோக அதிசயம்

- பங்குனி 6

போகவதியிலிருக்கும் முக்கியஸ்தரான சஞ்சயனன் இன்று குரு

கிருஷ்ண அவதார் ஸிங்குக்குத் தந்தி அடித்திருக்கிறார். அதன் சாரம் - "தயவு செய்து ராஜ்ய பாரத்தை ஒப்புக்கொண்டு, பண்டைப் பண்பேறிய இந்த தேசத்தைக் காக்கவும். அம்மான் நாட்டிலிருக்கும் நம் நிருபர் பிரமத மந்திரி ஜார்ஜூ குரு கிருஷ்ண அவதார் ஸிங்குக்கு எழுதியிருப்பதாகத் தகவல் கொடுக்கிறார்.

வாயு மண்டலம்

- பங்குனி 8

நேற்று காலை, ஏழு மணிக்கு பீம்ஸிங் குருவைப் போய்ப் பார்த்தார். எட்டு மணிக்கு, முன் பிரதம மந்திரியாக இருந்து ராஜினாமா செய்த தர்மராஜூ உள்ளே போனார். ஒன்பது மணிக்கு மகரிஷி நிர்ணய சாகர் குருவைக் கண்டார். பதினொரு மணிக்கு சகுனிதாஸ், கிரீதவர்மன், அங்கீரஸ், சௌமதத்தன் இவர்கள் குருவைப் பார்க்கச் சென்றார்கள். 12 மணிக்கு சுயோதனன், ஜயத்ரதன், பரத்துவாஜ் இவர்களுக்குப் பேட்டி அளிக்கப்பட்டது. இப்படித் தனித்தனியாகப் பலபேர்கள் குருவைப் பார்த்தார்கள். 2 மணிக்கு கம்யூனிஸ்ட்டுத் தலைவர்கள் சால்யனும், அச்வத்தாமாவும் அவருடன் பேசினார்கள். அவர்கள் போனதும் அக்காள் நாட்டுப் பிரதிநிதி வந்தார். 3 மணிக்கு ஜூஷ்ணு வந்ததாகத் தெரிகிறது. 3. 40க்குக் குரு தொலைதூர டெலிபோனில் அண்ணன் நாட்டு ராஷ்டிரபதியுடன் பேசினார். 4.40க்கு அம்மான் நாட்டிலிருந்து தனிப்பட்ட ஆகாய விமானத்தில் வந்து இறங்கிய ராஜதூதர் விமான நிலையத்திலிருந்து நேரே குருவைக் காணச் சென்றார். அதன் பிறகு குந்திபோஜனும், விராடனும் சேர்ந்து உள்ளே போனார்கள். கேகேயனும் - யுதாமன்யுவும் தனித் தனியாகப் போனார்கள். பத்திரிகை நிருபர்களான நகுல் சேட், கௌரவ், சாத்தியகி முதலியவர்கள் அங்கேயே சுற்றிக் கொண்டிருந்ததாகத் தெரிகிறது. கடைசியில் இரவு பத்து மணிக்குப் போகவதியிலிருந்து வந்த சஞ்சயனனும் பீஷ்மனும் சேர்ந்து குருவைப் பார்க்கப் போனார்கள்.

அவசர அறிக்கை. இரவு 12 மணி சஞ்சயனன் குருவிடம்

பேசிவிட்டு இன்னும் வெளியே வரவில்லை.

பூலோக அதிசயம்

- பங்குனி 10

உத்தர நட்சத்திரம்.

'முதல் தாம்பூலம்' விஷயமாக நடந்த அதிர்ச்சியைத் தொடர்ந்து சோம நாட்டில் ஒரு அதிசயம். பற்பல முக்கியஸ்தர்களின் வேண்டுகோளுக்கிணங்கி, இன்று குரு கிருஷ்ண அவதார் ஸிங் தேசத்துப் பிரதமராக ஒப்புக்கொண்டார். இது சம்பந்தமாகச் சோமநாட்டு அரசாங்க அமைப்பில் பலவித மாறுபாடுகள் உண்டாகலாமென்று எதிர்பார்க்கப்படுகிறது. அண்ணன் நாட்டுக் கூட்டாட்சி அமைப்பைப் பின்பற்றிச் சோமநாட்டிலும் ஒரு புதுவிதப் பிரதிநிதி ஆட்சி தொடங்கலாம். அப்படி உண்டானால் குரு கிருஷ்ண அவதார் ஸிங் அந்த ஆட்சிமைக்கு முதல் ராஷ்டிரபதியாக இருப்பார் என்பதில் ஐயமில்லை. சந்திரப் பிரஸ்தத்திலிருக்கும் அறிஞர்கள் இன்றைய நிகழ்ச்சியை நாட்டின் மறுமலர்ச்சியின் தொடக்கமாகக் கருதுகிறார்கள்.

சித்தார்த்தி வருஷம்

- பங்குனி உத்தரம்

பூலோக அதிசய விசேஷ நிருபர் சோம நாட்டிலிருந்து எழுதியது.

சோமதேசத்து மண்டபங்கள் விசித்திரமானவை. வெளித்தோற்றத்திற்கு அவை புராதனக் கோவில்களை ஒத்திருந்தன. ஆனால் உள்ளே போனால் நம் அண்ணன் நாட்டைத் தோற்கடிக்கும் மாயாஜால் உலகைக் காணலாம். யுவயுவதிகளுக்குத் தகுதியான அத்தனை விஷயானுபவங்களையும் இம்மண்டபங்களில் ரசிக்கலாம். சாராயம் அபின் கஞ்சாவென்று மயங்கி விழத் தனித்தனி அறைகள் ஒதுக்கிவிடப்பட்டிருந்தன. வேறு சுகானுபவ அறைகளும் இருந்தன. யுவயுவதிகளின் கோலாகலக் கூத்துக்களை இங்கே பார்க்கலாம். பாலுணர்ச்சியை

மிகைப்படுத்த, பல ஆகர்ஷிக்கும் வசதிகள் இருந்தன. இளைஞர்கள் தம்மிச்சைகளை முரட்டுத்தனமாகவும் மூர்க்கத்தனமாகவும் காட்டிக் கொண்டார்கள். ஆவேசம் பிடித்த மாதிரி வெறிகொண்டு கூத்தாடினார்கள். இப்படி விளையாடுவதை அவர்கள் ஒரு நோன்பாகக் கருதினார்கள். இத்தனைக்கும் சோம நாட்டு யுவர்கள் நன்றாக வேலை செய்வார்கள். வருஷா வருஷம் இந்தக் கும்பலிலிருந்து தான் தேசத்திற்குத் தேவையான விஞ்ஞானிகளையும், உபாத்தியாயர்களையும் இஞ்சினியர்களையும் அதிகாரிகளையும் சோமநாடு தேர்ந்தெடுத்தது.

ஒரே ஒரு விஷயத்தில் மட்டுமே அவர்கள் ஆழ்ந்த சிரத்தையும் கருத்தும் காண்பித்தார்கள். மனப்பூர்வமான அந்தத் தோற்றம் மனதை இளக்கும் மாதிரியில் இருந்தது. அதுதான் ஒவ்வொருவனும் தனியாகவோ சேர்ந்தோ கிருஷ்ணன் குடியில் பல மணிப் பொழுது தியானத்தில் கழிக்கும் காட்சி. கிருஷ்ணன் குடி என்பது ஒவ்வொரு மண்டபத்திலும் திகழ்ந்த சாதாரணமான ஆடம்பர மற்ற ஒரு வெள்ளைக்கல் மடம். என்ன காரணத்தினாலோ சூன்யமான அதன் காலித் தோற்றம் பிள்ளைகளை ஈர்த்தது. அவர்கள் அங்கே சென்று மணிக்கணக்காக வெள்ளை மேடையைப் பூவால் அலங்காரம் செய்வதில் கழித்தார்கள். சுத்தமான மோன நிலை. கைகள் பூக்களை அடுக்கியபடி இருக்கும். வாய் பேசாது; மனம் காலி. கருத்துத் தோய்ந்த அம்முகங்களின் பாவம் ஆழ்ந்த தியானத்தையே குறித்தது. கிருஷ்ணன் குடிக்குள் போனதும் அவர்கள் உள்ளத்தின் வெறி அடங்கிய மாதிரித் தோன்றிற்று. எதையோ ஒன்றைக் குறித்துத் தியானிப்பது போலவும், பிறகு மெய்மறந்து அதிலேயே லயித்து, சித்தத்தைப் பறிகொடுத்தாற் போலவும் தென்பட்டார்கள். மண்டபமானாலும் சரி, மடமானாலும் சரி, இப்படித் தம்மை மறந்திருக்க வாய்ப்பு அளித்திருக்கும் குரு கிருஷ்ண அவதார் ஸிங்கை புராணத்திலுள்ள ஒரு தோற்றமாக அவர்கள் கருதுகிறார்கள். புராணக் கிருஷ்ணனைப் போல அவரும் மாயஜால வித்தைகள் செய்வது சோமதேசத்து மக்களின் மனோபாவத்திற்கு ஒத்து

இருக்கிறது. மாய உலகமே அவர்களுக்குப் பிடித்ததாக இருக்கிறது. அதில் வாழவே அவர்கள் பிரியப்படுகிறார்கள். விறைப்பான நிஜத்தை விடக் கற்பனையும் கதையுமாகக் கலந்த ஒரு நூதன சுவப்பன உலகு எத்தனை மேல்? அங்கே பசி, பிணி, சர்ச்சை, பிரச்னை ஒன்றுமே கிடையாது. ஒன்றில் மண்டபத்தின் மோகம் அல்லது மடத்தின் மயக்கம். இதுவே சோம தேசத்து மக்களின் ரீதி.

★★★

கிருத்திகா என்ற பெயரில் திருமதி மதுரம் பூதலிங்கம் எழுதிவந்தார். *புகை நடுவில், சத்தியமேவ, பொன்கூண்டு, வாசவேஸ்வரம், தர்மக்ஷேத்திரே, புதிய கோணங்கி, நேற்றும் இன்றும்* - இவை இவரின் படைப்புலக சாதனைகள்.

1953 முதல் எழுதி வரும் கிருத்திகாவின் நாவல்களில் சமூக அக்கறையும், தொலை நோக்கும் தெரியும். விமர்சன வெளிச்சத்தில் சமூதாயத்தை அடையாளப்படுத்தும் இவர் எழுத்தில் நளினமும், அங்கதமும் சுவை சேர்க்கும்.

ஆங்கிலத்தில் குழந்தைகளுக்கான புத்தகங்கள் எழுதியுள்ளார். இவருடைய சிறுகதைத் தொகுப்பு ஆங்கிலத்தில் வெளிவந்துள்ளது.

www.ingramcontent.com/pod-product-compliance
Lightning Source LLC
LaVergne TN
LVHW060224051026
849517LV00005B/1508
* 9 7 8 9 3 9 1 7 4 8 6 6 1 *